CHẲNG BIẾT ĐÂU MÀ LẦN!

CHẲNG BIẾU ĐÂU MÀ LẦN !
(Tuyển tập truyện ngắn hài)

Tác giả
TRẦN KỲ TRUNG

Thiết kế bìa
Họa sĩ Võ Như Diệu

Dàn trang
TKT design

TRẦN KỲ TRUNG

CHẲNG BIỀU ĐÂU MÀ LẦN!

Nhà xuất bản Nhân Ảnh
2024

CHẲNG BIẾT ĐÂU MÀ LẦN!

Chuyện này xảy ra ở miền bắc trước năm một chín bảy lăm (1975)

...Ông Lâm, giám đốc nông trường Vân Mai, tuy ngoài miệng không dám nói ra, nhưng trong bụng rất bực mình với tổ chức. Đưa ai về làm phiên dịch, lại đưa cái thằng của nợ này về, nhìn dáng vẻ ông đã không ưa rồi, lại có cái trò tán gái nữa chứ, nó đứng đâu là y như rằng có gái vây quanh, cười nói trông không ra làm sao cả. Ông từng trình bày với ông Vụ trưởng vụ tổ chức Bộ, trong một lần về Hà Nội họp.

- Anh có thể bố trí người khác thay anh Mai Văn Khoái được không?

- Ý anh là sao? - Ông Vụ trưởng Vụ tổ chức Bộ hỏi lại.

- Theo tôi, Vụ nên tìm người thay anh Khoái. Tôi có cảm giác anh này không nghiêm chỉnh trong tác phong sinh hoạt, sẽ khó quản lý. Để anh ta ở lại nông trường, cậy mã đẹp trai, tính phóng túng, sẽ có ngày cho nữ nông trường viên chửa hoang...

- Ý ông Lâm muốn nhắc khéo với ông Vụ trưởng Vụ tổ chức Bộ về chuyện "tán gái" của Khoái.

Ông Vụ trưởng Vụ tổ chức Bộ suy nghĩ một lúc, rồi nói:

- Ý kiến của anh để thực hiện hơi khó, vì không thể kiếm một người nào giỏi ngoại ngữ hơn anh ấy. Điều thứ hai, nữ chuyên gia lại rất thích anh Mai Văn Khoái, nữ chuyên gia nói với chúng tôi, chỉ làm việc khi anh Mai Văn Khoái là phiên dịch, nên không thể. Còn chuyện anh sợ "nông trường viên chửa hoang"!!! Đâu có dễ dàng như thế, chúng ta có chi đoàn, chi bộ, công đoàn...quản lý chặt, đến con kiến "dính đít" nhau còn không dám huống hồ đó là nữ nông trường viên, một trăm phần trăm là đoàn viên, đảng viên...

Điều ông Lâm dự báo, ai dè trở thành sự thật, mà không phải "nữ nông trường viên" mà sự việc trở nên nghiêm trọng hơn nhiều. Người có chửa với Khoái là nữ chuyên gia Naropmaixcaia (Từ đây gọi là Caia cho tiện). Nữ chuyên gia Caia lại là con của một lãnh đạo cấp rất cao của nước bạn, thân thiết với Việt Nam, từng có câu nói nổi tiếng " Dù có chết vẫn hiến dâng trái tim cho Việt Nam". Câu khẩu hiệu này ở nước đó chỗ nào cũng treo từ ngã tư cho đến ven đường cao tốc... Bố đã yêu Việt Nam, con gái cũng vậy nên tình nguyện sang Việt Nam giúp phát triển đàn bò sữa. Bố, con người ta "cao thượng" như vậy mà Khoái dám làm một việc "động trời" , thế có chết không cơ chứ!!!

Sự việc không thể giấu được, bụng của nữ chuyên gia Caia ngày càng lùm lùm, mới đầu còn nhỏ, nhưng "phồng" lên ngày qua ngày càng rõ. Khi cái thai được ba tháng, chuyên gia Caia phải về nước... Ai là tác nhân của cái thai? Chẳng phải tìm đâu xa, cũng không cần nữ chuyên gia Caia "khai", khi mọi người chứng kiến cảnh chia tay ở sân ga xe lửa của nữ chuyên gia Caia với Mai Văn Khoái: có nước mắt chứa chan, có ánh mắt lưu luyến, có giọng nói nghẹn ngào, cảm động, cả cái vẫy tay tạm biệt như không muốn rời... Phải quan hệ thân thiết như thế nào mới có hình ảnh đó chứ !!!

Đảng uỷ nông trường phải triệu tập một cuộc họp khẩn bàn về việc này, sau khi thảo luận đi đến thống nhất về hình thức kỷ luật đối với Khoái. Đảng uỷ cho phép Ông Lâm gọi Mai Văn Khoái lên phòng giám đốc để thông báo.

Hàng ngày, cứ nhìn cái mặt của Mai Văn Khoái, ông Lâm muốn có cái xà ben đâm một nhát. Cái mặt "dê" của Khoái nhìn là biết, thấy gái đẹp là liếc, miệng tán dẻo còn hơn "kẹo kéo", nói như hút hồn để gái theo. Môi của Khoái nữa chứ, đỏ hồng, cặp mắt ướt trông rất "đĩ". Đã nhắc bao lần, là cắt tóc ngắn đi, đúng hình ảnh thanh niên xã hội chủ nghĩa, thì Khoái đâu có chịu nghe, để một mái tóc bồng bềnh, cùng lời thanh minh: "Anh thông cảm cho em, nữ chuyên gia yêu cầu em phải để như vậy, nhìn vào đó mới có hứng thú làm việc. Em đã báo cáo việc này với tổ chức được các anh ấy đồng ý". Mà đâu chỉ có vậy, một lần Khoái phanh áo, để lộ bộ ngực sáu múi, nở đều đặn, nói như minh chứng thêm yêu cầu của nữ chuyên gia: " Nữ chuyên gia còn yêu cầu em năng tập thể dục cho cơ thể cường tráng, năng suất lao động mới được nâng cao.". Bây giờ mới "lòi đuôi con cáo", Khoái làm như thế để dễ "dụ" nữ chuyên gia vào tròng!!! Phải có biện pháp kỷ luật thằng này thật nặng . - Ông Lâm nghĩ - Chứ để thế này khác nào " bôi tro, chát trấu" vào bộ mặt lãnh đạo nông trường, lớn hơn là bộ mặt của đảng, nhà nước ta, nhất là trong lúc đất nước lao vào cuộc kháng chiến chống quân xâm lược, thanh niên cả nước dồn sức vì sự nghiệp chung, bao người hy sinh thì Khoái được yên ổn ở hậu phương, sướng như thế, không biết điều còn đi "chơi " gái, mà "chơi" tận nữ chuyên gia!!! Thực sự không hiểu nổi!!! Càng nghĩ ông Lâm càng tức, tức không để đâu cho hết.

Gọi Khoái lên phòng giám đốc, tự tay ông Lâm đóng kín tất cả các cửa sổ, dặn văn phòng khi ông nói chuyện với Khoái, không cho ai lên gặp. Ông không muốn chuyện này lộ ra ngoài. Như biết việc ông Lâm cần gặp mình, Khoái bước vào phòng nét mặt hơi sợ sệt, dáng không vững, run run từng bước. Ông Lâm chỉ chiếc ghế đối diện:

- Anh ngồi xuống, nghe tôi hỏi!

Khoái ngồi xuống, nhìn ông Lâm, miệng mấp máy định nói, ông Lâm ngăn lại:

- Khoan, tôi chưa cho anh nói. Anh có biết tôi cho gọi anh lên đây về vấn đề gì không ?

Khoái gật đầu nhưng nói lắp bắp:

- Em biết... em biết... chuyện tình yêu giữa em với nữ chuyên gia... cái thai...cái thai... của nữ chuyên gia là...

Ông Lâm không cho Khoái nói hết, lấy tay đập

bàn, mặt bàn rung lên làm cho bộ ấm chén trên bàn suýt đổ:

- Anh có biết hành động như vậy là làm mất danh dự của tổ quốc không? Mất danh dự một đoàn viên, đoàn thanh niên lao động không?

Khoái mếu máo:

- Thưa anh...em biết chứ... nhưng nữ chuyên gia đó cứ yêu cầu...

- Họ là người nước ngoài ...mà yêu cầu à! Anh nói vô lý lắm! - Ông Lâm nhìn Khoái căm giận.

Khoái tránh ánh mắt đó, nói sẽ sàng :

- Anh cho phép em nói đã. Dù yêu nhau nhưng mới đầu em cũng sợ...không dám... bao lần em từ chối... nhưng nữ chuyên gia ...

Khoái nói thế tưởng ông tin nhưng "vải thưa làm sao che được mắt thánh", ông Lâm thừa biết, Khoái là thằng "máu" gái, gái Việt cũng không"tha", gái Tây cũng chẳng "từ". Có thời cơ là "bụp", ở đó mà sợ...

Khoái không để ý đến thái độ của ông Lâm, cố gắng trấn tĩnh tiếp tục trình bày:

- Nữ chuyên gia nói với em, chỉ xin một đứa con thôi, nếu có vấn đề gì, ví như em bị kỷ luật, nữ chuyên gia sẽ đứng ra nhận thay, em cũng đấu tranh tư tưởng dữ lắm, ghê lắm... có nên làm chuyện này hay không?

- Thôi, tôi xin anh, anh mà "đấu tranh"!!! Thấy gái mắt sáng hơn đèn ô tô, nhất là nữ chuyên gia, đẹp như thế, gần anh như thế, hoàn cảnh thuận lợi như thế...

Nghe ông Lâm nói vậy, Khoái cúi đầu như một sự thừa nhận một lúc sau nói như cố thanh minh

- Không phải như anh nghĩ đâu. Buổi tối, tất cả các phòng không được thắp đèn để máy bay Mỹ không phát hiện. Ở một mình, một phòng nữ chuyên gia sợ, gọi em đến ngồi cùng. Nghĩ cũng thương, em đến,vì tối, nữ chuyên gia cởi áo ngoài ra lúc nào em đâu có biết. Nữ chuyên gia...nói nhờ em ... gãi lưng... rồi gãi cả chỗ đó, chỗ đó có mùi nước hoa... mà em không giấu anh, em và nữ chuyên gia có tình cảm với nhau còn hơn ... hơn...

Ông Lâm vội lấy tay bịt mồm Khoái:

- Không nói nữa...tôi cấm anh nói những điều này với ai ...tuyệt đối bí mật... anh toàn lợi dụng, người ta nhờ "gãi lưng" thì "gãi lưng" còn "chỗ đó" người ta bảo"ngứa" mà anh cũng tin à! Anh đừng bao biện, che lấp khuyết điểm nghiêm trọng này. Vì khuyết điểm nghiêm trọng anh sẽ bị kỷ luật. Kỷ luật đảng ủy nông trường đưa ra, anh nghe rõ đây! Vì yêu người nước ngoài, một điều đảng và nhà nước ta đang cấm tuyệt đối, còn làm người ta có chửa, anh bị kỷ luật khai trừ ra khỏi đoàn thanh niên lao động Việt Nam, xuống đội sản xuất, làm nông trường viên, mọi tiêu chuẩn cán bộ bị cắt hết. Anh nghe rõ chưa?

Nước mắt rơi lã chã sau khi nghe ông Lâm nói rồi Khoái mạnh dạn đề đạt:

- Em thấy xứng đáng nhận kỷ luật này, anh ạ. Nhưng thưa anh... hay là... sắp tới nông trường có đợt tuyển quân vào nam chiến đấu, em sẽ xung phong ...lập công chuộc tội...

Ông Lâm cười khẩy:

- Anh đừng hy vọng chuyện đó! Quân đội nào chứa chấp những người như anh, một thanh niên hư hỏng, trụy lạc...

CHẲNG BIẾT ĐÂU MÀ LẦN

Khoái đành phải nhận án kỷ luật. Quá đau đớn, nhưng nghĩ lại, cũng do mình gây ra, biết làm sao! Ở đội sản xuất, Khoái xấu hổ, không dám tâm sự cùng ai, ăn một mình, tắm một mình, cứ làm thui thủi cũng một mình...

Với ông Lâm, hình phạt mà Khoái chịu, vẫn chưa làm ông thỏa mãn, Khoái làm ôi danh nông trường cũng như Ban giám đốc lớn đến như thế cơ mà. Ông Lâm yêu cầu tổ chức cho Khoái đi chăn bò, Khoái nhận ngay, không một lời oán thán, cun cút sau đít bò, mặt cúi gằm xuống. Nhìn hình ảnh đó ông Lâm vẫn chưa hả giận, lại cho Khoái đi dọn phân bò. Cả chuồng bò rộng mênh mông, lầm phân với rơm rạ, có lúc chỉ một mình Khoái làm, mồ hôi đổ ra lưng áo giầm dề, cái nón tơi rách không che được một bộ mặt, chỉ có vài tháng từ nhẵn nhụi giờ trông nhàu nhĩ, khốn khổ. Có lúc chịu không được, nhân có một đợt quân đội về nông trường tuyển quân, Khoái trích máu viết đơn xung phong vào chiến trường, chứ thế này, như Khoát trình bày với ông trưởng phòng tổ chức nông trường: "Quá khổ anh ạ, thà ra chiến trường có chết vẫn sướng hơn... ". Ông trưởng phòng tổ chức gạt đơn của Khoái sang một bên, nói thẳng: "Anh có viết một đơn như thế này chứ mười đơn viết bằng máu xin đi bộ đội, ban giám đốc nông trường, đứng đầu là ông Lâm cũng không cho. Anh phải ở lại nông trường làm việc, chịu những hình thức kỷ luật ban giám đốc đề ra, từ đó tu dưỡng rèn luyện trở thành người có ích cho xã hội. Lúc đó có đi bộ đội cũng chưa muộn...".

Nào thế đã xong, theo yêu cầu của ông Lâm, Khoái được phân công về làm tổ trưởng tổ đào hố xí hai ngăn cho toàn khu tập thể nông trường với yêu cầu : "Một tuần phải hoàn thành hai hố xí". Lẽ ra sẽ nhận nhiệm vụ trong ngày mai nhưng Khoái xin ông Lâm khất vài ngày vì bụng đang "có vấn đề". Nể tình, ông Lâm đồng ý với lời răn đe:

- Hết đau bụng là anh phải dẫn tổ đi làm ngay, phải hoàn thành chỉ tiêu, làm không xong, là anh sẽ bị kỷ luật nặng hơn...

Đất toàn sỏi đá làm thế nào một tổ có bốn người mà đào hố xí hai ngăn cho toàn khu tập thể nông trường trong vòng một tháng!!! Hình phạt quá nặng, đời Khoái coi như tàn, tương lai phía trước chỉ là một màn đêm mù mị...

Thì bất ngờ, cực kỳ bất ngờ...

Nhưng bất ngờ nhất là ông Lâm.

Ban giám đốc đang ngồi họp thì thấy dưới dốc một chiếc ô tô con đi lên. Chiếc ô tô chạy thẳng vào sân đỗ ngay trước văn phòng nông trường bộ. Trên xe bước xuống là hai người đàn ông mặc áo đại cán bốn túi, nét mặt nghiêm trọng. Một người yêu cầu được gặp giám đốc Lâm. Ông Lâm bước ra:

- Tôi đây!

Người đó đưa giấy giới thiệu cho ông Lâm xem. Ông Lâm xem xong, nét mặt hơi hoảng, bàn tay cầm tờ giấy run run. Trước mặt ông là người của Văn phòng chính phủ, họ gặp ông có một việc yêu cầu vô cùng cấp thiết là đưa Khoái về ngay Hà Nội, không được chần chừ.

- Vì sao phải đưa anh ta về gấp thế ạ! - Ông Lâm hỏi lại, giọng không giữ được bình tĩnh.

- Việc này không phải để đồng chí hỏi. Đồng chí

đưa anh ấy đến gặp chúng tôi ngay - Người mặc áo đại cán nghiêm nét mặt, nói với ông Lâm.

May cho ông Lâm là chưa đưa tổ của Khoái xuống đào hố xí hai ngăn cho một đơn vị cách nông trường bộ khá xa, đi về cũng mất hai ngày. Nếu Khoái không đau bụng xin ở lại thì bây giờ cũng không biết đưa Khoái về đây bằng cách nào?

Khoái được gọi tới, chưa kịp ngỡ ngàng, chưa kịp hỏi, cũng không kịp chuẩn bị đồ đoàn liền bị "điệu" lên ô tô đi với hai ông cán bộ "to" về ngay Hà Nội.

Khoái theo xe cán bộ "to" đi rồi, mọi người trong nông trường bàn tán xôn xao, mỗi người nói một phách, chẳng ai chịu nghe ai. Đến ngay Ban giám đốc nông trường cũng chỉ biết đoán mò, có người hỏi ông Lâm chuyện này, ông không dám nói ra, nhưng nghĩ: "Hay là chuyện nó làm nữ chuyên gia chửa, lên đến tận Bộ chính trị, họ lôi nó về Hà Nội để trừng trị, Nếu đúng như thế, khéo dính án... tử hình. Kinh!".

Chuyện Khoái được các ông "to" đưa về Hà Nội rồi dần dần cũng nguôi ngoai đi. Cả nước đang gồng mình chống chiến tranh phá hoại, gặp bao khó khăn, nông trường của ông Lâm bề bộn công việc, làm cả ngày không hết , nên chuyện của Khoái "làm nữ chuyên gia nước ngoài có chửa" "chẳng ai để ý nữa...

Vụ việc này xảy ra cũng được gần hai năm...

Cũng đã tưởng chuyện Khoái làm cho nữ chuyên gia có chửa đi vào dĩ vãng, nhưng bây giờ lại được xới lên với bao lời đồn, nào là: "Khoái là cán bộ to ở Bộ ngoại giao", là "thư ký riêng của Bộ trưởng, quyền uy rất lớn" và mọi người tin là thật, khi trong tấm ảnh in ở một tờ báo lớn có thấy hình Khoái đứng cạnh một ông "lớn" tiếp một nguyên thủ nước ngoài, miệng cười rất tươi...

Ông Lâm cầm tờ báo có bức ảnh in hình của Khoái mà thần người, lẩm bẩm: " Hóa ra không phải như mình nghĩ. Cách đây mới gần hai năm nó là thằng bị kỷ luật nặng, thế mà bây giờ đứng cạnh đồng chí lãnh đạo lớn đang tiếp lãnh đạo nước ngoài, nó cười thế kia, không biết mình gặp lại sẽ như thế nào?". Ông Lâm nghĩ viễn cảnh ấy trong lòng thực sự lo lắng.

Điều lo lắng của ông Lâm, chẳng bao lâu trở thành hiện thực.

Khoái cho người và xe bí mật lên tìm gặp ông Lâm, đưa ông về Hà Nội để gặp riêng. Lại giống y như thời đưa Khoái về Hà Nội, không ai được biết nguyên nhân, ông Lâm chỉ có việc chấp hành!!! Ngồi trên xe, trong đầu ông Lâm nảy nòi ra bao nhiêu câu hỏi, tựu chung lại, là sự trả thù của Khoái đối với ông. Ngày ấy ông Lâm hành hạ Khoái ra sao, giờ đây chắc y như vậy, thậm chí còn tồi tệ hơn. Chỉ có như thế Khoái mới yêu cầu "bí mật" đưa ông về Hà Nội ngay trong đêm!!!

... Khi thấy ông Lâm đứng dáng không bình tĩnh, nhất là nét mặt không còn hùng hổ như dạo cho Khoái nhận án kỷ luật, điều này làm Khoái thấy lạ:

- Anh làm sao thế?

Ông Lâm cố trấn tĩnh cho chân tay bớt run rồi nói:

- Mong đồng chí bỏ qua chuyện hồi ấy...hồi ấy... tôi có chút bực...rồi kỷ luật đồng chí... Thực ra cũng vì nhiệm vụ ...nhiệm vụ... chung...

Khoái hiểu chuyện, vỗ vai ông Lâm, giọng rất thân mật:

- Anh hiểu nhầm rồi, em gặp anh ở đây... là để có lời cảm ơn... - Khoái giải thích - Nước của nữ chuyên gia Caia , không hiểu sao đàn bà rất khó chửa. Người đàn ông nước này chỉ lấy vợ khi biết chắc người mình lấy sẽ có con. Người nữ có con trước khi có chồng, đó là người hạnh phúc. Nữ chuyên gia Caia có chửa về nước với niềm hân hoan, hân hoan hơn là bố của nữ chuyên gia, hiện giờ ông đã giữ chức thủ tướng. Vừa rồi, như báo chí đưa tin, chắc anh cũng biết, ông ấy dẫn đầu phái đoàn chính phủ nước ... thăm Việt Nam.Tỏ tấm lòng thịnh tình người đã gieo hạnh phúc cho con gái, lại biết tình yêu giữa em và nữ chuyên gia, ông thủ tướng nước đó đã nhận em là con rể. Đảng và nhà nước ta đã đồng ý vì đây là cơ hội rất tốt để thắt chặt quan hệ hữu nghị đặc biệt giữa hai nước trên tinh thần quốc tế vô sản, vừa trên tinh thần thân thiết hữu hảo như trong một gia đình... - Nói đến đó Khoái ông Lâm xem tấm ảnh nữ chuyên gia với nụ cười rạng rỡ bế một đứa trẻ có khuôn mặt giống Khoái như đúc, nói như khoe - Con em đấy. Cũng nhờ ngày ấy nông trường tắt đèn mà chúng em có nó - Nói xong Khoái ôm ông Lâm thật chặt, giọng cảm động - Hồi ấy mà anh cứ nghe em, cho em đi bộ đội rồi vào nam đánh nhau... chết mất "gáo" thì coi như xong, làm sao em được như ngày hôm nay, nên em rất biết ơn anh. Tuần sau sang nước bạn làm đám cưới, em đón anh đến đây để tặng một món quà và cũng có lời trực tiếp cảm ơn anh.

Ông Lâm nhận gói quà của Khoái mà ngỡ ngàng.

Đúng thật, nhiều việc, như việc này, chẳng biết đâu mà lần!

TÔI KHEN NGỢI ĐỒNG CHÍ!

Quán của ông Lục Thật Khôn nằm giữa vùng giáp ranh, "tự do" và "tạm chiếm". "Khôn", tính đúng như tên, làm bất cứ điều gì ông Khôn cũng phải tính toán làm sao có lợi cho mình nhất. Bom, đạn nổ ình oành, sống chết chỉ trong gang tấc phải chọn chỗ thật an toàn mà sống. Ở sâu trong vùng tạm chiếm, dễ ăn đạn của mấy ông du kích, còn ở vùng tự do, khó tránh bom do máy bay Pháp ném. Tốt nhất ở một vùng, khó bên này thì chạy sang bên kia, hoặc ngược lại. ông Khôn mở quán ở vùng giáp ranh là vì thế.

Lúc này cuộc kháng chiến chống Pháp đang đi vào giai đoạn tổng tiến công, rất cần tin tức. Bên Việt Minh muốn có cơ sở mật dò la tin tức của bên đối phương, họ cho người đến đặt vấn đề với ông Khôn, nhờ theo dõi và báo những tin "cơ mật" khi lính Pháp dừng chân nơi đây. Vốn là người sợ chết, lại nghe lời doạ "Nếu không thực hiện yêu cầu, chúng tôi sẽ dẹp quán mà tính mạng của ông và cả gia đình khó bảo toàn". Suy nghĩ một hồi, ông Khôn đồng ý. Thế là từ đó, quán của ông Khôn, ngoài bán đồ ăn còn là một cơ sở mật của Việt Minh dò la, theo dõi mọi hoạt động của đối phương... cần "bảo vệ và duy trì lâu dài"!!!

Một hôm...

Tối mù mịt, trời lạnh cắt da, cắt thịt, ông Khôn chuẩn bị đóng quán thì có một đoàn cán bộ, khoảng bốn, năm người, một người đeo súng lục, đi vào. Người đeo súng lục gìm giọng, ra lệnh:

- Bắt đầu từ mai, ông không mở quán nữa... bây giờ chuẩn bị hành lý, đóng cửa quán đi theo chúng tôi!

Ông Khôn nghe vậy, ngơ ngác như chưa hiểu chuyện gì xảy ra thì người này tiếp tục, giọng lạnh, sắc, rõ ràng từng chữ một:

- Ông không được hỏi lại, đi ngay theo chúng tôi, giữ bí mật tuyệt đối!

Nhìn ra xung quanh, thấy toàn người đeo súng , nét mặt ai cũng nghiêm như "tượng" không chút biểu lộ cảm xúc, ông Khôn thấy sợ vội cun cút làm theo mà trong đầu nảy nhiều câu hỏi bấn loạn, câu nọ đè câu kia không tìm ra lời đáp.

Bị bịt mắt, để trên lưng một con ngựa, đi ngay trong đêm, tất cả đều im lặng, chỉ nghe tiếng vó ngựa gõ xuống đường đất "lộp bộp" ông Khôn lo đến thắt ruột: "Chắc họ sợ mình làm lộ bí mật nên đến bắt để đem đi thủ tiêu!". Nước mắt ông Khôn rơi lã chã trên lưng ngựa, cả thân run bần bật, có ai ngờ, đời kết thúc một cách khốn nạn như thế này!!! Đã có lúc đi qua suối, ông Khôn định nhảy xuống, trốn thoát nhưng không ngờ người đeo súng lục ngồi trên con ngựa đang đi bên cạnh, gằn giọng:

- Ông định làm cái trò gì đó, không nhảy được đâu. Ngồi im!

Thế là hết cục cựa, ông Khôn đành phải tuân theo. Thời khắc còn lại sống trên đời, ông Khôn nghĩ, chắc chỉ còn tính từng giờ...

Đi gần hết một đêm, lại bị bịt mắt, gần như ông Khôn không biết họ dẫn đi đâu, đến lúc mở băng bịt mắt thì trời sáng. Trước mặt ông Khôn là những lán trại mái lợp bằng lá cọ, mỗi lán trại treo một lá cờ búa liềm màu vàng trên nền đỏ, bên dưới có các khẩu hiệu như: "Tình hữu nghị Việt -Trung - Xô đời đời bất diệt ". "Đại nguyên soái Stalin muôn năm", "Mao chủ tịch muôn năm...", "Chủ tịch Hồ Chí Minh muôn năm"... người ra vào như đi trẩy hội, quần áo lành lặn, có người còn đeo huy chương, nét mặt ai cũng vui vẻ. Sau này ông Khôn được mọi người cho biết đây là căn cứ cách mạng, nơi tổ chức đại hội anh hùng, chiến sỹ thi đua của Khu, ông đã ngạc nhiên. Đến cảnh tiếp theo lại càng làm ông Khôn ngạc nhiên hơn. Ông Khôn được người đeo súng lục dẫn đến gặp một ông không già lắm mà tóc đã bạc, có chòm râu thưa, nét mặt nghiêm nghị. Ông đeo súng lục đứng nghiêm, giơ tay chào, nói giõng dạc:

- Báo cáo đồng chí Hoàng Quá Vui lãnh đạo Khu ủy, tôi, đại úy Mai Thế Lắm đã dẫn ông Lục Thật

Khôn, người nấu ăn nổi tiếng đến căn cứ an toàn. Xin chờ lệnh của đồng chí!

Ông Hoàng Quá Vui gật đầu, rồi phẩy tay:

- Tốt, tôi khen ngợi đồng chí. Đồng chí có thể về lại đơn vị, để ông Lục Thật Khôn ở lại với tôi!

Rồi ông Hoàng Quá Vui chỉ chiếc ghế đối diện mời ông Khôn ngồi, nói rất ân tình:

- Ngồi xuống đây, từ giờ tôi sẽ gọi anh là đồng chí Khôn, cho đúng lễ nghi và cũng muốn nói một điều, đồng chí đã là người của cách mạng.

Trời ơi, trước mặt ông Khôn là ông Hoàng Quá Vui, một lãnh đạo nổi tiếng của Việt Minh, thực dân Pháp từng treo giải thưởng một nghìn đồng Đông Dương, nếu ai bắt được. Thế mà bây giờ ông Khôn lại được ngồi gần, tận mặt, chỉ cần giơ tay là chạm vào người ông ta, còn vinh dự nào bằng. Ông Khôn không giữ được bình tĩnh, chân tay run bần bật. Ngược lại, ông Hoàng Quá Vui không để ý đến điều đó, nói chuyện với ông Khôn, giọng hết sức bình dân, không hề có biểu hiện quan cách:

- Tôi tiếp đồng chí như tiếp người thân từ xa mới về. Tôi biết trước đây quán của đồng chí là một cơ sở bí mật, cung cấp nhiều tin tức quý giá để chúng ta hiểu rõ lực lượng quân sự địch. Đó là một điều tốt, tốt hơn nữa, cũng quán của đồng chí, với nhiều món ăn ngon, giá bình dân đã giúp tăng thêm sức khỏe đánh địch cho nhiều cán bộ cũng như bộ đôi, dân quân, du kích... - Ông Hoàng Quá Vui bắt tay ông Khôn: - Tôi khen ngợi đồng chí!

"Tôi khen ngợi đồng chí" khi ở gần, ông Khôn phát hiện ra rằng, đây là câu cửa miệng ông Hoàng Quá Vui. Nghe ông Hoàng Quá Vui nói vậy ông Khôn thở ra nhè nhẹ, trong đầu dịu hẳn lại, mọi nỗi căng thẳng bay dần. Ông Hoàng Quá Vui nói lý do để đưa ông Khôn vào đây:

- Được biết các món ăn đồng chí chế biến, đồng chí chế biến rất ngon, - Rồi ông Hoàng Quá Vui hỏi ông Khôn -Tôi nghe đồn đồng chí chế biến món rựa mận bằng thịt chó ngon lắm phải không ? Nếu đúng vậy, tôi khen ngợi đồng chí!

Với ánh mắt nhìn ông Hoàng Quá Vui chan chứa yêu thương, ông Khôn khẽ gật đầu, lễ phép thưa:

- Thưa đồng chí lãnh đạo Khu, không riêng món rựa mận mà nhiều món ngon khác là những món ăn gia truyền có từ đời ông cố nội truyền lại...

Ông Hoàng Quá Vui nói ngay:

- Quá tốt, hy vọng một ngày gần nhất tôi sẽ thưởng thức các món đó do đồng chí chế biến. Bắt đầu từ ngày mai, đồng chí sẽ là tổ trưởng tổ đầu bếp của Khu. Trước mắt trong ba ngày đại hội anh hùng, chiến sỹ thi đua toàn Khu, đồng chí phụ trách bếp ăn nấu ăn cho toàn thể các anh hùng, chiến sỹ thi đua... cố gắng làm cho tốt để tôi khen ngợi đồng chí!

Chuyện ông Lục Thật Khôn vào an toàn Khu và trở thành tổ trưởng tổ đầu bếp chuyên nấu ăn cho lãnh đạo Khu, viết ngắn gọn là như vậy. Lý lịch ba đời là bần cố nông, có công hoạt động bí mật chuyên cung cấp tin tức của địch cho lực lượng cách mạng, lại có nghề nấu ăn gia truyền, nên ông Lục Thật Khôn luôn luôn bên cạnh ông Hoàng Quá Vui và các lãnh đạo Khu. Ở đây quá an toàn, tránh được máy bay địch, ở sướng, toàn ăn ngon nên ông Khôn lợi dụng triệt để. Ông Khôn nắm chắc khẩu vị riêng từng vị lãnh đạo trong khu nên khi nấu ăn, ít nhất cũng dành một món hợp khẩu vị của các vị đó. Đã vậy, đôi lúc có lãnh đạo cấp cao về Khu hay có cố vấn Trung Quốc xuống kiểm tra, ngoài nấu ăn ngon, ông Khôn còn có trò đấm bóp toàn thân, nên ai cũng quý, cố vấn Trung Quốc thích, ông Khôn lại được ông Hoàng Quá Vui khen: "Tôi khen ngợi đồng chí !".

... Năm một chín năm tư, thực hiện nội dung hiệp định Giơ Ne Vơ,Việt Nam chia làm hai miền, có hai chính thể, mỗi chính thể quản lý một miền. Ông Lục Thật Khôn theo ông Hoàng Quá Vui về Hà Nội, lúc này ông Hoàng Quá Vui lên chức to hơn, còn ông Khôn với lý lịch vô cùng trong sạch, đã qua thử thách nên vẫn làm tổ trưởng đầu bếp chuyên phục vụ cho các vị lãnh đạo lớn.

Đất nước hòa bình, đi lại thông thương, thực phẩm cũng dễ kiếm hơn hồi kháng chiến nên có dịp cho ông Lục Thật Khôn trổ tài, nhất là khi ông Hoàng Quá Vui tiếp đãi bạn bè. Những món thịt chó, đặc biệt món rựa mận, do ông Lục Thật Khôn chế biến, bạn bè ông Vui ăn luôn khen nức nở... Ông Khôn lại được ông Hoàng Quá Vui bắt tay:

- Tôi khen ngợi đồng chí!.

Cũng năm đó lãnh tụ Kim Thành An, chủ tịch nước Thiên Địa sang thăm nước ta, mà nước này, giống chúng ta cũng ăn thịt chó. Lãnh tụ Kim Thành An rất nghiện thịt chó, trong bữa ăn bao giờ cũng phải có món này. Biết được điều đó, tăng cường tình hữu nghị đồng thời cũng muốn giới thiệu món "quốc hồn, quốc túy" của dân tộc, tổ chức trung ương đề nghị ông Hoàng Quá Vui tìm được người chế biến thịt chó thật ngon để phục vụ lãnh tụ Kim Thành An. Chẳng phải tìm đâu xa, ông Hoàng Quá Vui tiến cử ông Lục Thật Khôn cùng với lời dặn dò:

- Đây là một nhiệm vụ rất quan trọng, đảng và nhà nước đã giao, đồng chí phải làm cho tốt thể hiện uy tín của dân tộc. Làm được điều đó tôi khen ngợi đồng chí!!!

Ông Lục Thật Khôn làm đúng lời ông Hoàng Quá Vui, chế biến thịt chó thành những món ăn tuyệt vời, nhất là món rựa mận, khiến lãnh tụ Kim Thành An khen nức nở và rất muốn mời đích danh ông Lục Thật Khôn sang nước Thiên Địa ba tháng dạy cách chế biến thịt chó cho các chuyên gia đầu bếp mà xuất thân toàn những người nổi tiếng vốn là nhà văn, sỹ quan quân đội, công nhân...

Nghe vậy ông Lục Thật Khôn rất lo. Chế biến thịt chó gần như không có lý thuyết, lại càng không có lớp học, ông Khôn cứ nhìn bố làm rồi bắt chước, nửa buổi là xong, rồi ngày qua ngày, tháng qua tháng tay nghề được nâng lên thành "điêu luyện" bây giờ bên nước bạn yêu cầu ông dạy ba tháng "Lấy cái gì mà dạy?"- Ông Khôn nghĩ mà đờ đẫn cả người...

Trong đầu ông Khôn chợt như có một "luồng điện" cực "khôn" chạy ngang qua: "Đây rồi, thế này phải học đến cả năm cũng chưa chắc đã ra nghề!!!".

Ngày ra sân bay sang nước bạn, ông Khôn mang theo một thùng rất to dán kín, nặng chịch, cùng một cái túi không biết đựng gì bên trong mà lúc nào ông Khôn cũng đeo bên người, không được ai sờ vào. Có người hỏi, ông Khôn nghiêm nét mặt, trả lời:

- Bí quyết gia truyền, không nói được!

Mọi người nghe, lè lưỡi, ngạc nhiên.

Sang đến nước bạn, bạn phải cho một ô tô chuyên dụng chở chiếc thùng này về đến tận khách sạn, nơi ông Lục Thật Khôn ở. Ngày khai giảng lớp học, các học viên tề tựu đông đủ. Học viên là công nhân vẫn ăn mặc bộ quần áo xanh công nhân, đi dép rọ. Còn học viên là nhà văn áo trắng bỏ trong quần, đi giày đen. Khiếp nhất là học viên quân đội, ngực áo đeo đầy huân, huy chương, thậm chí có người nhiều huân, huy chương quá, đeo ở ngực áo không hết, đeo lên cả ống quần thành một "vệt" dài, treo lủng lẳng. Ông Khôn cho người khiêng cái thùng to ra, mở nắp. Tất cả học viên nhìn vào, cùng "ồ" lên ngạc nhiên. Trong thùng đó chứa đầy trước tác Mao chủ tịch, tuyển tập Lê Nin, bộ "Tư bản" của Các Mác...Ông Lục Thật Khôn xoa tay nói với tất cả học viên nước bạn qua phiên dịch:

-Chúng ta phải học, hiểu, thuộc lý luận của những cuốn sách này. Vì sao phải làm điều đó, là bởi chúng ta là giai cấp tiên tiến đại diện cho một thời đại tiến bộ nhất, muốn nấu ăn ngon phải nắm vững lý luận của các lãnh tụ giai cấp vô sản...

Ông Lục Thật Khôn nói xong, tất cả học viên nước bạn vỗ tay nhiệt tình, rất to, rồi họ chúi mũi vào những bộ sách đó nghiên cứu.

Nếu đầu bếp của lãnh tụ nước bạn là nhà văn ông Khôn sẽ yêu cầu phải nghiên cứu sâu vào luận điểm: "... Phương pháp sáng tác hiện thực Xã Hội Chủ Nghĩa có trong thịt chó. Nghĩa là tả thịt chó phải tả thực, tránh bôi đen, nói xấu...Giả như nhìn thịt chó có màu vàng ươm phải tả như ánh bình minh, đó là tương lai sáng lạng mà đất nước, nhân dân đang vươn tới..."

Tiếp đó là viết thu hoạch, thảo luận, đánh giá...

Với chuyên gia nấu ăn mà thành phần xuất thân là sỹ quan quân đội, phải hiểu thật sâu quan điểm: "... Phân biệt rõ địch, thù trong thịt chó. Nghĩa là người chế biến thịt chó với đồng đội phải chế biến thật ngon, còn với đế quốc sài lang... không bao giờ có chuyện đó, chỉ có tiêu diệt..."

Lại viết thu hoạch, thảo luận, đánh giá...

Còn với chuyên gia nấu ăn, thành phần xuất thân là công nhân, nên nhấn mạnh: "...Tính chất liên minh công nông trong thịt chó... Thịt chó muốn chế biến ngon phải hiểu tâm lý người nông dân, người công nhân, họ ăn kiểu gì? Lúc nào? Bày biện ra làm sao? Để thể hiện tinh thần đoàn kết... "

Vẫn cuối buổi học viết thu hoạch, thảo luận, đánh giá...

Mà " ... Viết thu hoạch, thảo luận, đánh giá... "thì ông Lục Thật Khôn thừa kinh nghiệm, những kinh nghiệm thời học lớp bồi dưỡng chính trị, chỉnh huấn (1) ở Việt Nam. Hồi ấy học bồi dưỡng chính trị hay chỉnh huấn... cứ như bị "tra tấn" , bây giờ ông áp dụng với học viên nước bạn: Viết thu hoạch mất cả buổi, viết xong bao giờ ông Khôn cũng làm như đọc thật "chăm chú", rồi phê bên cạnh bài viết của học viên: "Chưa đầy đủ, chưa thành khẩn, cần viết lại...". Thế là học viên lại phải ngồi viết lại bản thu hoạch, toát hết cả mồ hôi, chai cả mông, cong cả lưng... mất thêm mấy ngày nữa.Viết xong bản thu hoạch, bắt đầu đến thảo luận. Thảo luận thì từ sáng đến chiều, từ chiều đến tối, hết ngày này sang ngày khác... Lớp học về lý luận chế biến thịt chó, cứ như vậy kéo dài không biết bao giờ mới kết thúc.. Đó là chưa kể mỗi buổi lên lớp, y như hồi ông học chính trị, chỉnh huấn trước kia, dù không hiểu nhưng ông vẫn trích dẫn những câu nói của Mao Trạch Đông, Lê Nin, Các Mác... áp dụng vào chế biến thịch chó rồi bắt các học viên ghi chép, học thuộc, ông Khôn cho điểm...

Mọi tính toán của ông Khôn đúng như "thần" tính. Vừa học lý luận, viết thu hoạch, thảo luận rồi mới thực hành chế biến thịt chó, thời gian ba tháng là quá ít, lẽ ra kéo dài thêm ba tháng nữa, mới đủ...

Khi phát bằng "tốt nghiệp" lớp chế biến thịt chó, ai cũng vui, vui nhất là ông Khôn .

Buổi tổng kết, lãnh tụ Kim Thành An xuống dự và ăn mấy món thịt chó do học viên nấu, nhất là món rựa mận, lãnh tụ nước bạn khen rối rít, cảm ơn, ôm hôn thắm thiết ông Lục Thật Khôn. Khi Ông Khôn về nước , được lãnh tụ Kim Thành An tặng một món quà to và cử người đại diện ra tận cửa máy bay để tiễn...

Nhưng về chưa đầy một tháng, lãnh tụ nước bạn lại yêu cầu ông Khôn sang để dạy lại cách chế biến thịt chó. Vì từ ngày ông Lục Thật Khôn về nước, học viên nước bạn chế biến thịt chó, nhất là món rựa mận, đúng như ông Khôn dạy, không hiểu sao, không ngon bằng, không có hương thơm đậm đà như ông Khôn từng nấu. Còn ông Khôn không đi được có lẽ... bên Việt Nam chế biến rựa mận bằng thịt chó rồi đóng hộp gửi bằng máy bay sang cho đồng chí lãnh tụ Kim Thành An. Việc này chắc khó !

Ông Hoàng Quá Vui gọi ông Lục Thật Khôn lên hỏi nguyên do việc này:

- Đồng chí dạy học viên nước bạn đúng công thức chế biến thịt chó mà đồng chí từng làm chứ!

Ông Khôn gật đầu:

- Báo cáo đồng chí, đúng cả nhưng mà... - Ông Khôn ngập ngừng...

- Nhưng mà... làm sao? - Ông Hoàng Quá Vui hỏi.

- Đồng chí cho phép , không kỷ luật, tôi mới dám nói - Ông Khôn đề nghị

-Tôi cho phép!

Hit một hơi dài, lấy tinh thần ông Khôn nói:

-Với đảng, với đồng chí, tôi không được giấu bất cứ điều gì, nhất là việc đảng phân công, mình phải báo cáo minh bạch và hoàn thành cho tốt. Khi đai sứ nước bạn cho biết học viên nước bạn chế biến thịt chó, nhất là món rựa mận, đúng như hướng dẫn nhưng không ngon bằng tôi nấu, tôi có giải thích: " ... Có thể do điều kiện khí hậu và cả thịt chó bên ấy nữa, không giống như bên Việt Nam nên... không ngon bằng món rựa mận Việt Nam.". Chứ thực ra chế biến món rựa mận bằng thịt chó, ăn vào là nghiện là bởi tôi dùng ...dùng mẻ... mà mẻ thì đồng chí biết rồi, đó là cơm thiu, để lâu ngày nhão ra, có mùi rất hôi ...

Ông Khôn rút trong túi ra lọ mẻ mà ông luôn đeo và giữ bí mật, mở nắp đưa cho ông Hoàng Quá Vui ngửi. Ông Hoàng Quá Vui ngửi xong, nhăn mặt, thừa nhận:

- Ừ nhỉ, hôi quá. Không những hôi mà tôi thấy còn có vẻ ... hơi thối nữa!

Đóng nắp, cất lọ mẻ vào túi, như không để ý nhận xét của ông Hoàng Quá Vui, ông Khôn nói tiếp:

- Tuy mẻ hôi và hơi thối như vậy nhưng rất quan trọng, nó là nguyên liệu chính để tạo nên hương vị đặc biệt của món rựa mận. Muốn rựa mận ngon phải có mẻ - Ông Khôn giải thích thêm cho ông Hoàng Quá Vui hiểu - Khi trộn mẻ cùng riềng, mắm tôm, tiêu... vào thịt chó rồi nấu lên, thịt mau nhừ, tạo nước như "rựa mận" với hương vị lạ, ngon, thơm không đâu có. Sang nước bạn, tôi có mang theo mẻ, nhưng khi nấu không cho các học viên biết ... như ông nội hồi còn sống từng dặn: "Đây là bí quyết gia truyền " không được truyền cho người ngoài...". Hơn nữa, tôi nghĩ phải giữ bí mật, vì đây là uy tín, niềm tự hào dân tộc. Nếu lộ ra, bên nước bạn cũng làm được thì còn gì là niềm "tự hào" nữa - Ông Khôn nói như để khoe một chiến tích.

Nghe đến đó, ông Hoàng Quá Vui vỗ mạnh tay vào đùi, nét mặt rất hoan hỷ, nói:

- Rất đúng, đồng chí làm rất tốt, đó là uy tín, niềm tự hào của dân tộc. Thành tích này phải đề nghị nhà nước ta thưởng huân chương, tặng danh hiệu anh hùng lao động.Tôi khen ngợi đồng chí!

----

(1) Đây là cách rèn luyện, giáo dục cán bộ học theo ĐCS Trung Quốc. Học xong nghị quyết hay báo cáo chính trị, các đảng viên phải viết bản thu hoạch hay kiểm điểm, tự nhận ưu, khuyết điểm. Có người viết hết tất cả khuyết diểm, có khi còn "bịa" ra khuyết điểm mà vẫn bị nhận xét "chưa thành khẩn!" bắt viết lại, rất khổ!

Hội An 10/2022

TRẦN KỲ TRUNG

TƯỢNG CON KHỦNG LONG

Anh điêu khắc có bộ râu xồm ôm hết cả cằm bày lên sàn nhà toàn bộ những phác thảo nặn bằng thạch cao chân dung tượng vị Tổng giám đốc ở đủ mọi tư thế từ ngồi, đứng, quỳ...rồi giảng giải cho ông Tảo nghe:

- Thưa anh! Tôi rất hiểu thiển ý của anh là muốn có bức tượng vị Tổng giám đốc thật đẹp, để tỏ được tấm lòng thịnh tình của cấp dưới đối với lãnh đạo cấp trên. Vì thế, qua hai tháng tiếp cận cũng như xem một loạt ảnh chụp vị Tổng giám đốc xuống thăm cơ sở ở mọi tư thế, ở mọi góc độ khác nhau, tôi đã phác thảo ra gần một trăm bức tượng tạc chân dung của vị Tổng giám đốc. Nay tôi mời anh cùng các anh chị trong cơ quan xem và cho ý kiến thống nhất chọn lấy một bức tượng.

CHẲNG BIẾT ĐÂU MÀ LẦN

Ông Tảo, trên cương vị Giám đốc xí nghiệp, bảo ông "phá" kiểu nào? Thì ông còn biết, chứ bảo ông nhận xét về mỹ thuật, khác nào" thầy bói mù xem voi". Biết thế, ông liền vỗ vai tay phụ trách công đoàn cơ quan, với giọng rất quần chúng :

- Chú mày thấy thế nào ? Cho ý kiến đi!

Không để ý, đầu óc anh thư ký công đoàn còn lơ mơ lắm. Chẳng là thế này, tối qua vừa bàn chuyện trợ cấp cho gia đình công nhân nghèo xong, anh có ghé lại thăm một quán bia ôm, hơi quá chén, nên bây giờ mới thế. Nghe ông Tảo hỏi, anh chỉ bừa vào một bức tượng như cốt cho xong phận sự:

- Dạ, thưa anh! Em thấy bức tượng kia rất đẹp!

Ông Tảo gật gù rồi quay sang tay bí thư đảng uỷ, tay bí thư đảng uỷ vốn ghét cái thằng thư ký công đoàn...đồ ngựa non háu đá, giỏi nịnh, chuyên môn toàn sách vở chẳng làm đuơc cái gì cho ra hồn.Phải cho nó biết, mình già nhưng trình độ nghệ thuật không thua kém bọn trẻ. Tay bí thư đảng uỷ chỉ một bức tượng, giọng rất trịnh trọng như đang triển khai báo cáo:

- Thưa đồng chí Giám đốc! Theo tôi, trên tinh thần cầu thị, dám nghĩ, dám trình bày rất đúng với tinh thần các nghi quyết mà Đảng uỷ của cơ quan thông qua - Tay bí thư đảng uỷ chỉ một bức tượng - Tôi thấy bức tượng kia đẹp, nó thể hiện tính chân thật, xông xáo, thật thà, chống tham ô đến cùng của đồng chí Tổng giám đốc kính mến!

Tiếng vỗ tay ran lên tứ phía. Anh thư ký công đoàn xấu hổ cúi mặt vì biết tay bí thư đảng uỷ nói thế để mọi người cười về chuyện dốt của mình, lẩm bẩm trong miệng: "Có nịnh như thế cũng phải về hưu, thừa đến hai tháng, ba ngày rồi.Không về là ông tố cáo...".

Vừa lúc đó chị phụ trách thanh tra xí nghiệp, tuy đã quá tuổi " băm " chưa chồng nhưng trông chị vẫn còn "xuân" . Chị đứng dậy, vuốt cho tà áo phẳng phiu, nói ỏn ẻn:

- Em xin thưa với anh - Mặc dù tuổi của ông Tảo hơn cả tuổi bố chị, chị thưa chuyện vẫn một điều "anh" hai điều "anh" cứ như mọi giai cấp trong cuộc chọn tượng đều được bình đẳng, đúng với quy định của hiến pháp . Giọng chị thánh thót, không sợ uy quyền - Cả hai bức tượng các anh vừa chỉ đều không đẹp - Nói đến đó chị lừ mắt về tay thư ký công đoàn như hàm ý : Mày có biết bà là ai không? Sau đó, độ nửa giây chị lại liếc xéo về ông bí thư đảng uỷ như muốn cảnh cáo: Sắp về hưu rồi, đừng có phát biểu lằng nhằng... Cái uy "Thanh tra" lớn lắm! Sau đó, chị thanh tra quay về phía ông Tảo đánh một cái liếc tình hết sức tình tứ - Em xin nhắc lại, hai bức tượng các anh vừa nói, không tả đúng tác phong đồng chí Tổng giám đốc.Em gặp đồng chí ấy mấy lần. Tác phong của đồng chí Tổng giám đốc thật đẹp.Quần chúng pha lẫn lịch lãm, cao siêu pha lẫn đơn giản, thông minh pha lẫn đức độ...Vậy em thấy bức tượng kia đẹp - Tay chị chỉ một bức tượng ngồi bó gối như đang trầm tư ngồi suy nghĩ trong góc phòng.

Tất cả mọi người đứng xung quanh ông Tảo đều ồ lên. Cứ tưởng làm "thanh tra" là khô khan cả cách suy nghĩ đến ăn nói.Đây là một bằng chứng đanh thép chứng minh được tài hùng biện của một người phụ nữ ngoài tuổi "băm" chưa có chồng nói hay như thế nào? Vậy nên, không thể để thua trí một người đàn bà, tất cả mọi người hùng hổ tranh nhau đưa ý kiến của mình ra, xem bức tượng nào đẹp? Kể cả bác bảo vệ cho đến anh lái xe riêng của ông Tảo. Có gần một trăm bức tượng chứ gần một nghìn bức tượng, mà bao nhiêu ý kiến như thế này, số tượng đó chắc gì đã đủ.

Anh điêu khắc có bộ râu xồm mới đầu còn ghi ghi, chép chép đến lúc mọi người tranh cãi nhau,thậm chí, qua cuộc tranh cãi để nói xấu nhau, anh không thể ghi chép được nữa, anh buông bút, giơ hai tay lên giời, bất lực.

Còn ông Tảo, không dè tình hình lại diễn tiến có vẻ phức tạp như vậy. Tranh cãi hay nói xấu nhau như thế này thì biết đến bao giờ mới có ý kiến thống nhất. Ông nhìn mọi người hét lên một tiếng, đập tay xuống bàn "rầm".Tất cả đang ồn ào như chợ vỡ bỗng im bặt như cát xét bị đứt nửa chừng. Ông Tảo cố nén giận, nói:

- Tôi không ngờ cuộc họp trang trọng đầy không khí văn hoá như vậy, tự nhiên như một buổi mổ bò - Ông Tảo nhìn mọi người, phân tích tiếp - Đến đây để thưởng thức nghệ thuật chứ không phải coi cuộc họp này là cái cớ để chứng tỏ mình thông minh còn người khác dốt nát - Ông Tảo quay sang anh điêu khắc có bộ râu xồm - Anh có thấy không? Gần một trăm bức tượng phác thảo chân dung đồng chí Tổng giám đốc, cái nào cũng có thể hiện vẻ đẹp riêng và cái nào cũng có đôi chỗ khiếm khuyết. Tốt nhất anh tập hợp tất cả những nét đẹp của từng bức tượng thành một bức tượng. Tôi cho là... - Ông Tảo lấy tay vỗ vỗ vào trán - đấy là bức tượng đẹp nhất.

Ý kiến của ông Tảo thật là sáng suốt. Tiếng vỗ tay

đồng loạt, thống nhất lại ran lên. Đợi cho tiếng vỗ tay vừa dứt, anh điều khắc có bộ râu xồm nói đáp lễ:

- Thưa anh! Tôi hiểu - Anh điêu khắc chỉ vào một bức tượng - Bức tượng này có nét mặt đẹp - Anh chỉ vào bức tượng khác - Bức tượng kia có dáng đứng đẹp và kia nữa, có thế vươn tay hoàn mỹ... Tôi sẽ tổng hợp tất cả những nét đẹp đó để tạc nên một bức tượng vị tổng giám đốc đáng kính của chúng ta đúng như suy nghĩ của mọi người. - Anh điêu khắc có bộ râu xồm lấy cái que dài gõ gõ vào lòng bàn tay nói ngập ngừng - Chỉ có một điều tôi lo, bức tượng đẹp như thế, to như thế, lại cao như thế... kinh phí...

- Không lo, không lo...tưởng cái gì chứ kinh phí chúng tôi sẽ cố gắng đáp ứng cho anh - Ông Tảo không cho anh điêu khắc nói hết, vội khẳng định.

Kỷ niệm ngày thành lập ngành, thế nào ông Tổng giám đốc, người ký giấy, sáng lập ra xí nghiệp này, xuống thăm.Phải có cái gì vừa đáp lại tấm lòng thịnh tình của ông ấy lại gây cho ông ấy ngạc nhiên!!?

Ông Tảo rời phòng trưng bày phác thảo tượng vị Tổng giám đốc với tâm trạng phấn chấn không thể tả...

Vài ngày sau, giàn giáo xây bức tượng được dựng lên.Anh điều khắc có bộ râu xồm, không kể trời nắng gắt hay đêm đen tù mù, lúc nào anh ấy cũng làm việc. Làm việc cật lực, làm việc say sưa...

Càng gần đến ngày kỷ niệm, công việc của ông Tảo càng nhiều. Nhưng thỉnh thoảng ông lại đảo qua chỗ anh điều khắc vừa thăm, vừa động viên mong cho anh ấy sớm hoàn thành bức tượng.

Bức tượng vị Tổng giám đốc được hoàn thành

với tốc độ chóng mặt. Bức tượng cao khoảng hơn chục mét, bề ngang tính cả bệ hơn năm mét. Bề chéo khoảng bảy mét.Tuy nhiên tầm vóc đó chỉ là phụ. Cái chính là dáng của nó. Đứng gần trông bức tượng như quả núi, anh điêu khắc phải giải thích, mọi người mới biết đâu là đầu, đầu là chân , đâu là tay. Còn đứng xa trông bức tượng tựa như đập thuỷ điện chưa hoàn thành lởm chởm toàn giàn giáo án ngữ cả một vùng, ai trông vào cũng khiếp. Mọi người nhìn bức tượng rồi tự đánh giá theo ý kiến chủ quan của mình:

- Trông cứ như con gấu khổng lồ ấy nhỉ!
- Chẳng phải, tôi trông giống như chiếc xe ben bị lật.
- Đứng xa tôi trông giống con voi, đứng gần trông giống khẩu đại bác.

...

Những lời bàn tán ấy đến tai ông Tảo.Ông Tảo vội bỏ giở công việc, xuống hiện trường để xem.Quả là hình dáng bức tượng vị Tổng giám đốc làm ông Tảo giật mình :

- Anh giết tôi rồi. Ai lại tạc bức tượng vị Tổng giám đốc như thế kia.Trông nó không ra làm sao cả. Chính tôi cố tưởng tượng mà không biết bức tượng này có ý nghĩa gì, người không ra người, ngợm không ra ngợm.

Anh điêu khắc nghe vậy , vội giải thích:

- Dạ ,thưa anh! Anh cho phép em trình bày. Để thể hiện tất cả những vẻ đẹp của vị Tổng giám đốc như anh yêu cầu, em nghĩ, cần phải có bức tượng siêu tưởng, càng tồn tại lâu với thời gian, càng thấy đẹp .Còn trước mắt thì...

- Giời ơi là giời - ông Tảo giẫm chân lên nền đất đành đạch -Tôi đâu có cần thời gian, cần là cần bây giờ đây này, thấy bức tượng là người ta hiểu ngay chứ đâu cần siêu tưởng - Ông Tảo tức quá, thở hổn hển - Thế là bao nhiêu tiền vay ngân hàng để cho anh tạc tượng đổ xuống sông, xuống biển hết rồi.

Ông Tảo tiếc quá đi chứ. Nhưng Tiền vẫn chưa phải là quan trọng. Điều quan trọng là ông Tảo muốn vị Tổng giám đốc thấy bức tượng sẽ hiểu tấm lòng ông, cho tại vị, không quy trách nhiệm về chuyện kinh doanh toàn "lỗ" của xí nghiệp. không ngờ, bức tượng xấu thế kia, ông Tảo nghĩ, ông Tổng giám đốc sẽ cho ông muốn chơi xỏ, muốn bêu riếu.Thế thì...

Trước cơn giận dữ của ông Tảo, mọi người, kể cả anh điêu khắc râu xồm vội tản đi mất. Chỉ còn một mình ông Tảo với bức tượng.Vừa lúc đó anh thư ký công đoàn chạy vào, nét mặt xanh mét, giọng hớt hải:

- Báo cáo với anh ! Đồng chí Tổng giám đốc đến, xe đang đậu ngoài cổng.

- Làm sao anh ấy lại đến giờ này, không báo trước - Nét mặt ông Tảo biến sắc, hỏi lại.

- Đồng chí Tổng giám đốc nói muốn đi kiểm tra đột xuất xem xí nghiệp của chúng ta đã làm gì để chuẩn bị lễ kỷ niệm - Nói chưa dứt câu, anh thư ký công đoàn nhìn bức tượng lè lưỡi rồi chạy như ma đuổi.Chẳng gì bức tượng kia cũng có ý kiến đóng góp của anh.

Đến nước này thì ông Tảo sợ thực sự, sợ không để đâu cho hết. Tóc trên đầu ông đều dựng ngược, chân tay run lẩy bẩy, mồ hôi túa ra ướt đẫm cả lưng.

Ông Tổng giám đốc đi vào, bắt tay ông Tảo xong, ông nhìn bao quát. Trước sự vắng lặng của xí nghiệp làm cho ông Tổng giám đốc ngạc nhiên:

- Hôm nay là ngày làm việc, sao xí nghiệp của chúng ta lại vắng vẻ thế này - Chợt nhìn thấy bức tượng để giữa sân, ông Tổng giám đốc nhìn suy nghĩ, nhíu mày - Bức tượng gì thế này?

Ông Tảo không thể trả lời, môi mấp máy không biết mình đang nói hay đang thở, nhắm tịt mắt lại.

Còn ông Tổng giám đốc hình như không để ý thái độ của ông Tảo. Sự to lớn của bức tượng đã cuốn hút sự chú ý của ông.Ông Tổng giám đốc lùi xa rồi tiến lại gần, hết sờ rồi lại lấy gang tay đo, hết quỳ rồi lại đứng lên...Một lúc sau, ông Tổng giám đốc "a" lên một tiếng, nét mặt lộ vẻ hoan hỷ :

- Các cậu cho tạc CON KHỦNG LONG phải không? Tớ đã nhìn thấy hình vẽ của nó trong sách tập vẽ của đứa cháu nội. Trông giống lắm, đẹp lắm - Ông Tổng giám đốc vỗ vai ông Tảo - Cậu nghĩ ra bức tượng này đấy à? Mình khen cậu tìm ra biểu tượng sự vĩ đại của xí nghiệp cũng như của Tổng công ty - Rồi như để chứng minh trình độ thưởng thức mỹ thuật của mình, ông Tổng giám đốc góp ý - Bức tượng tuy đẹp nhưng tớ muốn góp ý thêm một số chi tiết cho bức tượng này thật hoàn hảo. Khủng long là loài bò sát ăn nhiều, ăn tạp, rất tham không chừa một thứ gì... nên bụng nó rất to, nhưng đặc biệt cái đầu của nó lại rất bé. Cậu bảo tay điêu khắc sửa lại mấy chi tiết đó thì đây là bức tượng tuyệt vời...

TRÙNG ...HỌ!

Cái hồi còn ở nhà, chưa lên tỉnh, họ tên đầy đủ mà bố mẹ đặt cho là: Cường Thế Dương. Lúc còn nhỏ không sao, đến lúc lớn nghe "họ" và " tên" của Dương như thế, mọi người trong làng, nhất là đám chị em hay bụm miệng cười, nhiều lúc Dương cũng bực, lẽ ra ông nội từng tham gia chiến dịch Điện Biên Phủ thì đặt tên cho Dương là "Cường Chiến Thắng" nghe có phải vẻ vang hơn không? Hoặc bố từng tham gia chiến dịch Hồ Chí

Minh giải phóng Sài Gòn thì đặt tên cho Dương là "Cường Chiến Công" nghe vang dội có phải tốt bao nhiêu không!!! Đằng này lại là Cường Thế Dương, chỉ cần bỏ chữ "Thế" y như rằng ... Không lẽ... dáng Dương đâu đến nỗi, cao, to mặt gần "vuông chữ điền", làm "em xi" (M.C) ai cũng thích vì hoạt ngôn , luôn có nụ cười tươi, đó là chưa kể sáng tác thơ... đi một bước Dương đã ra "một bài"... Tài như thế mà chỉ vì cái họ, cái tên để mọi người so sánh với " cái thằng " luôn bị "tóm đầu" lúc đi đái là không được. Dương rất bực! Nhân có một cuộc thi thơ nhân ngày chiến thắng, Dương tham gia và sáng tác một bài thơ với khí thế ngút trời, quân ta xung phong chiếm đồn địch. Tham gia cuộc thi thơ Dương quyết định bỏ tên thật, lấy bút danh là Vương Văn Đùng. Bài thơ của Dương dự thi là một trong những bài thơ có giải thưởng của Ban thơ thuộc Hội Liên hiệp Văn học - Nghệ thuật tỉnh... Để ghi nhận "chiến công" này, trong quyển "Tiểu sử các nhà văn, nhà thơ của tỉnh... thế kỷ XX" Dương giấu tên thật chỉ ghi bút danh "Nhà thơ Vương Văn Đùng, quê Phú Lao, Tỉnh Lao Bắc."

Một thời gian sau thấy Dương nhanh nhẹn, giỏi quản giao lại đẹp trai, đặc biệt biết sáng tác thơ, Dương được nhận vào làm việc hợp đồng, phụ trách tuyển chọn thơ in trong tạp chí Văn hoá- Nghệ thuật của Hội liên hiệp Văn học - nghệ thuật tỉnh...

Phụ trách ban Thơ, nhất là được quyền chọn thơ, chọn tác giả để đăng trong tạp chí "Văn Học - Nghệ thuật" tên tuổi của Dương bay cao còn hơn "diều gặp gió". Thơ người nào được Dương chọn đăng vào tạp chí thì tác giả bài thơ đó phải đáp lễ. "Nhẹ" là bữa nhậu tác giả bài thơ được đăng ở tạp chí đãi Dương. Còn "nặng", vớ phải tác giả bài thơ đăng ở tạp chí là nhạc sỹ, thì thơ của Dương được phổ nhạc, sau đó có tiếng hát véo von bài hát ấy của một "ca sỹ" nữ, mặt rất xinh trên YoTube hay ti vi...

Cứ như vậy từ ngày Dương có cái tên "Vương Văn Đùng", đi đâu cũng được giới hiệu: "Rất vui được đón nhà thơ Vương Văn Đùng nổi tiếng với những bài thơ có tính chiến đấu cao đến thăm...", "Đại hội chúng ta rất vinh dự được đón nhà thơ Vương Văn Đùng đến dự..." Dương có vẻ tự hào lại sáng tác nhiều hơn những bài thơ về đề tài "đánh nhau". Cứ kỷ niệm ngày lễ chiến thắng, quốc khánh, thành lập quân đội... là có thơ của Dương.

Thơ "đánh nhau" của Dương dưới cái tên Vương Văn Đùng nhiều người đọc, bây giờ mọi người đều gọi Dương là "Vương Văn Đùng", gặp Dương người ta đều: " Chào nhà thơ Đùng" thế là tên Cường Thế Dương tự nhiên biến mất. Đã vậy lại có lời đồn nhà thơ Vương Văn Đùng có họ hàng với Bộ trưởng Bộ quân Sự "Vương Văn Đoàng", vì căn cứ vào mấy lý do sau. Đã có "Đùng" tất yếu có "Đoàng", "đùng đoàng" nghe như tiếng pháo công đồn, phải có "gốc rễ" như thế nào mới có hai tên hợp nhau như thế chứ!!! Điều tiếp theo cả hai người đều cùng quê ở Phú Lao, tỉnh Lao Bắc, như vậy là có "họ hàng" rồi!

Lời đồn mới đầu chỉ manh nha, chẳng thấy ai, nhất là Dương cải chính thế là lời đồn "nhà thơ Vương Văn Đùng" có họ hàng với ông Vương Văn Đoàng, Bộ trưởng Bộ quân sự dần dần "đặc quánh" lại. Có lần ông chủ tịch Tỉnh... xuống thăm Hội liên hiệp Văn học - Nghê thuật... hỏi Dương :

CHẲNG BIẾT ĐÂU MÀ LẦN

- Anh là họ hàng thế nào với ông Vương Văn Đoàng?

Dương trả lời lấp lửng:

- Thưa anh! Nói sơ qua thế này cho anh hiểu, trong dòng tộc, em là "chi" dưới, ông ấy là "chi" trên...

- Có nghĩa là anh phải gọi ông ấy bằng "bác" hoặc bằng "chú"!

- Thưa anh! Anh hiểu như thế cũng được - Dương gật đầu, nét mặt rất tỉnh không một chút lúng túng.

Lập tức ông chủ tịch Tỉnh nhìn Dương với con mắt khác, có vẻ nể trọng. Thế là từ trong cơ quan cho đến ra ngoài đâu đâu cũng đồn đại, Dương có họ hàng với ông "to". Dương cũng không cần giải thích, mặc nhiên thừa nhận, nhiều người còn muốn đi bên cạnh Dương như để "thơm lây".

Có một lần ông Bộ trưởng Bộ quân sự Vương Văn Đoàng về thăm Tỉnh, thay mặt Hội Liên hiệp Văn học - Nghệ thuật... Dương ra đón. Dương đứng ngay hàng đầu, tặng hoa, rồi nói lớn với ông Bộ Trưởng Đoàng như để mọi người cùng nghe:

- Chào bác Vương Văn Đoàng, cháu là Đùng, quê ở Phú Lao, bác khỏe không ạ!

Ông Đoàng nhìn Dương ngạc nhiên, miệng cười tươi, giơ tay chào đúng tác phong người lãnh đạo quân sự. Mở ngoặc đơn, giải thích thêm cho mọi người hiểu, ông Vương Văn Đoàng khi gặp ai cũng giơ tay chào, miệng luôn cười tươi. Chỗ nào ông cũng cười tươi, giơ tay chào thành thói quen, đóng ngoặc đơn. Nghe Dương hỏi vậy, sau khi cười tươi, giơ tay chào ông Vương Văn Đoàng vỗ vai Dương thân mật, quen miệng, nói một câu cực kỳ quần chúng:

- Cậu đấy à! Tuyệt vời... Mình vẫn khỏe!

Cuộc gặp của Dương với ông Bộ trưởng Bộ quân sự Vương Văn Đoàng được rất đông người tận mắt chứng kiến, càng khẳng định, Dương có họ hàng với ông Bộ trưởng Bộ Quân sự Vương Văn Đoàng.

Từ đó, do có tiếng "cháu của ông Bộ Trưởng Bộ Quân sự" thơ của Dương liên tục in báo, được giải thưởng, uy danh càng vang xa. Cũng vì "danh" lớn, được tín nhiệm, ông Chủ tịch Hội Văn học - Nghệ thuật... giao cho Dương đi xin đất, xin nhà, xin đi du lịch... cho Hội. Mấy chỗ cần đến, họ cũng tưởng Dương là cháu của ông "to" có tên Đoàng, nên mọi việc tự nhiên giải quyết rất suông sẻ, nhanh, gọn đến không ngờ!

Do có những chuyện như vậy, Dương mặc nhiên tự coi là có họ hàng với ông Bộ trưởng Bộ quân sự Vương Văn Đoàng.

Ngồi một mình trong phòng, Dương giở ảnh ông Vương Văn Đoàng đang tiếp khách nước ngoài được in trên tờ báo trung ương ra so sánh. Ờ! Trán ông ấy hơi hói, thì trán mình cũng sắp hói, miệng ông ấy hay "cười tươi", miệng mình cũng vậy, khi tiếp khách, ông ấy quan "to", mình quan "nhỏ", biết đâu bằng tuổi ông ấy, mình cũng là quan "to"...

Không nói ra nhưng Dương thầm tự hào với cái tên Vương Văn Đùng, ánh mắt hơi mơ màng...

Ở cơ quan hay "mơ mộng", Dương là nhà thơ, cũng hay "mơ mộng". Vì có "họ hàng" với ông "to", trong một bữa nhậu, Dương nói về dòng họ " Vương Văn... đùng đoàng" như sau:

- Tôi nói cho các ông biết nhé! Đấy là dòng họ lớn, có truyền thống làm "quan", đường học hành, văn, thơ đều phát triển mạnh theo hướng đi lên. Ví như be bé giống tôi, một nhà thơ nổi tiếng, cỡ lớn như bác Vương Văn Đoàng, Bộ trưởng Bộ quân sự. Mỗi lần bác ấy về quê, cả Tổng ra đón, ai cũng vui. Đứng lẫn trong đoàn người ra đón bác Đoàng, không biết cơ man là tiến sỹ, giáo sư làm hiệu trưởng, hiệu phó ở các trường đại học danh tiếng, số còn lại đứng vào chức tỉnh, quận nhiều vô số kể...

Nghe Dương nói như vậy, nhất là được một bữa nhậu do Dương khoảng đãi, nhiều người ngồi nghe gật gù, thán phục.

Nhưng rồi ai học được chữ "ngờ"!

Ông Vương Văn Đoàng bị kỷ luật, mất chức chuẩn bị ra toà về rất nhiều tội: tham ô, hủ hóa, quan liêu... Tên và tội của ông đầy mặt báo. Mấy tối liền, trong mục thời sự của ti vi đều đưa tin. Đã vậy nhiều thằng "facebook" được thể 'hằng hà sa số" bình luận, mà toàn bình luận "đểu"!!! Ông Vương Văn Đoàng nếu có đọc được, khéo phải lấy mo cau úp vào mặt, "chui xuống đất".

Lúc này mọi người, nhất là mấy ông lãnh đạo một số cơ quan chính quyền từng tưởng Dương có họ hàng với ông bộ trưởng kia mà o bế, giải quyết cho đất đai, nhà cửa... bây giờ họ nhìn Dương bằng con mắt khác. Nhiều người đến gặp Dương, nói như tát vào mặt:

- Dòng họ nhà anh có người làm quan như thế, quá nhục, từ giờ đừng có khoe nữa. Anh là nhà thơ, có một ông bác như vậy, thật xấu hổ!

Đi ra ngoài đường, Dương bị nhiều người chỉ chỏ, bàn tán, có người đi sát canh, nhổ một bãi nước bọt rồi nói về ông Đoàng mà như mắng Dương:

- Cán bộ gì mà đi ăn cắp của dân, thấy có nhục không!

Đúng là quá khốn khổ, khốn nạn, chỉ vì một chút danh "hão" lại mang cái ách vào tròng. Không lẽ Dương phải đi khắp cả Tỉnh này, rồi cả... nước nói với thiên hạ rằng, tôi không phải là cháu của ông Vương Văn Đoàng, rằng Vương Văn Đùng chỉ là "bút danh", không may trùng "họ" với ông ấy!!!

... Dương suy nghĩ lung lắm, rồi quyết định đến gặp ông Chủ tịch Hội liên hiệp Văn học - Nghệ thuật... trình bày:

- Thưa anh, em có điều này phải nói thật, em không phải là họ tên "Vương Văn Đùng"., đó chỉ là bút danh thôi. Em đề nghị....

Ông Chủ tịch Hội Văn Học - Nghệ thuật tỉnh nghe đến đó, ngăn lại, nói ngay cho Dương hiểu:

- Ối giời! Anh không nói điều này ra thì Ban lãnh đạo Hội đều biết. Có điều, thấy anh nói láo là có họ hàng với ông Vương Văn Đoàng, mượn "danh" ấy đem lại nhiều quyền lợi cho Hội nên tôi yêu cầu mọi người giữ kín, đừng để lộ ra. Nay anh đề nghị cái gì ?

- Dạ, anh cho em để họ tên cũ, và thông báo cho mọi người là em có họ tên Cường Thế Dương chứ lấy tên Vương Văn Đùng cùng họ với thằng tham nhũng Vương Văn Đoàng, dân đang căm ghét, đi đâu cũng nghe dân chửi, em thấy cũng hơi ... nhục!

Ông Chủ tịch Hội tán thành:

- Đúng, không nên "dây" vào với thằng đó. Mà tôi hỏi thật, vì sao anh lấy bút danh "Vương Văn Đùng " mà không để tên thật "Cường Thế Dương"?

Dương cúi đầu, hơi xấu hổ, nói có phần bẽn lẽn:

- Hồi còn ở nhà, chưa lên đây đám con gái, con

trai cứ trêu là thơ của em sáng tác giống như "Cường ... Dương". Cái tên ấy ở một nhà thơ như em nghe xấu và thô bỉ quá... nên em đổi...

Ông Chủ tịch Hội Văn Học - Nghê thuật tỉnh cũng là một nhà thơ cười lớn rồi nói:

- "Cường Thế Dương" cái tên rất hay, mà thơ được người ta so sánh với "cường dương" thì tuyệt vời. Dễ gì có nhà thơ nào có thơ được so sánh như vậy. Điều này còn vinh dự gấp vạn lần so với giải thưởng của nhà nước, của Hội...ấy chứ...

Hội An 5/2020

VÌ SAO KHÔNG CÓ LÃNH ĐẠO!

Không nghĩ chuyện Khuất ra tù trước thời hạn lại gây ra một không khí gần như "có bão" ở trụ sở Xã Lao Tào. Buổi chiều hôm trước Khuất đến trình diện và nộp lại cho văn phòng ủy ban xã giấy "ra trại". Sáng hôm sau, đã có cuộc họp bất thường, rất khẩn của ban lãnh đạo xã, không thiếu một ai.

Mẹo, chánh văn phòng Ủy ban kiêm bí thư đoàn xã qua một đêm mà vẫn chưa giấu được nét mặt lo lắng, nói không ra đầu, ra đũa, mở đầu cuộc họp:

- Báo cáo... các anh, anh ấy về... ánh mắt nhìn tôi lườm lườm... không có một chút thân thiên, tôi mời ngồi cũng không ngồi, mời nước cũng không uống, vứt luôn tờ giấy "ra trại" lên mặt bàn, nói trống không, chẳng cần thưa gửi... "tao ra tù... giấy đây... báo cho chúng mày biết... đang mệt, tao về nhà.. nói chuyện với chúng mày sau... "thế rồi anh ấy về!

Mẹo đưa cho mọi người xem giấy ra trại của Khuất. Mấy người truyền tay nhau, lời bàn tán vang lên, tranh nhau nói:

- Nó được ra trại sớm hơn thời hạn do phát hiện và giúp bắt được mấy thằng tù vượt trại. Ghê hè!
- Họ còn ghi thêm, anh ta góp phần lớn hạn chế nạn đầu gấu trong trại giam. Sợ thật!

- Từng là bộ đội đặc công, đến xã hội đen ở bãi đào vàng nó không sợ, đập chết hai thằng đấy. Nó ra tù không biết có bỏ được tính giết người không ghê tay ấy không?

Nghĩa là vừa quá khứ và vừa hiện tại của Khuất làm cho lãnh đạo Ủy ban nhân dân xã Lao Tào quá sức lo lắng.

Sở, bí thư đảng ủy xã đứng lên, nghiêm nét mặt, nói:

-Đối phó với thằng này cần bàn kín trong lãnh đạo, chúng ta phải có biện pháp vừa "cứng" vừa "mềm". Nếu về xã anh ta có thái độ phục thiện, tôi hy vọng như vậy, chúng ta sẽ tạo điều kiện cho anh ấy làm ăn. Còn nếu không phải vậy, ta cho người theo dõi, nếu quá lắm thì dùng lực lượng tự quản, dân quân, thanh niên, công an gô cổ, giải lên trên...

- "...Tạo điều kiện cho anh ấy làm ăn... "là như thế nào? - Mẹo hỏi.

Khanh, chủ tịch xã vội trả lời thay cho Sở:

- Có thế mà cũng hỏi, ý của anh Sở, là nếu Khuất xin mở caraoke hoặc quán nhậu ... rồi nộp "tô" như mấy "thằng" mà xã đang quản lý, thì ok, tạo điều kiện dễ dàng cho anh ấy!

- Lại thêm một quán caraoke "ôm", quán nhậu "ôm" xã của mình càng "nổi tiếng" gần bằng Quất Lâm, Đồ Sơn...(1) - Một người"đế" vào.

Sở nhìn người đó, nhấn mạnh:

- Được như Quất Lâm hay Đồ Sơn đã tốt, vừa tạo công ăn việc làm cho bao người, lại có tiền thu vào cho xã, mà... cũng là chỗ thư giãn sau một ngày lao động mệt nhọc. Tôi nghĩ, xã mình đã có mười lăm quán mát xa, karaoke, nhậu... thêm một quán nữa cũng không sao. Còn hơn... không tạo điều kiện cho anh ta, anh ta lại làm "loạn" lên chỗ nào mà chống đỡ!

Sở cứ nói trắng phớ ra như vậy vì đây nội dung đã ghi vào nghị quyết của đại hội đảng, đảng bộ xã "... Tạo điều kiện dễ dàng, không gây khó khăn, tùy theo trình độ của từng người, tùy hoàn cảnh, giúp họ phát huy hết khả năng cống hiến cho sự phát triển của xã hội và kinh tế địa phương...". Sở được hưởng lợi điều này, tối nào mà không mát xa, không có "nhậu" ôm, cảm thấy chân tay bứt rứt. Đã vậy, mấy thằng quản lý đội quân" hút chích" hàng tháng nộp tiền " bãi" cũng được kha khá. Xã Lao Tào của Sở và Khanh mấy năm liền được trên đánh giá là xã "... quản lý về văn hóa, phát triển kinh tế, ổn định xã hội không đạt yêu cầu, nhiều mặt còn yếu kém...". Điều đó đối với Sở và Khanh cũng không sao, quan trọng nhất đừng có tóe loe, bung bét, còn "nhờ nhờ nước hến" chỗ nào chẳng có!!! Xã Lao Tào cứ "không xấu, không tốt", toàn thể lãnh đạo xã chỉ cần "đoàn kết" có tiền để ngoài sổ sách thu từ những "dịch vụ" trên là được.

Nay với Khuất, để đối phó, cuộc họp của lãnh đạo xã thống nhất chủ trương, nếu Khuất muốn mở quán mát xa, hay caraoke... sẽ giải quyết ngay, không gây khó dễ và đặc biệt, ngoài đóng thuế, không thu của Khuất bất kỳ khoản tiền nào, như mấy quán đã mở.

Tan cuộc họp, Sở có vẻ khoan khoái, tin rằng Khuất sẽ bằng lòng với chủ trương này của Xã và nếu Khuất có biết chuyện Sở từng đến "sờ, nắn " vợ của Khuất trong thời kỳ Khuất đi tù, chắc Khuất cũng sẽ bỏ qua...

... Sáng sau, Sở chưa kịp cho áo vào trong quần, cũng chưa kịp xỏ chân vào giầy để đi uống cà phê thì Khuất đến. Sở chưa kịp chào thì Khuất nói ngay:

- Tôi về nhà, nghe mọi người đồn thổi, tôi truy, vợ phải thừa nhận. trong thời gian tôi đi tù, ở nhà ông "chim chuột" với vợ tôi. Đúng không?

Bộ dạng Khuất lúc ấy, nếu có ông thiên lôi thật, thì ông ấy phải gọi Khuất mấy lần "cụ"!!! Khuất mặc quần sóoc lửng, đi chân đất, bàn chân to bành chai sạn, mắt nhìn gườm gườm, tóc cắt cao, tay áo xắn lên, hé lộ bắp tay săn chắc như cột lim, lại còn xăm lên đó nữa chứ, toàn đầu sư tử với chó sói nhe nanh... trông rất gớm ghiếc. Sở nghe Khuất nói vậy , thì cả người rúm ró, nói không ra hơi:

- Người ta nói...rồi vợ anh... chứ tôi...

Khuất vỗ nhẹ vào vai của Sở mà Sở cũng giật mình:

- Tôi nói để cảnh cáo ông, chứ chưa làm gì ...vì vợ tôi như con gà mái, không có con gà trống này, nó phải đi tìm con gà trống khác, tôi không trách nó, nhưng với ông, ông liệu hồn. Vì mọi người nói, không phải chỉ với vợ tôi mà ông còn " chim chuột" với nhiều người phụ nữ vắng chồng khác. Ông là bí thư đảng uỷ xã, phải gương mẫu để người ta còn tin. Không phải như thế, không xong với tôi!

Nói xong Khuất đi ra luôn, Sở nhìn theo, mặt cắt không còn giọt máu, ánh mắt thất thần, mồ hôi đổ giọt trên má...

Rồi Khuất lại đến nhà Khanh, Chủ tịch xã, hỏi về chuyện, hồi Khuất đi tù, Khanh cho người của xã đến gia đình Khuất và nhiều gia đình thu những khỏan tiền rất vô lý bỏ ngoài sổ sách để chia chác với nhau. Khuất nói với Khanh phải bồi hoàn số tiền này, không được thiếu một xu. Đã vậy, Khuất còn yêu cầu Khanh phải tổ chức một cuộc họp xin lỗi dân và hứa không tái phạm. Khuất nói Khanh, giọng không hề dọa dẫm:

- Ông biết tính tôi rồi...Chỉ vì mấy thằng mất dạy xúc phạm danh dự của tôi ở bãi đào vàng mà phải đổi mạng. Tôi tù mười tám năm, chỉ là giấc ngủ trưa. Giờ về lại, tôi nói cho ông biết, ông là người lãnh đạo thì nên làm tử tế, còn không phải thế! - Khuất gầm lên - Tôi từng là bộ đội đặc công, nói là làm, ông nhìn con dao này đi !Hồi tôi còn ở bộ đội, nó giết nhiều người đấy - Khuất đưa con dao găm ra rồi cắm phập xuống bàn.

Khanh nhìn con dao cắm trên bàn cả người run hơn "giẽ", không thực hiện, dễ Khuất dám làm lắm!

... Mẹo đang chủ trì cuộc họp bao gồm đại diện dân quân, đoàn viên, an ninh... thì Khuất đến, hỏi trống không:

- Chúng mày đang bàn cái gì thế?

Mẹo tuy sợ nhưng vẫn giữ được bình tĩnh:

- Dạ, chúng em đang bàn giữ an ninh địa phương, vệ sinh môi trường, chống tệ nạn xã hội.

Khuất cười mỉa, nhìn từng người, nói:

- Giữ cái mả mẹ chúng mày, tối qua tao mới đi dạo sơ qua mà chỗ nào cũng thấy bia ôm, caraoke ôm, ma túy cũng thấy công khai...Giữ cái gì? Láo! Tao nói rồi, còn bày đặt những trò hội họp, hội hè... bắt dân đóng góp là không xong, rồi tệ nạn cứ để thế là tao dùng luật của tao để trị, trị luôn cả chúng mày. Chúng mày chống lại tao thì mạng đổi mạng, rồi đi tù... Chết là cùng!

Đã vậy, Khuất tuyên bố rất hùng hồn:

- Tao về đây, báo cho chúng mày biết để chúng mày báo cho xã, tao sẽ mở một tổ làm đồ mỹ nghệ xuất khẩu. Tổ viên là mấy anh em trong tù cùng ra trại với tao, thuế má đóng đầy đủ đồng thời giúp chúng mày giữ an ninh, trật tự...

Mẹo nghe vậy, đánh liều nói luôn dự định của lãnh đạo xã trong cuộc họp ngày hôm qua, hy vọng Khuất mừng, thay đổi ý kiến, Có ai dè...! Khuất quát lớn:

- Tao đấm c... vào kinh doanh cái trò đó, vừa mất dạy, vừa mất tiền. Chúng mày là người của chính quyền không dẹp cái trò ấy đi, thì tao dẹp...

Lãnh đạo xã họp, bộ tứ trong xã họp, lo đối phó với Khuất. Khuất đâu có sợ, càng nghênh ngang. Dân lên xã đòi tiền vì sự đền bù đất đai không hợp lý, trái chính sách... Khuất đi cùng mấy người trong tổ mỹ nghệ đi sau, tay người nào cũng cầm dao, gậy, mặt hầm hầm... Xã không trả lại tiền cho dân, bọn dân phòng, an ninh, thanh niên ... cứ thử động vào! Có chuyện ngay. "Được vạ má đã xưng".!!!

Thôi, "trời không chịu đất thì đất phải chịu trời", Khanh cùng với thủ hạ vay tiền trả lại cho dân về những khoản tiền thu vô lý trước đây, không dám lạm thu nữa. Khanh mở một cuộc họp với dân trong xã xin lỗi làm những việc để dân phẫn nộ, hứa không tái phạm. Dân hoan hô. Còn Sở, bí thư xã nghiêm chỉnh hẳn, thấy gái nhìn thẳng, không cợt nhả, không dám liếc đến "một dấu phẩy". Các tổ chức dân quân, công an, chi đoàn... họp hành đàng hoàng, đố dám "cựa" bậy, cũng vì sợ Khuất với mấy người ở tổ mỹ nghệ.

Thế là từ ngày Khuất ra trại về lại Lao Tào, nhất là có tổ làm "đồ mỹ nghệ xuất khẩu" của Khuất vừa giúp dân trong xã làm kinh tế vừa bảo vệ an ninh, tình hình an ninh trật tự của Xã Lao Tào chuyển biến tốt hẳn: tệ nạn ma túy không còn, caraoke ôm, bia ôm ... biến mất, chỗ nào cũng có việc làm, nét mặt người dân không còn u buồn mà tươi hẳn, hớn hở...

Cuối năm, tổng kết, xã Lao Tào được tỉnh khen:

"...Xã Lao Tào là điển hình của một địa phương có một đảng bộ chấp hành rất tốt nghị quyết của đảng, nhận rõ được những khuyết điểm để quyết tâm sửa chữa. Một chính quyền từ chỗ yếu kém, dân không tin tưởng nay đã trở thành một chính quyền mạnh, biết

tập hợp quần chúng. Đặc biệt đồng chí bí thư luôn nên gương một lãnh đạo gần quần chúng, nghe dân. Đồng chí Chủ tịch xã, thể hiện sự liêm khiết,trong sạch, giữ gìn đạo đức của một đảng viên. Các tổ chức như dân quân, công an, đoàn ở xã... Trước đây hoạt động rời rạc, không hiệu quả... nay đã có có hiệu quả tích cực, được dân hoan nghênh và ủng hộ..."

Nhưng, có một điều rất lạ mà lãnh đạo huyện, tỉnh rất thắc mắc nhiệm kỳ tới bầu lãnh đạo xã từ đảng uỷ đến chính quyền, không ai muốn làm, động viên đủ kiểu, nhiều người vẫn từ chối. Từ chối quyết liệt nhất là Sở với Khanh, dù có giấy khen của tỉnh khen đồng thời còn yêu cầu tái ứng cử vào nhiệm kỳ tới!!!

Dân biết chuyện làm đơn gửi lên trên đề nghị bầu Khuất vào chức chủ tịch xã, dân ủng hộ một trăm phần trăm (100%) nhưng cấp trên có công văn phản hồi ngay với nội dung: *"...Khuất không phải đảng viên, từng đi tù vì phạm tội "giết người", lý lịch xấu như vậy nên không thể bầu vào bất kỳ chức danh nào trong xã!!!".*

Chú thích: (1) tên hai địa phương nổi tiếng với dịch vụ "gái gọi"!

Hội An 2/2021

TÌNH GIÀ

Đến lúc lo cho bà ấy xong mồ yên, mả đẹp, không nói cho các con biết nhưng ông Đô thấy nhẹ nhõm cả người.

Ông Đô và bà Tươi cùng sinh hoạt trong tổ hưu trí của Phường. Ông Đô bảy mươi tuổi, tóc trên đầu bạc trắng, mắt suốt ngày đeo kính, đi đứng có phần chậm chạp, vợ mất đã lâu, còn bà Tươi tuổi chắc cũng gần bằng ông, nhưng có người lại bảo, bà ấy hơn tuổi ông Đô. Tuổi tác không quan trọng, điều quan trọng là ông Đô với bà Tươi hợp nhau nhiều điều, ví như sáng tác thơ chẳng hạn. Ngay buổi đầu gặp nhau trong tổ thơ, thấy ông Đô vừa bước vào, bà Tươi đã tặng ông bài thơ, trong bài thơ có hai câu làm ông cảm động: "... Anh vào đây như mặt trời vừa ló/ Làm tim em sáng lại như ngày yêu...". Trời ạ! ngày vợ mất, tim ông như "rũ" có cố đập, cũng chỉ đập "thoi thóp", ông nhìn tương lai.. "mờ mờ như sương đục", bước chân như chậm chạp hơn, lưng cũng như gập xuống thấp hơn. Mình đã như thế này, ai dám nhìn - Ông Đô nghĩ. Ai ngờ, lại có người, mà người đó là người khác giới, thấy ông liền ca ngợi : "... Làm tim em sáng lại những ngày yêu...". Ông Đô nhận bài thơ của bà Tươi tặng cảm động và nhìn bà với con mắt cảm tình. Ông Đô cũng tặng lại bà Tươi một bài thơ, trong đó có câu: "...Em đứng đấy lặng im nhưng hồn anh nổi gió/ Bởi khoảng lặng kia gấp vạn lời thương..." Và cứ thế thơ ông Đô tặng đi, thơ bà Tươi tặng lại, đã vậy trời phú cho bà Tươi có tài sáng tác thơ. Bà sáng tác nhiều thơ, có thể ngồi một lúc bà sáng tác cả chục bài thơ, những bài thơ đó có tứ hồn nhiên, bay bổng, lạc quan cách mạng ... ông Đô thấy hợp với suy nghĩ của mình. Từ "hợp" thơ đến "hợp" tính, từ "hợp" tính dẫn đến "hợp" ... tình. Tình yêu... dẫu có hơi quá tuổi một tý, " bồ, thúng cạp lại" cũng không sao, một người chết vợ, còn người kia... chưa chồng, rất hợp pháp, đã vậy cùng thích sáng tác thơ, hợp tài, còn hợp điều nữa, đi đâu cũng khen ngợi nhau, xưng hô với nhau là "anh, em" vô cùng thắm thiết, ánh mắt nhìn nhau đắm đuối:

Ông Đô:

- Hôm nay em tô son màu hơi đậm, nhưng trông em trẻ ra đến cả hai chục tuổi.

Bà Tươi:

- Mái tóc bạc bồng bềnh như sóng của anh, em nhìn trông như một nghệ sỹ.

Ông Đô:

- Bài thơ em vừa sáng tác hay như thơ của Xuân Quỳnh, Phan Thị Thanh Nhàn cộng lại!

Bà Tươi:

- Bài thơ của anh vừa đọc, em cảm nhận trác tuyệt hơn cả thơ Tố Hữu, Xuân Diệu.

...

Đấy, bà Tươi với ông Đô mà gặp nhau chỉ có sự ca ngợi nhau, vỗ về nhau như thế làm sao không đến với tình yêu.

Nghe tin ông Đô định đưa bà Tươi về ở chung một nhà, thằng Cả thay mặt mấy đứa con phản đối:

- Chúng con tìm hiểu rồi, bố biết không? Bà ấy hiện sống một mình, tất cả mọi chi tiêu, sinh hoạt chỉ dựa vào tiền hưu trí và một phần tiền trợ cấp xã hội. Xung quanh ai cũng nói bà ấy khó tính, khó gần, gàn... đến đám ma cũng đọc thơ, đến đám giỗ cũng đọc thơ, thế mà bố lại đưa về nhà mà bố cũng gần bảy mươi tuổi rồi... sức đâu...

Ông Đô nhất mực không nghe, giữ ý kiến của mình:

- Bố chỉ nhắc với con câu ngạn ngữ "Con chăm bố không bằng bà chăm ông", các con đứa nào cũng có gia đình riêng, làm sao chăm sóc bố được. Bố phải có người bên cạnh, thân thiết để không cô đơn, lúc ốm đau có người chăm sóc. Không ai bố thấy hợp hơn cô Tươi.

Mấy đứa con của ông Đô có hiếu, hiền lành, tuy phản đối, nhưng khi ông Đô đã quyết như vậy, chúng đành đồng ý.

Bà Tươi về với ông Đô,với hy vọng trước đây, ông được các con chăm sóc, thì bây giờ ông chăm sóc bà và ngược lại, bà chăm sóc ông, không phiền con cái. Hồi đầu mới về ở chung, ông ở với bà có vẻ vui, sáng thơ, trưa thơ, tối cũng thơ, trước khi đi ngủ, tưởng làm gì ...hóa ra đọc thơ cho nhau nghe. Nhưng cũng chỉ được vài ngày đầu, ở lâu mới tóe loe mọi chuyện . Cuộc sống của ông Đô đang yên ổn bỗng đảo lộn tất cả. Căn nhà riêng của ông Đô, bà Tươi sắp xếp lại theo ý thích của bà. Ví như cái bàn để cạnh giường để ông Đô ngồi sáng tác thơ, thì Bà chuyển, để cạnh cửa sổ với lý do: "Để bàn ở đây đón ánh bình minh lên, dễ có tứ làm thơ!". Nhưng rồi phải chuyển bàn ra chỗ khác, ánh bình minh chưa tới, tối ấy mưa tạt ướt hết mấy quyển sách có mấy bài thơ ông Đô vừa sáng tác. Nhìn mấy bài thơ chữ viết nhòe choe choét, ông Đô ngán ngẩm. Nào đâu đã hết, bà Tươi tháo mấy bức tranh ông Đô thích, thay vào là chỗ treo thơ của bà được viết lên khổ giấy to, mà không hỏi ý kiến ông rồi tự ngắm cười he hé như người tâm thần, ông Đô thấy cảnh đó, lắc đầu... Với thơ thì như vậy, nhưng thói quen sinh hoạt của bà Tươi mới thành vấn đề lớn. Ban đêm ông Đo cần có giấc ngủ say, với người già việc này rất quan trọng thì bà Tươi có bệnh đái giắt, một đêm dậy đến bảy, tám lần để đi đái, làm cho ông Đô không ngủ được. Đã thế bà Tươi có tật đánh rắm (Trong nam gọi là "địt"). Kỳ lạ! Ra phố không sao, về nhà là bà "vãi" vô hồi , kỳ trận, ông Đô rất khó chịu. Đang ăn cơm, ngon lành, bà Tươi cũng "bum", "bủm", tức quá, ông Đô buông đũa, nói bực:

- Đang ăn thế này, mất cả ngon, bà không "hãm" lại được à!

Bà Tươi trả lời:

- Tôi mà nín là bụng rất đau. Ông ở với tôi... phải thông cảm!

Đó là chưa kể, bà Tươi có tật ngủ ngáy, ngủ nghiêng cũng ngáy, ngủ thẳng cũng ngáy, gác chân lên ông cũng ngáy... Bây giờ ông Đô mới thấy, sống với bà như vậy quả là cực hình và ông đã hiểu nguyên nhân vì sao bà ấy hơn mấy chục năm qua sống một mình!!! Nhưng tất cả điều đó ông không dám nói với các con vì trước đấy bao lần các con can ngăn, ông đâu có nghe. Các con sang thăm, hỏi ông sống với bà như thế nào? Ông Đô vẫn cố cương, nét mặt tỏ vẻ nhưng không có chuyện gì xảy ra:

- Bố sống với bà ấy được, con ạ!

- Nhưng sao dạo này trông bố gầy thế!

Ông Đô lúng túng:

- Ờ, ờ...! Bố cũng không biết làm sao nhưng trong người vẫn thấy bình thường mà!

Mấy đứa con nhìn ông thương cảm, không dám hỏi thêm...

Rồi đùng một cái, bà Tươi bị đột quỵ, may mà cấp cứu kịp, nhưng nằm bất động, ăn, uống, ỉa, đái... đều một chỗ,vì sỹ diện không muốn cho các con và bạn bè biết, một mình ông Đô chăm sóc bà Tươi vất vả vô cùng. Lúc này hết cả thơ, hết cả mơ màng ngồi ngắm hoàng hôn hay chiều chiều dắt tay nhau dạo công viên... Thân già, sức gần như cạn mà ông Đô vẫn phải sấp ngửa chạy ngược, chạy xuôi, lúc thì mua thuốc, lúc mua gạo, mua thực phẩm, lo nấu ăn... Cũng còn may, mấy đứa con hiếu thảo, chúng nó chung tay giúp ông.

Bà Tươi cứ nằm vậy, được gần ba năm rồi "đi", ông Đô như trút một gánh nặng. Nhưng than ôi! Cũng vì thế mà bao nhiêu dự định cuối đời ông định làm, như sẽ in một tập thơ, không thực hiện được. Sức ông đến hồi tàn, lực ông đến hồi kiệt...

Bây giờ, nghĩ lại, ông Đô mới thấy thấm thía lời của mấy đứa con: "Với tuổi lớn như thế này, quan trọng nhất của bố bây giờ là sức khỏe. Bố đừng nghĩ mình là thanh niên mà ham, cũng đừng nghĩ, cái gì mình nghĩ, mình quyết cũng đúng... May trong chuyện này có chúng con giúp bố, nếu chỉ một mình, có khi bố chết theo bà ấy. Bố nên tỉnh lại đi... Ở tuổi của bố, nhất định chúng con sẽ không làm như thế!

Ông Đô hiểu điều các con nói, nhưng lúc này... có ân hận thì muộn mất rồi!

TRẦN KỲ TRUNG

"BÚP BÊ GIỐNG NHƯ NGƯỜI"

Quá ưng ý !

Trước mặt ông Đê là một con búp bê, không phải búp bê bình thường mà là con " búp bê giống như người" thật, đúng theo yêu cầu.

Sao ông lại cần thứ này?

Giải thích thì hơi dài dòng, ông Đê về hưu được gần chục năm, có của ăn, của để. Do ăn uống điều độ, biết cho cơ thể thu nạp những chất "dinh dưỡng" cần thiết, cộng với thể dục đều đặn, chăm chỉ mát xa mặt, tay, chân... nên trông ông Đê trẻ hơn tuổi, dẫu bây giờ ngoài bảy mươi. Còn vợ tuổi cũng gần bằng tuổi của ông, nhưng tất cả từ ngoài vào trong, từ trên xuống dưới đã "khô hạn", "thẳng băng", chỉ có tâm tính vẫn như ngày nào, thương và chăm sóc ông chu đáo, chỉ có thêm tính của người già là hay tự ái. Còn ông thì ngược lại, tâm tính vẫn như thanh niên, phóng khoáng, hồn nhiên và ... ham "của lạ". Nhưng không như mấy ông đồng niên, cứ thích trốn vợ có "bồ". Ông Đô cho đó là "ngu"! Ông không dại gì có " bồ" với mấy đứa con gái trẻ ranh. Chúng nó "yêu" gì ông, "yêu" túi tiền với nhà cửa của ông thì có! Còn tâm lý nữa, mấy đứa này, chúng nó có thể đi phượt, nhảy nhót, ăn uống... thả ga, sức ông tuổi này, có khỏe cùng không thể "đu"cùng chúng nó. Đó là chưa kể, có đứa giả vờ yêu tha thiết, nhưng thực tế là tìm cách bòn rút tiền của ông để nuôi "bồ". Mười đứa con gái trẻ yêu mấy ông già giàu có hay ham "của lạ", thì đến chín đứa có "trò" đó. Ông "dây" vào, thế chẳng hóa ra " công anh bắt tép nuôi cò...".

Ông có cách khác, thoả mái hơn, tự do hơn, không vướng bận là " bóc bánh trả tiền". Đi mát xa trong khách sạn hay vào những quán cà phê "chòi", làm một "nhát" là xong. Ra khỏi chỗ đó thỏa mái tinh thần, không phải "lo nghĩ" tương lai, cũng không phải nói "dối" hiện tại...

Nhưng "đi đêm lắm cũng có ngày gặp ma" một lần vợ phát hiện ông vào cà phê chòi đang "phê" gần tới "đỉnh". Rất giận, không cho ông thanh minh, giải thích cũng không thèm nói với ông một tiếng, đùng đùng bà vác đồ đi khỏi nhà...

Đã thế ông cóc cần, xem ai hơn ai!

Một mình trong căn nhà rộng, làm thế nào để

thoát khỏi nỗi buồn, ông Đệ suy nghĩ lung lắm. Ra nước ngoài ở với thằng con trai, chán phèo, có cái gì vui đâu, ngoài việc trông con cho nó và xem ti vi... nhất là " khoản" kia, ông biết, tưởng dễ chứ cực kỳ khó, khi mình không biết tiếng Anh, chưa nói đến giá cả. Còn ở trong nước, qua cái "hạn" này, ông thề "cạch" cho đến lúc xuống lỗ...

Nhưng không lẽ, cứ một mình chịu cảnh này sao? "của nợ" của ông, rất lạ, tối tối vẫn đòi hỏi, thẳng "đuỗn" ra. Có lúc bực mình, ông lấy tay búng ngay một phát vào đầu "thằng bé", đau điếng, thế mà nó vẫn "ngóc đầu", cứng ngắc. Phải có hướng giải quyết chứ ! ông tâm sự điều này với một người bạn, người bạn chơi thân thiết với vợ chồng ông từ hồi cả hai còn đương chức. Ngay hồi ấy, cái gì bạn cũng biết, thuộc lòng mọi chốn, mọi nơi, những nơi có "trò"vui, nhằm giải tỏa tâm lý sau mỗi lần hồi họp, kiểm điểm... Các chốn ăn chơi, các trò thưởng lãm bạn của ông Đệ đều tường tận. Về hưu có thời gian, tiền của dư giả, bạn của ông lại càng tường tân hơn...

Người bạn nghe ông tâm sự, nói ngay:

- Tôi sẽ giúp, nếu vợ của ông có biết, ngoài thông cảm có khi còn thương ông hơn ấy chứ!

- Ông giúp tôi thế nào? - Ông Đệ hỏi vội, trong lòng rất vui, háo hức..

- Ông cứ bình tĩnh - Người bạn thân trình bày - Tôi sẽ dẫn ông đến gặp một thằng chuyên nhập những con búp bê giống y như người. Ông cứ trình bày sở thích của mình, nó sẽ kiếm cho ông một con búp bê đúng như thế, phục vụ ông vô điều kiện...

- Ông nói tôi không hiểu?

Bạn vỗ vai ông, giải thích:

- Khổ quá, ông bạn già của tôi. Giờ đã đến thời đại bốn chấm không (4.0) mà ông lạc hậu quá. Có nghĩa là con búp bê trông giống như người thật, thậm chí còn đẹp hơn người thật từ làn da đến ánh mắt, dáng cực chuẩn. Búp bê giống người làm được những trò theo đúng sở thích của mình. Vào đây tôi cho ông xem...

Dẫn ông vào phòng ngủ, bạn làm ông hoa mắt. Quanh giường ngủ, không phải một con, mà những bốn con búp bê to như người thật, không mặc quần áo. Con búp bê nào trông cũng giống, thậm chí còn đẹp hơn mấy đứa con gái mà ông gặp trong cà phê "chòi", chỉ cần sạc điện là mấy con búp bê này chớp chớp mắt, cử động uốn éo làm những động tác mà bất cứ người đàn ông cũng thèm muốn.

Thế này dứt khoát ông phải đặt một con "búp bê giống như người". Ý kiến của bạn rất hay, giải quyết cho ông được bao vấn đề.

...Tiếp ông Đệ, thằng chuyên nhập "búp bê giống như người", thông qua người bạn giới thiệu, có vẻ mừng:

- Bác gặp em là đúng chỗ rồi. Em sẽ giúp bác, nhưng bác cần loại nào?

- Tôi cần loại trẻ, đẹp, da mượt mà, môi đỏ mọng, tóc đen, mắt to... biết làm tất cả , nhất là khoản đó, nhiệt tình, điệu nghệ - Ông nói với nó ý muốn của mình.

- Ý bác là ...

-Là thế này - Ông Đệ trình bày tiếp - Con búp bê đó biết gọi tôi dậy đúng giờ, đúng giờ đưa khăn lau mặt, đúng giờ ôm tôi ngủ, và..."khoản kia" đúng giờ ... đáp ứng được.

- À! em hiểu ý bác, như vậy phải "lập trình" cho một nàng "búp bê". Bác ghi chi tiết những yêu cầu cụ thể từng giờ ...trong ngày, em sẽ đặt cho bên sản xuất một "nàng" sẽ làm đúng những yêu cầu của bác, bác cứ ngồi trong nhà mà tận hưởng. Thậm chí có lúc bác quên, "búp bê" sẽ đứng cạnh, nhắc bác. Nhưng giá có một "nàng" như thế là hơi "chát" đấy, bác ạ!

- Là bao nhiêu?

Thằng này nói giá, làm ông giật mình. Nhưng mà thôi! Từ hồi về hưu đến bây giờ, tiền ông mất với những trò như "mátxa", "cà phê chòi"... nếu cộng lại, cũng gấp mấy lần tiền giá mua một con "búp bê giống người". Nghĩ thế, ông gật đầu.

...Phải nói mấy ngày đầu "búp bê giống như người" làm ông khoái. Ông cứ chăm chỉ "sạc" điện là nó làm hết mọi chức năng mà ông yêu cầu.

Đúng giờ, "búp bê giống như người" gọi ông dậy. Đúng giờ, ông đánh răng chuẩn bị rửa mặt, nó đứng cạnh đưa khăn. Đánh răng xong, nó giúp ông, tự cất bàn chải, treo khăn rất quy củ, ngăn nắp. Đúng giờ, ông đọc báo, nó đưa báo. Đúng giờ, nó đấm lưng, mát xa từ dưới lên trên, từ trên xuống dưới... Khoái nhất cái "khoản kia", đúng giờ "búp bê giống người" phục vụ ông vô điều kiện, tận tâm, đủ trò, nhất là khoản "thổi kèn" cứ như nó vừa tốt nghiệp "bằng đỏ" khoa "kèn" ở "nhạc viện Traicopxky" rất có nghề. Cái miệng của nó còn phát ra mấy tiếng "chụp... chụp..." nữa chứ! Thế thì... "thằng bé" ông có "ủ rũ" như rọc muồng "nướng", qua chuyện "thổi kèn" của "búp bê giống người" "thằng bé" cũng phải "đứng thẳng dậy" rất "hiên ngang". Thậm chí, ông có cảm giác, chơi "viagra"cả "vốc", "búp bê giống người" cũng chấp, làm "mạnh" không thể tưởng...

Nhưng rồi... việc đó chỉ mấy ngày đầu khi sức ông còn khỏe. Chơi quá sức, ông cố ngủ nướng, " búp bê giống như người", không chịu. Vì đã lập trình, đúng giờ, nó "gọi" ông dậy. Không dậy không xong, nó cứ đứng bên cạnh, miệng réo rất to. Còn tức nữa, có hôm có lẽ do ăn đồ hơi "thiu" ông đau bụng, "tào tháo "đuổi, uống thuốc xong, người mệt, cần yên tĩnh để tĩnh dưỡng. Nhưng lúc ấy lại đúng giờ mát xa, "búp bê giống người" tự động xoa, bóp rất mạnh như lúc ông khoẻ làm ông phọt cả c... Ấy vậy, Nó không để ý, cũng không phản ứng mùi "xúi ế" đang toả ra nồng nặc, nét mặt nó thản nhiên coi như không có chuyện đó, nở nụ cười như mọi lần âu yếm, xoa bóp ông mạnh hơn nữa, c...văng tung tóe... ông phải dọn mất nửa ngày, chưa sạch. Rồi ông đau, nằm một chỗ, rên hừ hừ... Nếu như vợ còn ở nhà bà ấy sẽ đi nấu cháo, đắp khăn lên trán, đằng này "búp bê giống như người" mặc kệ, nó bỏ ông đấy, ngồi ở ghế, nhìn ông mắt thao láo cứ như người dưng, không hề biểu hiện một chút nào thương cảm. Đã vậy, vì lập trình, thỉnh thoảng nó "toét" miệng cười he hé, như trêu tức... Hình như nó đang đợi đến giờ là lao vào để "quần" ông trên giường. Cứ nghĩ cảnh trần truồng, nó cũng trần truồng rồi miệng nó "...chụp... chụp..." như mọi khi ông còn thích thú, nhưng lần này đang mệt, chân tay mềm oặt, cả người rũ xuống còn hơn xác chết mà đến giờ nó lao vào lôi lên giường làm đủ trò, "bóp" chỗ này, "nắn" chỗ kia, miệng "chụp... chụp..." không khéo ông chết không kịp ngáp...

Nghĩ thế, ông hoảng, dù người rất yếu, ông cũng cố ngồi dậy, len lén đi ra ngoài, đóng sập cửa, nhốt "búp bê giống người"trong phòng...

Lúc này ông mới thấy cần vợ đến thế nào! Không biết bây giờ bà ấy ở chốn nao...

Quá chán nản, ông lết đến bên chiếc điện thoại, gọi cho thằng bán "búp bê giống như người" đến lấy về, không cần đền bù một xu nào.

Nghe ông nói vậy, thằng bán "búp bê giống như người" nói như reo trong máy điện thoại:

-Thế à! Rất cảm ơn ông, có một ông Tổng giám đốc cũng đang đặt tôi một con "búp bê giống người" như loại này. Tôi sẽ cho người đến lấy ngay bây giờ.

Mở cửa, tưởng ai, hóa ra vợ của ông. Vợ của ông đi cùng với một người thanh niên.

Vợ nhìn ông, nói:

-Tôi biết việc này của ông, nhưng để im theo dõi. Ông thấy không, chẳng ai hơn vợ. Tôi mà bỏ đi thật thì bây giờ ông "ra bã" với "búp bê giống như người". Ở đấy mà "búp bê giống như người" biết làm đủ thứ . Đủ sợ chưa!

Ngươi thanh niên vác con "búp bê giống như người " ra ngoài cửa.

Không hiểu sao, hình như đúng lập trình, đúng giờ "búp bê giống người" hai mắt nhìn vẫn hấp háy ướt át tình, hay tay hua hua, cái miệng vẫn "... chụp... chụp..." như trêu ông...

Hội An 3/2021

NGƯỜI CHUYÊN ĐÓNG VAI ANH HÙNG

Hồi sơ tán tránh máy bay Mỹ ném bom ở miền bắc trước năm 1975, lũ trẻ bọn tôi, ngoài khoái xem phim, còn thích xem kịch, có xa mấy cũng mò đi.

Trong những đoàn kịch, chúng tôi thích đoàn kịch nói Hoa Sen. Trong đoàn Hoa Sen chúng tôi thích nhất diễn viên Như Anh Hùng, không phải vì anh ấy đẹp trai, dáng cao to, nụ cười hé chiếc răng khểnh như tỏa nắng mà anh cực đa tài. Có lúc anh là ca sỹ, có lúc lại là diễn viên đóng phim, đóng kịch... Ai mà xem anh hát bài hát "Trên đỉnh Trường Sơn ta hát" cứ gọi là mê đi. Ăn mặc như chiến sỹ giải phóng quân chính hiệu, khoác trên vai khẩu AK , nét mặt lộ khí phách hiên ngang, giọng anh cất lên hùng dũng "... Ta đi trong gió, ta đi trong mưa..." ai nghe cũng muốn lao lên sân khấu cùng anh đi "... trong gió, trong mưa..." dẫu đó là bão siêu cấp!!! Hoặc ai đã xem bộ phim " chiến sỹ lấp lỗ châu mai" nhớ mãi nét mặt kiên cường hơn cả sắt nguội khi anh bộ đội do anh Hùng đóng, đứng sát lỗ châu mai địch đang khạc lửa, hét to: "Tôi sẽ lấy thân mình bịt lỗ châu mai này, các đồng chí hãy trả thù cho tôi!" rồi cả người anh lao vào lỗ châu mai, khẩu súng địch tắt ngóm, tiếng hô "xung phong" vang khắp trận địa. Xem phim ấy chúng tôi phục anh Hùng không để đâu cho hết, trầm trồ khen cho đến khi " hết nước bọt" trong miệng. Còn trên sân khấu anh Hùng đóng vai anh hùng Nguyễn Văn Trỗi trước lúc bị xử bắn, giật mạnh giải băng đen che mắt, không phải hô: "Hồ Chí Minh muôn năm!" ba lần, như nhà thơ Tố Hữu viết, mà anh Hùng hô to những ...năm lần. Lần hô cuối cùng, rõ là chúng tôi nghe thấy tiếng súng nổ... anh vẫn hiên ngang, ánh mắt hằn lên tia căm thù, sáng quắc nhìn những người đang cầm súng bắn anh cùng tiếng hô với khí tiết dũng cảm ngất trời: "Nguyễn Khánh và bè lũ tay sai của đế quốc Mỹ hãy nghe đây... chúng mày không giết được tao đâu... Hồ Chí Minh muôn năm!". Phía bên dưới, trong những người ngồi xem, có bà già bỏ cả gậy chống, đứng lên vung tay hô to cùng anh: "Muôn năm!", còn lũ trẻ chúng tôi trầm trồ thán phục anh Hùng! Thán phục ghê lắm! Trong vở kịch ca ngợi anh hùng Nguyễn Văn Bé, anh Hùng đóng vai anh hùng Nguyễn Văn Bé còn tuyệt vời hơn nữa. Đầu đội mũ tai bèo, cổ quấn khăn rằn trong trang phục xanh quân giải phóng, bi địch bắt, anh giả vờ đầu hàng, cho chúng cởi trói, rồi anh vỗ vai thân mật với "viên sỹ quan quân lực Việt Nam Cộng Hòa" cùng mấy "người lính" đứng xung quanh: "Các anh lại gần đây, tôi chỉ cho cách phá mấy quả mìn do Trung Cộng và Nga Xô chế tạo...". "Viên sỹ quan" và "mấy người lính Việt Nam Cộng Hòa" vội đến gần để xem. Chỉ chờ có thế, "anh hùng Nguyễn Văn Bé" giơ một "quả mìn" lên, nói lớn: "Làm sao tao lại đầu hàng chúng bay! Chúng bay là quân bán nước, tao phải tiêu diệt". Anh đập "quả mìn" đó vào "quả mìn" khác đang để dưới đất, phía bên trong sân khấu có tiếng nổ: "Bùm!". Đèn tắt!... lúc đèn sáng lại, anh "Nguyễn Văn Bé" nằm "chết" cùng "viên sỹ quan" và "mấy người lính" bên Việt Nam Cộng Hòa...! Mấy người "quân giải phóng" phía trong sân khấu chạy ra, nâng "xác" anh lên cao, một bản nhạc hùng tráng vang lên. Bên dưới người xem, ai cũng xúc động, có ông già cạnh tôi xem đến đoạn đó, miệng móm mém như rụng hết cả răng lập tức đứng lên nói to cho mọi người ngồi xung quanh nghe: "Mai bảo cháu dẫn tao lên huyện đội xin tòng quân...". Đó là chưa kể anh Hùng đóng vai anh hùng Lê Văn Tám tẩm xăng tự làm bó đuốc lao vào kho xăng địch... anh diễn hay đến mức độ có thằng bạn của tôi định bắt chước, đổ dầu vào người để đốt xem có đúng như "Lê Văn Tám" không? May có người can...

...Vậy nghe tin đoàn kịch nói Hoa Sen về chỗ chúng tôi biểu diễn, nhất là có diễn viên Như Anh

Hùng đóng, tất cả chúng tôi đều háo hức, ngay từ chiều chúng tôi đã đến sân đình. Đi sớm tất cả đều muốn tận mắt nhìn thấy anh Như Anh Hùng.

... Chưa đến giờ diễn anh Hùng đứng đấy, tóc cắt ngắn, nét mặt phong trần, bộ quân phục bạc màu bó gọn trong dáng rắn chắc cộng thêm giọng nói lôi cuốn làm cho ánh mắt của các cô gái đứng vây quanh nhìn anh trông rất đắm đuối. Còn chúng tôi từ xa ngắm anh cũng đã thấy sung sướng lắm rồi...

Một cô nói với anh Như Anh Hùng giọng thán phục:

- Anh mà đi bộ đội thì bọn địch sợ lắm đấy, chỗ nào anh đánh cũng thắng!

Anh Như Anh Hùng nói chắc nịch cứ như chuẩn bị cho thằng địch kia một nắm đấm:

- Em nói đúng, anh không sợ bất cứ kẻ thù nào. Nó đến đây, gặp anh , sẽ chết -Anh Như Anh Hùng khẳng định.

Nghe anh Như Anh Hùng nói vậy, tôi ước ao, bao giờ sẽ được như anh ấy!!!

...Cũng vì thế, buổi tối, sân đình tưởng rộng, một lúc đã chật cứng người, chúng tôi tìm mọi cách tiến sát tới sân khấu muốn thật nhìn rõ anh Như Anh Hùng diễn, thế mới sướng.Ngày mai ra lớp tôi sẽ "khoe" với các bạn.

Tối ấy, dưới ánh đèn điện của máy nổ, kịch diễn thật hay, anh Hùng đóng vai một "chiến sỹ đặc công" đột nhập vào đồn địch. Mấy "thằng địch" cầm súng, anh Hùng "đặc công" bò sát vào đến chân, chúng vẫn không biết!!! Bằng một thế võ, anh Hùng ngoắc tay một cái... "thằng lính" đó chết đứ đừ đừ, "thằng" thứ hai cũng vậy... anh Hùng "đặc công" lao lên...

Thì vừa lúc đó, có tiếng kẻng treo trên cây đa đầu làng gõ liên hồi, báo động có máy bay Mỹ. Đèn tắt phụt, sân khấu tối om.

Tiếng máy bay Mỹ bay thấp xoẹt qua, rít căng, nghe thật ghê rợn nhưng chúng tôi không sợ, vì đã có kinh nghiệm, tiếng máy bay ở trên đầu, nghĩa là nó đã bay xa. Một thằng ngồi cạnh tôi chửi tục: "Đ... mẹ máy bay Mỹ!" rồi hình như nó cười cũng vừa lúc đó một bóng đen đổ ập vào người chúng tôi. Sợ tột độ, bóng đen ấy nói lạc cả giọng: "...chết đến nơi rồi... chết rồi... chúng mày ơi!".

Đến lúc tiếng kẻng báo an toàn vang lên, báo máy bay Mỹ bay xa, đèn sáng lại, chúng tôi đều ngỡ ngàng, bóng đen đổ ập vào chúng tôi lúc nãy chính là anh Như Anh Hùng.

Chúng tôi định hỏi thì thấy anh chạy vội vào phía sau sân khấu...

Đũng quần anh ướt nhèm.

Không nói nhưng ai cũng biết, anh ấy chạy đi thay quần!

Hội An 4/2020

ĐÁI GIẮT

Tôi chơi thân với Tấn.

Bố của Tấn giờ là một là một ông "lớn" của tỉnh. Ông nội của Tấn, trước đây là một ông cực "lớn" uy trùm khắp thiên hạ, giờ nghỉ hưu. Nên vậy, cứ đến ngày lễ lớn, hay kỷ niệm truyền thống, hoặc ngày Quốc khánh... ông nội của Tấn thường được mời lên ngồi hàng ghế đầu chủ tịch đoàn hoặc đến các trường đại học, trường phổ thông, nhà máy, xí nghiệp... để nói chuyện.

Đặc biệt trong những cuộc nói chuyện, nhất là với thanh niên bao giờ ông nội của Tấn cũng nói đến vấn đề sức khỏe. Ví như nói chuyện thanh niên trong quân đội ông khuyên:

- Các cháu là quân nhân, bác đề nghị các cháu phải tích cực rèn luyện thân thể, có sức khỏe mới chống được kẻ thù. Hồi trẻ bác tập thể dục đều đặn đến bây giờ bác về hưu vẫn tập nên cơ thể cường tráng, sinh hoạt bình thường đặt lưng xuống là bác ngủ ngon lành...

Còn với học sinh, sinh viên như bọn tôi ông dặn dò:

- Các cháu là đoàn viên thanh niên tuyệt đối tránh xa các tệ nạn, năng tập thể dục để có cơ thể khoẻ mạnh giống như bác. Nhờ năng tập thể dục, khi cần nghiên cứu những tài liệu, nghị quyết của đảng, bác có thể thức suốt đêm đọc tài liệu nghị quyết đó mà không thấy mệt.

Còn một chuyện nữa, tôi kể tiếp.

Vì uy của ông Nội, rồi kể cả uy bố của Tấn rát "lớn", rất "to", nên các cuộc nói chuyện của ông , mọi người im thin thít ngồi nghe, không ai dám ra ngoài. Đã vậy, ông lại có bệnh nói dai, nói dài, có khi "kéo" liên tù tì đến hai, ba tiếng đồng hồ. Khốn khổ cho "bố" nào trước cuộc nói chuyện mà "nốc" bia hay uống nhiều nước... ngồi nghe như vậy, chỉ còn nước ôm bụng, để bọng đái khỏi "nứt"! Trong khi đó, trên bục diễn đàn, ông Nội của Tấn tuổi đã cao mà coi như không, không hề biểu hiện muốn tiểu tiện, cứ đứng mặt rất tỉnh, nói rất xuôi, liên tục, cứ y như " ô tô chạy trên đường cao tốc". Điều này làm cho chúng tôi ngạc nhiên, đặt dấu hỏi!!! Bây giờ chúng tôi đã có lời giải...

... Có một lần, trong giờ giải lao, giữa buổi nói chuyện, bọn tôi lân la đến gần ông , gợi chuyện:

- Bọn con rất phục, ở tuổi này mà ông vẫn khỏe, nói chuyện suốt cả tiếng đồng hồ, chẳng bù cho ông nội của con ít tuổi hơn ông, chỉ nằm một chỗ, không đi đâu được... chắc ông có bí quyết...

Ông nội của Tấn cười mãn nguyện vì lời khen đó, rồi nói:

- Ông giữ sức khỏe từ hồi thanh niên, lại học tập tấm gương của bác Hồ năng rèn thể thao, ông vẫn giữ nếp tập thể dục từ hồi đương chức cho đến giờ. Nói thêm cho các cháu biết, nhờ có sức khỏe mà hồi kháng chiến chống Pháp một mình ông "chọi" với một trung đội lê dương Pháp bằng tay không. Thằng nào xông vào, với võ nghệ cao cường, ông đập chết hết. Diệt xong bọn này, ông cùng đơn vị hành quân ngay lên đèo Hải Tượng cao cả mấy trăm mét. Lúc đó làm gì có ô tô, xe máy mà hoàn toàn chạy bộ bằng chân đất, vì có sức khỏe thêm lòng căm thù chỉ cần có mấy chục phút, ông cùng đơn vị đã vào vị trí phục kích, diệt mấy xe cam nhông địch. Ngay sau đó, lại đi ngay đến kho xăng Long Khốt, chờ đêm đến để đột nhập, đánh tiếp... Đấy! hồi thanh niên, có sức khỏe nên ông hoạt động mạnh mẽ như thế. Còn bây giờ, nhờ giữ sức khỏe, hàng đêm ông vẫn thức đọc sách báo, đọc nghị quyết ... để hiểu thêm đường lối của đảng, phục vụ nhân dân cho tốt. Các cháu nên học ông điều đó...

Bây giờ tôi mới hiểu, nhiều đêm rất khuya, đi qua nhà của Tấn, vì sao phòng của ông nội ở tầng hai nhà nó vẫn sáng đèn!!!

...Sáng ấy tôi đến nhà Tấn có việc. Nó dẫn tôi vào nhà, yêu cầu nói khẽ, nội của nó đang ngủ. Rồi Tấn nói với tôi:

- Ông ngồi đây đợi tôi một lúc, tôi ra phố có việc giải quyết gấp, rồi về ngay...

Tôi gật đầu, yên tâm ngồi chờ...

Một lúc sau, thấy thằng Tạ, em của Tấn từ ngoài cổng đi vào. Thằng Tạ là một doanh nghiệp tư nhân, lâu lắm rồi tôi không gặp nó. Tạ nhờ tôi ra ô tô giúp nó một việc...

Thằng Tạ mở "cốp" phía sau xe, nói với tôi, vác hộ nó vào nhà những bao gói kỹ to tướng. Tôi tưởng mấy bao này nặng hóa ra rất nhẹ, mỗi tội cồng kềng. Tôi hỏi thằng Tạ:

- Bao gì thế?

- Bao "bỉm"! - Thằng Tạ trả lời tôi.

- "Bỉm" cho ai mà nhiều thế này? - Tôi ngạc nhiên, vì biết nhà thằng Tấn toàn người lớn.

- "Bỉm" cho ông nội. Nội của em mắc bệnh đái giắt, một tháng cũng phải vài bao. Không có thứ này ông nội "vãi" ra quần ấy chứ! - Nó vác một bao "bỉm" to, vừa đi, vừa giải thích với tôi...

- Nội của em mắc bệnh này lâu chưa?

- Cũng không nhớ nữa, có từ hồi đương chức kia. Ban ngày thì sử dụng thứ này, để ông nội đi nói chuyện, tiếp khách, khỏi đái ra quần. Còn buổi tối cứ phải để đèn sáng cả đêm cho ông nội "chạy" vào đúng toa lét để khỏi đái ra nền nhà! Bệnh đái giắt của ông nội làm khổ cả nhà, không cho ai ngủ cả...

Thằng Tạ nhăn nhó.

Hội An 2/2020

TRÚNG PHÓC!

Tao làm nghề này trúng đậm! Còn sướng hơn du lịch sang Nga vào thăm lăng Lê Nin.

Tôi ngạc nhiên, vì thằng này, hồi sinh viên, ngồi chỗ nào là tán nhảm chỗ đấy, ai cũng biết. Chúng tôi ngồi nghe cho vui chứ không ai tin chuyện nó nói thế mà bây giờ lại là "thầy bói" có tiếng.

Chỗ bạn thân, tôi đến thăm, đúng lúc nó đang bói cho một mệnh phụ dáng phốp pháp, cổ đeo dây chuyền vàng, tóc tỉa tót rất cẩn thận, mặt phấn son, mặc váy đen tuyền thêu kim tuyến óng ánh... Không tả nữa, nghĩa là, bà này thuộc dạng quý phái, giàu, có chức quyền hay xuất hiện trên ti vi, nghe đâu riêng áo dài, bà này có đến mấy trăm cái. Chẳng thế, mấy thằng mặc quần áo đen, đeo kính đen, đứng bên ngoài bảo vệ. Nó chẳng để ý tôi bước vào, mà hình như cũng chẳng để ý mấy thằng mặc áo đen, đeo kính đen đứng bên ngoài kia, liếc mắt, khoác tay ra hiệu cho tôi vào ngồi ở ghế để sẵn góc nhà, rồi nét mặt rất tỉnh, cầm tay phải của mệnh phụ này, phán tiếp:

- Ông hay đi suốt, nhưng không cho bà biết, nhất là ban đêm. Đúng không?

Mệnh phụ phốp pháp liền gật đầu, như thừa nhận đúng.

Nó nhìn chăm chú vào mặt của bà ta, im lặng, đắn đo, suy nghĩ rồi nói y như có mọi việc hiện ra trước mắt:

- Bà đang nghi ngờ ông ta có bồ! Đúng không?

Mệnh phụ chắp tay, cúi đầu vái nó lia lịa:

- Con lạy thầy! Thầy nói đúng. Mong thầy chỉ cho con, con bồ của chồng con ở đâu để con cho người đến trị!

Nó lắc đầu:

- Chuyện này hơi khó vì chồng luôn luôn cho người theo dõi bà, bà đi đâu? Làm gì? Chồng bà biết hết...

- Đúng! Vậy phải làm thế nào? Thưa thầy! - Nét mặt mệnh phụ lo lắng.

- Để tôi cho bà hai lá bùa. Một lá để vào chỗ ngủ của ông ấy, một lá bí mật để trong xe ông ấy hay đi... đảm bảo tuần sau ông ấy bỏ bồ, không dám đi tắt, về hôm nữa. Tuyệt đối bà đừng làm to chuyện, vì đây là danh dự không phải của ông ấy, mà của gia đình. Còn cả chuyện làm ăn, ông ấy đang có "lộc"...

- Dạ! con nghe thầy! - Mệnh phụ nói với nó, thái độ, nét mặt rất cung kính.

...Lại một lần khác tôi chứng kiến một ông "to" về hưu, đến gặp nó, đưa một phong bì toàn tiền đô, nhưng nét mặt buồn rười rượi:

- Tôi rất phục thầy! Hồi tôi còn đương chức, thấy nói những gì khi tôi về hưu. Lúc đó tôi không tin, còn cãi lại thầy, bây giờ là nhỡn tiền, đúng một trăm phần trăm. Buồn quá thầy ạ! Làm thế nào bây giờ...

Nó nói an ủi:

- Thôi ông ạ! Cũng không nên buồn, mà "buông", "thả" cho nhẹ người... Nên năng lên chùa, làm việc thiện. Nhưng nói thật, lúc ấy, xem vận hạn, tôi cảnh báo rồi, ông lại không nghe, bây giờ có tiếc cũng muộn...

Ông "to" kia gật đầu rồi nói:

- Giờ thì dứt khoát tôi nghe thầy!

Tôi phục nó. Tôi chơi thân, thừa biết, thằng này cứ nói chơi chơi mà rất lạ, ai cũng nghe, cũng ngả mũ bái phục. Hay là nó có "thần" nhập mà mình không biết!!!

...Trong một bữa nhậu chỉ có hai thằng, ngà ngà say, người say hay nói thật, nó khoe:

- Cái bà tao "bói" mà mày chứng kiến, tháng sau, thấy quá đúng, cho tao cả một tập tiền đô khi biết chồng bỏ" bồ"!!!

- Sao mày tài thế! - Tôi khen

Tợp xong một hớp rượu, nó giải thích cho tôi nghe:

- Thì ông "lớn" nào bây giờ mà không lập "phòng nhì", trăm ông như một, tiền tham nhũng nhiều vô kể, kiếm dễ, cũng tìm cách mà tiêu, rồi đua đòi, ông có "bồ" trẻ , tôi cũng có. Tao "bói" rồi mày "bói" kiểu gì cũng trúng...

Nó dừng nói, rồi tu tiếp một hớp rượu nữa như lấy đà rồi nói tiếp cho tôi nghe:

- Mấy ông "to" dù có giấu kín chuyện có bồ còn hơn "mèo giấu c..." y như một ông to nọ, tình ý với con dâu, cả hai lôi nhau ra nước ngoài để ăn nằm, tưởng giữ được bí mật, mà vẫn còn lộ. Vợ các ông"-to" ấy biết hết, có điều không nói ra mà thôi... Mệnh phụ mà mày thấy tao đang bói, cứ thế tao phán, đúng một trăm phần trăm...

- Nhưng sao mày cho bà ấy hai lá "bùa" , để trên xe, rồi chỗ ông ấy nằm... ông ấy bỏ bồ? - Tôi hỏi nó.

Nó cười:

- "Bùa" đ... gì! Tao ba xạo, không lẽ là "thầy bói" lại không có "bùa"!!! Tao cho người bí mật báo ông ấy biết, mệnh phụ đang nghi ngờ ông có "bồ". Một là ông phải giấu chuyện có "bồ" thật khéo, nhưng có lẽ khó, vì nếu bà ấy biết, ông sẽ mất hết. Hai, tốt nhất là ông phải bỏ hoặc cho cô "bồ" ra nước ngoài với lý do gì đấy coi như "tuyệt giao" để bà ấy hết nghi ngờ. Ông ấy nghe tao, cho cô "bồ" trẻ ra nước ngoài ... định cư. Thế thôi! Khà...khà...- Tiếng cười đang say của nó có vẻ khoái.

- Còn ông to về hưu, cho mày phong bì đô la?

- Hồi ông ấy đương chức, tuổi sắp hưu, đến nhờ xem hậu vận. Tao phán ngay, sau ngày về hưu ông rất cô đơn, con ông sẽ bị người ta "diệt", những việc làm mưa móc cho các "đệ" thân tín, sẽ bị các chính các"đệ" thân tín của ông phản... Không những thế, có khả năng ông bị cảnh cáo, kỷ luật không chừng khởi tố, ra toà. Ông "ấy" quát tao, nói bậy! Bây giờ thì y như rằng. Khà...khà... - Nó cười

- Mày tài! - Tôi lại khen.

- Tài cái con c...! Nghe tao nói đây - Lại tợp xong hớp rượu, nó nói - Ông ấy, tao biết, bằng mọi cách đưa thằng con bất tài lên chức, ông về hưu, dứt khoát người ta sẽ loại thằng con ông ấy, không cách này, thì cách khác. Ai chịu để một thằng tài cán như thế làm lãnh đạo! Tao cho người thăm dò, còn biết, ông ấy "ăn" rất "dày", không từ thủ đoạn nào, nhiều đứa ghét. Khi ông ấy đương chức, họ nín nhịn, lúc ông ấy về hưu sẽ tố cáo. Đã thế, lúc còn chức, ông ấy sử dụng toàn những thằng "nịnh", "dốt"... Lũ ấy chỉ có phản chủ, trung thành gì! Mày ăn nói giỏi như tao thì có khi "bói" thần còn hơn tao ấy chứ!

Nó lại cười khà ...khà...

Nó đang say, nói.

Nhưng tôi tin nó nói thật, rất tỉnh!

Hội An 5/2001

ĐIÊN TIẾT

Cứ cuối năm gần tết, thì mấy "con nạ dòng", thâm tâm bà vẫn gọi bọn này như vậy, là phu nhân các ông đương chức của những chức rất "to" hay tụ họp lại ở một nhà hàng rất sang trọng trong thành phố. Cuộc gặp mặt gọi là "lễ cuối năm" để "chúc cuộc sống thịnh vượng, làm ăn phát đạt". Trong cuộc tụ họp đó, bao giờ chúng nó cũng mời bằng được bà, bà phải có mặt để: "chúng em tự hào một bà chị có một đức ông chồng làm tấm gương mẫu mực cho chồng chúng em noi theo "như con trưởng nhóm thường tuyên bố.

Chúng nó nói là vậy, kỳ thực tụ họp là đến để khoe của. Con thì diện áo đầm cỡ vài nghìn đô, con thì đeo ở cổ dây chuyền có giá... mà tiền đô có xếp cũng "không đếm được", con thì xách túi xách, thế giới chỉ có vài chiếc... Cả bọn quây tròn xung quanh bàn tiệc trưng ra rồi vui vẻ nói cười rôm rả ngất trời.

Nhưng năm nay, trong cuộc tụ họp này bà lại thấy không khí có vẻ khang khác. Chúng vẫn ăn mặc diêm dúa, thậm chí còn hơn mọi năm, bàn tiệc vẫn ề hề đồ ăn, thức uống đắt tiền, nhưng không khí có vẻ trầm lắng, không rôm rả, thiếu vắng hẳn tiếng cười.

Không khí buổi tiệc như vậy làm bà hơi ngạc nhiên, ngạc nhiên hơn chưa kịp đặt mông xuống ghế, một con ngồi cạnh đã hỏi ngay:

- Chị ơi, chuyện của em vừa rồi, anh nhà có ý kiến gì không? Ông xã của em lo quá!

Bà nhìn nó, rồi so sánh với mình, tự nhiên phát ghét. Nó chỉ được dáng cao ráo, làn da đẹp, nét mặt xinh. Đó chỉ là bề ngoài nhờ thẩm mỹ, ai chẳng biết nó là thứ "nạ dòng", hai, ba lần bỏ chồng, chuyện ngoại tình chứ hay ho gì mà thằng ấy lại "bập" vào. Lại nữa, con này "tầng" văn hóa thấp hết chỗ nói. Mới bám hơi chồng có chức "to" đã lên mặt. Đi đâu cũng bắt "cơm bưng, nước rót", kẻ hầu người hạ, thậm chí nó đi một mình ra sân bay cũng yêu cầu xe sang đưa đi, phía trước phải có công an dẫn đường, trông rất chướng! Vừa rồi báo chí lên tiếng phê phán, rồi trên "phây" hùa vào lên án... Chuyện này thành chuyện lớn nói về đạo đức, nhận cách của một số người lãnh đạo. Nghe con này hỏi, bà đã có lời giải vì sao chồng bà, lãnh đạo trực tiếp của chồng mấy đứa này vài hôm gần đây tính tình tự nhiên gắt gỏng, cáu bẳn, bực mình, hết ra, lại vào, cơm chẳng buồn ăn, bà hỏi cũng không nói. Thậm chí có lúc bà hỏi gắt quá, chồng của bà quát lên:

- Chuyện của tôi bà biết gì mà hỏi?

Hóa ra là do nguyên nhân này khiến chồng bà bực tức, gắt gỏng. Nghe nó hỏi, bà cũng thấy tức giận thay chồng. Kìm cơn nóng, bà trả lời nó, giọng nhấp nhẳng:

- Mấy hôm nay, vì những chuyện như thế này làm hoen ố hình ảnh người lãnh đạo trước dân, ông xã tôi bực lắm, đến bây giờ vẫn còn bực - Bà còn nói thêm làm cho nó sợ - Tôi nghe đâu, sắp tới họp Thường vụ, chồng tôi sẽ yêu cầu chú ấy giải trình chuyện của cô đấy. Đúng là ... vợ làm hại chồng !

Nghe bà nói vậy, con này có vẻ hoảng sợ, nói lắp bắp:

- Thôi chết em rồi, làm thế nào đây chị! Anh ấy mà bị kỷ luật chắc em cũng khổ... Nhờ chị nói với anh ấy tha cho chồng em... - Nó khóc tấm tức.

Lại một con khác chạy đến nắm tay bà:

- Chị có nghe anh ấy nói gì về chuyện của em không ?

- Chuyện của cô làm sao?

Nó nhìn bà, rồi vội cúi xuống, nói lý nhí:

- Em dại... nói không hay... làm mất uy tín chồng của em...nghĩa là ....

- Nghĩa là thế nào ?

- Trong một cuộc trò chuyện được quay trực tiếp phát trên truyền hình , em nói với phóng viên đang phỏng vấn em, là em nên vợ chồng không phải vì anh ấy có chức "to" mà vì anh ấy đối xử với em bằng tình cảm rất chân thành, nhất là anh ấy có đạo đức rất đẹp của một người cộng sản chân chính, cuộc sống liêm khiết, gia tài không có gì ngoài một căn hộ ở chung cư...

- Nói như vậy thì làm sao lại mất uy tín chồng của cô?

- Chị có biết không? - Nó mếu máo - Nghe em nói vậy , bọn phóng viên báo chí, nhất là bọn "phây", chúng nó mới moi ở đâu ra, chồng của em không phải như thế. Chồng của em, sau khi bỏ vợ trước để lấy em, hiện tại gia sản có mấy biệt thự, thậm chí còn có cả tài khoản nước ngoài, đang có ý định sau về hưu sẽ đinh cư ở nước H... vì anh ấy đã có thẻ xanh rồi. Thậm chí chúng nó còn mọi được những đơn tố cáo chồng em tham ô, hủ hoá, dùng thủ đoạn xấu để chiếm đất của dân rất vô đạo đức. thậm chí dùng tiền chạy chức, chạy quyền hồi còn làm chủ tịch tỉnh.

Nghe con này vậy, bà rất khinh bỉ, nghĩ trong đầu: "Cho mày chết, ai bảo vênh váo , lúc nào cũng khoe những cái không có, nói thế khác nào tự "vạch áo cho người xem lưng". Làm vợ phải biết giữ uy tín cho chồng chứ! Chồng hỏng là do vợ, chúng nó không thể nào học bà được.". Bà thầm tự hào.

Để giữ uy tín cho chồng được dư luận đánh giá là một người lãnh đạo: " Thông minh, có bản lĩnh đặc biệt đạo đức rất liêm khiết trong sạch". Nên trong gia đình đến ngoài xã hội gia đình bà cố giữ hình ảnh này cho chồng. Tài sản, đặc biệt từ vàng đến tiền... bà giữ kín như bưng, không ai có thể biết tài khoản, số lượng có là bao nhiêu. Ra ngoài đường hay tiếp khách, bà luôn ăn vận giản dị, không khoe khoang. Bà ít khi đi với chồng dự tiệc, khai trương, cắt băng khánh thành, đón tiếp quan khách. Bà tránh bọn phóng viên báo chí, đài, ti vi... không phát biểu linh tinh hay có hành động khoe của, giống như bọn này... Thậm chí đi chợ, siêu thị... không ai biết bà là mệnh phụ của một ông to, chức quyền "Khuynh đảo thiên hạ". Chính vì thế mà tình cảm vợ chồng luôn đầm ấm, bà tự hào về ông, ông tự hào về bà, con cái tự hào về bố, mẹ.

Nhưng cũng thực lạ, mấy hôm nay chồng bực mình, đối xử với bà bằng một thái độ khác hẳn mọi hôm, cứ như người bị thua bạc, lúc đờ đẫn, lúc bực mình, lúc quát mắng om sòm với những lý do không đâu. Bà không biết nguyên nhân vì sao? Nếu có hỏi, chồng cũng không nói. Bây giờ qua mấy con này đặt câu hỏi, thì bà đã rõ nguyên nhân. Nguyên nhân chồng bà có thái độ gắt gỏng, bực tức là do mấy con "mất dạy" này. Chúng nó mới nứt mắt, trẻ ranh vớ phải chồng có chức "to" , có của "lớn", ngồi chưa ấm chỗ đã vội khoe của, khoe quyền của chồng làm cho thiên hạ chửi. Việc làm của chúng nó gián tiếp ảnh hưởng đến uy tín chồng vì chồng của bà lãnh đạo trực tiếp chồng của chúng nó. " Chân đau, miệng phải rên", lãnh đạo nào mà không tức giận khi có lính của mình "ăn tàn , phá hại" như thế!!! Chỉ nghĩ như thế bà tức thay chồng, chỉ mặt từng đứa, nói gay gắt:

- Các em phải giữ uy tín cho chồng chứ! Ai lại làm thế bao giờ... Các em có biết, "chồng sang, nhờ vợ hiền" các cụ nói rồi, các em lại không học. Mà chồng của các em nữa, nuông chiều các em quá mức, làm các em hư hỏng. Cứ như chồng của chị, anh ấy nghiêm khắc, không bao giờ cho phép chị làm việc đó, anh ấy còn làm gương cho chị học tập...

Một đứa nghe thấy bà khoe chồng như vậy, nó mếu máo:

- Giá như chồng em được như chồng của chị, "tìm cả Tổng, lục cả Huyện" mới có một người. Đằng này... chồng em còn khuyến khích, tạo điều kiện chứ có phải em muốn như thế đâu. Em ra sân bay về nhà, anh ấy lấy xe công đưa rước có xe công an dẫn đường, hú còi như anh ấy nói với em: " Vợ của anh phải như vậy mới xứng!".

Nghe vậy, bà lắc đầu, chồng của mấy con này cũng chẳng tốt đẹp gì, "thằng ăn cắp gặp con nạ dòng" lại ngu mới nên nông nỗi. Cho chết! Nghĩ thế bà càng thương chồng, không biết chồng của bà sẽ xử lý chuyện này như thế nào? Mấy hôm nay ông ấy cứ gầy rộc cả người, chỉ vì những chuyện làm đáng xấu hổ của cấp dưới...

... Về đến nhà, bà thấy chồng ngồi im lặng trên ghế, nét mặt trông như người dính nạn, đờ đẫn. Lại gần, bà nói nhẹ nhàng như vỗ về:

- Sao những chuyện như vậy ông lại giấu tôi?

Chồng bà ngạc nhiên, quay lại, thay đổi hẳn thái độ, có vẻ sợ hãi:

- Bà biết rồi ạ!

- Làm sao tôi không biết...

Chồng bà giật mình, hỏi lại:

- Bà biết thế nào?

- Thì đấy! Chuyện mấy con vợ của cấp dưới ông làm bậy. Con thì ra sân bay về nhà, chồng cho sử dụng xe công đưa rước lại còn cho xe công an dẫn đường, hú còi. Con khoe chồng "trong sạch, đạo đức" bị báo chí, dư luận bóc mẽ, lòi mặt chuột có biệt thự vài cái, thẻ xanh, tài khoản nước ngoài... - Bà vỗ về an ủi chồng - Tôi biết, chúng nó làm những việc đó ảnh hưởng đến uy tín của ông, vì ông là lãnh đạo "to", thủ trưởng trực tiếp. Nhưng ông cũng không phải suy nghĩ nặng nề như thế. Đứa nào làm sai, đứa ấy phải chịu, còn ông vẫn là người lãnh đạo uy tín, có đạo đức, một tiếng nói có trọng lượng trước tổ chức và dư luận, không ai có thể nghĩ khác về ông được. Qua buổi nói chuyện hôm nay, vợ mấy thằng đó phục ông lắm, mong ông cứu chồng của chúng nó...

Bà nói vừa xong, chồng bà gầm lên:

- Chuyện của chúng nó không liên quan gì đến tôi. Kệ mẹ chúng nó! Ngu thì chết!

- Thế mấy hôm nay ông có chuyện gì mà trông có vẻ lo lắng, bực bội? - Nghe chồng có thái độ và lời nói như vậy, bà ngạc nhiên.

Chồng bà không nói!

Mà nói thế nào được.

Chồng giấu bà, có quỹ riêng, bị con bồ trẻ lừa lấy mất gần hai triệu đô la, sau đó nó cùng thằng chồng mới cưới "tếch" mẹ ra nước ngoài...

Hội An 4/2018

TRẦN KỲ TRUNG

KHÔNG LÀM NỮA

Cuộc họp đến hồi gay cấn.

Ông tức lắm, tức kinh khủng, tức không để đâu cho hết. Đã dặn cẩn thận còn hơn bố dặn con trước khi đi ra đường đề phòng xe cộ, đủ tất cả phương án, thế mà nó vẫn trốn được. Nhìn mấy thằng ngồi đây như nhìn mấy thằng mặt giặc, làm ăn như con... - Ông rủa thầm rồi quát nhặng lên - Nói với các anh rồi, chúng ta sẽ mời anh ta đến họp khẩn bàn việc tổ chức lại cơ quan theo đúng chỉ thị của trên, không được vắng mặt. Ai làm lộ nội dung cuộc họp này mà anh ta biết, để trốn? Ai! Ai!

Mọi người đưa mắt nhìn nhau...dò hỏi... Từ thằng trưởng phòng tổ chức, thư ký công đoàn, bí thư đoàn cho đến trưởng phòng bảo vệ nhìn ông len lén sợ sệt còn quá "rắn mùng năm". Thằng trưởng phòng bảo vệ nói thẻ thọt:

- Không có ai để lộ đâu anh ạ! Nhưng anh ấy tinh quá cáo, không việc gì trong cơ quan qua được mắt anh ấy, đã vậy lại có lắm mưu mẹo. Em cho người theo dõi sát, ghi chép, chụp ảnh đầy đủ. Mấy giờ thức dậy? mấy giờ tập thể dục? giờ ăn sáng, uống cà phê? Một bước không rời. Có ai ngờ anh ấy hóa trang, đóng kịch quá giỏi. Anh ấy giả làm con gái, đi ra ngoài... còn cho ông giữ nhà ăn mặc quần áo của anh ấy, nên lính em nhầm...

Bí thư chi đoàn thêm lời:

- Anh ấy vào quán caraoke "Chiều Tím" cũng vậy! Vào lúc nào, ra lúc nào, không ai hay. Em ở ngay phòng bên cạnh, rất cảnh giác, thế mà mất dấu. Anh ấy hoạt động y như ...tình báo chuyên nghiệp...

Đã vậy thằng trưởng phòng tổ chức nói cứ như "đổ thêm dầu vào lửa":

- Trước khi trốn anh ta còn đến phòng của em lấy mất mấy tài liệu gốc về hồ sơ, nhất là tài liệu có liên quan đến một ông "to" trên tỉnh. Mất tài liệu này cũng khó nói ông "to" kia mà anh ấy lại có cái để phòng thân, quật lại chúng ta, nếu bị bắt...

Càng nghe mấy người nói, ông càng tức. Ông đập bàn, quát:

- Các anh để nó mất dấu, tôi kỷ luật tất cả, hạ ngay bậc lương. Tiếp theo, tôi cho tiến hành đại hội công nhân viên chức bất thường, yêu cầu giơ tay biểu quyết cho các anh "nghỉ" ngay mọi chức vụ. Các anh biết không? - Ông nhìn xoáy vào mọi người rồi nhấn mạnh - Nó là thằng phá hoại, dư luận đồn ầm lên, giờ mới lộ chân tướng. Trước khi giao cho công an, chúng ta phải xử lý nội bộ trước đã, nếu như nó thành thực nhận khuyết điểm, đền bù thiệt hại...và nhất là xin lỗi vì làm mất uy tín của ban giám đốc cũng như cá nhân tôi, thì mọi việc sẽ xử lý nhẹ nhàn. Còn nó bướng, không chịu nhận, tôi sẽ có biện pháp trừng trị nghiêm khắc... - Suy nghĩ một lúc, ông nói nhỏ lại - Còn một điều nữa, đây là tôi nói nội bộ của chúng ta nghe, ngoài tài liệu anh ta lấy ở phòng tổ chức liên quan đến ông "to" kia, phải xem anh ấy có những tài liệu hoặc băng vedio nào thuộc "tuyệt mật" của cơ quan ta, chúng ta cần thiết thu hồi lại, trước khi giao anh ta cho công an... Đó mới là điều quan trọng.

Nghe ông nói vậy, mấy người ngồi nghe "rúm tứ túc". Ông thì bồ bịch, ông lấy quán caraoke là " phòng làm việc", ông lại ăn tiền những người đi xin việc... tội lỗi còn nhiều hơn lỗ chân lông. Lộ ra, chỉ có nước tất cả "đi ăn mày"...

Ông nói như ra chỉ thị:

- Tôi đồ rằng, anh ấy chạy chưa xa đâu, vẫn lẩn quẩn trong thành phố này. Ngay trong ngày hôm nay, các anh cho lính phải tìm bằng được anh ấy, đến những chỗ anh ấy vẫn hay đến, vì anh ta "nghiện" nhậu, caraoke, nhà nghỉ... cứ mấy chỗ ấy mà tìm. Còn nhà con bồ của anh ta...

- Anh ta có bồ ? - Một người hỏi lại.

- Có chứ! Thời này ai có chức là y như rằng...có bồ ... - Biết lỡ lời, ông chữa thẹn - À! tôi nghe mấy người nói thế, địa chỉ...

Mấy người cặm cúi ghi vội địa chỉ mà ông cho biết. Ông nói tiếp, nhấn thật mạnh:

- Tôi nhắc lại! Ngay ngày hôm nay các anh phải tìm bằng được anh ta. Không tìm được, không xong với tôi...

Vừa lúc đó, ông có điện thoại.

Ông chăm chú lắng nghe và trả lời:

- Ai đấy... được rồi... được rồi, tôi sẽ đi ra ngoài...

Ông dừng điện thoại, nói với mọi người:

- Tôi ra ngoài nghe điện thoại. Các anh ngồi đây bàn kỹ đi... bằng mọi giá phải tìm cho ra anh ấy trong ngày hôm nay...

Ông đi vội ra ngoài.

Vừa vắng ông, trong phòng lập tức ồn ào như cái chợ:

- Bắt thế chó nào được, thằng này thành tinh rồi. "Tôn ngộ không" có bảy mươi hai phép thần thông cũng gọi nó bằng "cụ".

- Ai tìm được địa chỉ nó trốn, tôi gọi ngay là "bố".

- Thế... chịu à!

- Ông ấy đã nói thế, mấy người chúng ta chuẩn bị... về nhà tìm gà mà đuổi!

Mọi người chán nản, buồn rũ rượi, mặt như đưa đám.

Một lúc sau

...Cửa mở, ông bước vào, lại nhìn mọi người.

Điều mọi người ngạc nhiên là giọng ông tự nhiên hạ xuống, nét mặt không còn cau có, ánh mắt cam chịu:

- Thế này nhé! Chuyện anh ấy trốn, tất cả chúng ta không phải chịu trách nhiệm, không ai phải lo nữa, ai lại vào việc nấy, bình thường như mọi ngày... không bàn tán, bận tâm về chuyện này nữa...

...

- Chuyện này để công an lo, nếu như họ quan tâm. Còn họ không quan tâm thì thôi. Cuộc họp chúng ta giải tán...

Mọi người thở phào. Nhưng, họ rất muốn biết vì sao ông lại thay đổi nhanh, quay ngoắt sự việc một trăm tám mươi độ như vậy?

Nếu ai hỏi, ông không dám trả lời!

Ông nhận được cú điện thoại...

- Ông đang họp bàn chuyện xử lý ông... phải không? ... Ông nên ra ngoài, tôi sẽ nói với ông một việc quan trọng...

Ông đi ra ngoài. Từ đầu máy điện thoại bên kia, người cầm máy điện thoại cho biết:

- Ông lắng nghe đây. Tôi chuyển máy cho ông... người mà ông đang truy tìm. Ông ta sẽ nói chuyện với ông.

Và trong máy điện thoại của ông, giọng anh ta rành rọt:

- Nếu ông cứ cho người quyết bắt tôi. Tôi nói cho báo chí, các phương tiện truyền thông biết, tôi đang có trong tay rất nhiều tài liệu gốc là bằng chứng tội lỗi của ông, cho dù ông cố tình giấu. Ảnh chụp ông ăn chơi trác táng ở nước ngoài. Ảnh ông chụp chung với bồ và con riêng ở...! Mấy cuốn sổ đỏ Vila đứng tên ông ở... cũng có ảnh chụp, rất nét. Nguồn tiền để ông có những vila này, tôi biết rất rõ. Nếu Ông để cho tôi đi an toàn thì việc của ông không bị lộ. Còn không phải thế "chúa chết trạng cũng băng hà". Ông chọn đi...

Hoá ra, điều ông sợ đã thành sự thật...

\-------------

Hội An 4/2019

GIẢM BIÊN CHẾ!

Trước thực trạng nhiều Sở, lắm phòng, ban dôi người, ít việc... Thường vụ Tỉnh ủy thực hiện ý kiến của trên sẽ chỉ đạo xóa, sát nhập, giảm biên chế một số Sở...

Việc này rất " KHẨN", cần thực hiện ngay.

Ông Giám đốc Sở Kinh tế vội tổ chức cuộc họp khẩn với gần hai mươi ông trưởng phòng , ban để phổ biến ý kiến chỉ đạo này.

Cuộc họp diễn ra trong không khí vô cùng căng thẳng.

Giảm phòng nào? Ban nào? Ai sẽ bị giảm?

Ông giám đốc Sở Kinh tế chủ tọa cuộc họp, nhìn mọi người, cố nói thật nhẹ nhàng:

- Các đồng chí phải coi việc này là bình thường. Hiện Sở của chúng ta có gần hai mươi phòng, ban. Có phòng, ban có một trưởng , ba phó mà chỉ có một nhân viên, làm việc thì chồng chéo.Chỉ riêng tiền trà thuốc, tiền tiếp khách, tiền sách báo, chưa nói đến lương, đã ngốn ngân sách khủng khiếp. Bây giờ để dễ giải quyết, tôi đề nghị các đồng chí trưởng phòng, ban tự đề xuất, xem nên giảm biên chế ,bỏ phòng nào? Ban nào?

Mới chỉ mới nghe ông giám đốc Sở Kinh tế nói đến đó thôi mà mặt ông trưởng phòng nào, ban nào cũng nổi hết gân xanh, gân vàng, tay vội thủ thế giấu dưới gầm bàn, mắt nhìn nhau cảnh giác còn quá mấy anh bộ đội biên phòng núp trong bụi rình bọn buôn lậu ma túy.

Vì thế không khí phòng họp dù có điều hòa, cấm hút thuốc lá mà vẫn ngột ngạt khó chịu. Thấy không ai phát biểu ý kiến, ông Giám đốc Sở Kinh tế chỉ định:

- Đồng chí Trưởng phòng, phòng Kinh doanh phát biểu đi!

Trưởng phòng kinh doanh là một thanh niên, khuôn mặt trông không hiền từ, mắt nhìn gian gian, liếc nhanh đến ông Trưởng phòng Kế hoạch và Lao động - Tiền lương, nói nhanh:

- Theo ý kiến tôi, nên bỏ phòng Kế hoạch và Lao đông - tiền lương. Tôi làm kinh doanh, rất biết, như thu mua tinh dầu, lúc có, lúc không, lúc giá lên, lúc giá xuống theo quy luật cung cầu của thị trường, cần gì phải có kế hoạch. Chức năng Lao động - Tiền lương của phòng này tồn tại, lại càng vô bổ. Vì bây giờ tôi trả tiền theo định mức, làm nhiều hưởng nhiều, làm ít, hưởng ít. Ở đó mà lương, lương chết đói... Ông Trưởng phòng này, cùng nhân viên có việc gì làm đâu, mấy lần tôi đi qua, toàn thấy chúi mũi vào máy vi tính chơi "gem" hoặc ngồi nhổ râu, tán vặt...!

Chỉ nghe đến thế, ông Trưởng phòng Kế hoạch - Lao động tiền lương đứng lên chỉ thẳng vào mặt tay thanh niên Trưởng phòng Kinh doanh:

- Anh đừng cậy bố anh là phó chủ tịch tỉnh mà hỗn với chúng tôi. Nếu tinh giảm hay xóa phòng thì nên xóa cái phòng của anh. Kinh doanh gì mà mua một, nói mười, toàn lỗ, làm thì láo, báo cáo thì hay. Bao nhiêu lô tinh dầu anh đi khai thác chuẩn bị xuất khẩu bị người ta trả về vì chất lượng xấu. Nguyên nhân ai cũng thấy, do trình độ của anh quá dốt, không biết giám định, chưa kể ăn cắp tham ô...

Tay thanh niên Trưởng phòng Kinh doanh cười khẩy:

- Đừng... đừng... tôi xin ông đừng nói điều đó ra đây! Trình độ của tôi, các ông coi thường nhưng vẫn có bằng "Tiến sỹ" của một trường Đại học danh tiếng nước ngoài công nhận. Hơn hẳn bằng Đại học tại chức của các ông, toàn bằng "đểu" mua bằng tiền - Trưởng phòng Kinh doanh nhếch mép, nói giọng khinh miệt - "Học đại học" mà chỉ dự buổi khai mạc và buổi bế mạc trao bằng, cũng "tốt nghiệp"!!! viết văn bản sai lỗi chính tả chi chít, thế mà cũng gọi là "thạc sỹ"!!! trình độ các ông hơn, hay tôi hơn...

Nghe vậy ông Trưởng phòng Tổ chức đứng bật dậy, nói đốp vào mặt tay thanh niên Trưởng phòng Kinh doanh:

- Bằng "Tiến sỹ" của anh là bằng giả của một trường đại học "ma" ở nước ngoài, không được ngay chính nước đó công nhận. Anh tưởng bằng "tiến sỹ "đó là oai à! Có cần tôi chỉ ra cho mọi người thấy, anh mua bằng đó bao nhiêu tiền không?

- Này, ông ăn nói cho cẩn thận, bằng "Tiến sỹ" do trường Đại học này cấp, ở Việt Nam không phải chỉ riêng cho tôi, nhiều ông chức rất "to" cũng có. Tôi sẽ cung cấp...

Ông giám đốc Sở Kinh tế vội ngăn lại, không cho tay thanh niênTrưởng phòng Kinh doanh nói tiếp. Vì nếu nó nói ra, biết đâu cũng lộ bằng "Tiến sỹ" của ông!!!:

- Thôi, không bàn chuyện đó ở đây. Các đồng chí trưởng phòng nói lạc đề rồi. Mấy phòng Kinh Doanh, Kế Hoạch - Lao Động, tiền lương... đều quan trọng, có yếu tố quyết định tồn tại của Sở, không thể tinh giảm được. Nên nghĩ về các phòng, ban khác...

Quả thật ông cũng khó nghĩ. Mấy phòng, ban đó, ông đều bố trí người nhà mình vào những vị trí quan trọng để phòng khi ông về hưu có người kế cận thân tín. Đấy, như Ban thi đua - khen thưởng, tưởng không quan trọng, nhưng hoá ra ... rất quan trọng. Thời buổi này ai cũng cần giấy khen, bằng khen... lớn hơn là cả huân, huy chương, danh hiệu "anh hùng lao động", không có trưởng ban này là thằng cháu ruột của ông chạy cửa "trước", chui "cửa sau", rồi đưa bao nhiêu tiền là "vừa" thì làm sao ông có tấm "huân chương lao động hang ba"!!!

Vậy, nên bỏ phòng, ban nào đây!!!

Nghe ông Giám đốc gợi ý, không khí trong phòng có dịu một chút. Nhưng ... y như phút giao thời giữa cơn bão, không khí trong phòng có dễ thở được vài giây rồi nóng "hừng hực" trở lại, khi các trưởng phòng không phải mấy phòng, ban trên, đứng lên tố cáo các thủ đoan tham ô, gian xảo lấy của công làm của tư của các phòng, ban khác và đề cao vị trí cần thiết phòng, ban mình trong Sở.

Phòng họp ồn ào, tranh cãi nhau loan sạ, không còn từ xấu nào vả vào "mặt" nhau, chỉ thiếu điều là lao vào nhau để ăn thua đủ.

Ông giám đốc Sở Kinh tế quá bức xúc, quát lớn:

- Im hết! - Sự tĩnh lặng trong phòng họp được vãn hồi sau tiếng quát của ông. Ông giám đốc im lặng nhìn mọi người, rồi nói tiếp - Tôi không ngờ... Bây giờ mới rõ, các anh có "thương yêu nhau" gì đâu!!! Cũng có "đoàn kết phấn đấu vì một đảng bộ mạnh" hay vì một "cơ quan có văn hoá" mà trước đây, khi đại hội đảng bộ, phòng, ban nào cũng khoe. Tất cả đều thối như c...! - Ông giám đốc Sở Kinh tế sổ toẹt rồi hạ giọng yêu cầu - Phòng nào, ban nào cũng quan trọng, vậy sẽ tinh giảm ai! Lúc này rất cần sự "hy sinh" của những người anh hùng, dũng cảm, điều này cứu tất cả chúng ta. Những phòng tình nguyện tinh giảm hay xóa bỏ, tôi sẽ đề nghị phòng Tổ Chức, Lao động - Tiền lương có chính sách thật đặc biệt về phụ cấp, ngoài tiền hưu để bảo đảm cuộc sống... Tôi hứa, nhất định sẽ thực hiện. Nào ! Trưởng phòng, ban nào thấy làm được việc này, hãy đứng lên - Ông giám đốc Sở... kêu gọi.

Mọi người im lặng, lén đưa mắt nhìn người bên cạnh, rồi cúi xuống.

Không có ai đứng lên.

...Cũng vừa lúc đó, cánh cửa phòng họp bật mở, tay thư ký tổng hợp vào rất đường đột, nét mặt có phần hoảng hốt, chìa ngay một tờ giấy ra trước mặt

Giám đốc Sở... nói gấp gáp:

- Báo cáo anh! Nguy rồi! Có ý kiến của Thường vụ Tỉnh qua công văn này, anh đọc cho mọi người nghe đi!

Ông giám đốc Sở Kinh tế vội cầm tờ công văn đóng dấu "Khẩn" ấy đọc lướt qua.

Mặt ông tái dần.

Cả người run lẩy bẩy...

Công văn đó viết:

"...căn cứ vào... xem xét thấy:

Sở Kinh tế có quá nhiều phòng ban trùng lặp với các Sở khác gây lãng phí rất lớn về trụ sở, ngân sách. Đã vậy với chức năng chồng chéo của các phòng, ban gây nên sự mất đoàn kết, tranh giành quyền lợi, có nhiều người sử dụng bằng giả, không trung thực. Với bằng chứng mà nhiều người tố cáo, công an đang chờ lệnh của Viện kiểm sát sẽ khởi tố điều tra về việc này trong thời gian sớm nhất.

Vì vậy, Thường vụ Tỉnh sau cuộc họp thường vụ, thống nhất quyết định xóa và giải thể toàn bộ Ban lãnh đạo Sở Kinh tế cùng các phòng, ban của Sở này để sát nhập với Sở... Mọi cơ sở vật chất của Sở Kinh tế sẽ được Ban thường vụ Tỉnh ủy cử người quản lý tạm thời còn các lãnh đạo phòng, ban của Sở Kinh tế giao lại sổ sách cho người của Ban thường vụ Tỉnh ủy cử xuống. Những trưởng phòng, ban của Sở Kinh tế tạm thời nghỉ trong một thời gian chờ đợi giải quyết chế độ chính sách sau.

Ban giám đốc và các trưởng phòng, ban của Sở Kinh tế chiếu theo công văn này thi hành...".

Hội an 5/2019

SÁT QUẦN CHÚNG

Không thể thay đổi được anh à! Khách sạn còn mỗi phòng này, đúng với yêu cầu của anh. Còn thì...

Bực mình với thằng Trưởng phòng tổng hợp, nhìn cái mặt nó kìa, bóng nhẫy, mắt híp, tai chuột, chim gái thì giỏi, còn tổ chức, như việc bố trí cho mình một phòng trong khách sạn cũng không làm được, ngu như lợn, ông Phú nói gìm giọng:

- Tìm mọi cách đổi cái phòng ấy cho tôi ngay! Không nói nhiều.

Bây giờ lại đến tay Trưởng phòng tổng hợp ngạc nhiên. Ông ấy nói với mình làm thế nào kiếm được một phòng kín đáo, có thể vừa đi thang máy, vừa đi cầu thang bộ, thật tiện lợi!!! Mình thừa biết yêu cầu này của ông ta để làm gì rồi. Tìm được cho "bố" ấy cái phòng đúng yêu cầu đó, buổi sáng vào xem, đã hỉ hả, vui thế, ấy vậy chiều nay lại đòi đổi. Thế là thế nào? Tay Trưởng phòng tổng hợp gãi đầu, gãi tai:

- Khó quá anh ạ ! Khách sạn hết phòng rồi. Anh tính hội nghị có gần năm trăm đại biểu, bố trí kín từng phòng một. Kiếm đâu ra cho anh một phòng riêng bây giờ? Mà lúc sáng em dẫn anh đến xem phòng, anh đồng ý rồi cơ mà!

Nó nói với ông thế đấy! Nói chuyện với con lợn còn dễ hơn nói chuyện với một thằng " ngu" như thằng này. Đúng là buổi sáng đến xem phòng nó bố trí, ông thấy được. Kín đáo, ấm cúng, đi lại tránh được nhiều người, chính con "bồ" của ông đến xem cũng khen: "Anh có thằng" đệ "rất thông minh. Tìm được cái phòng này em thấy thật tuyệt!". Nhưng đến chiều, điều ông không thể tưởng, là sếp "lớn" tự nhiên "đột nhập" vào phòng của ông, rồi sếp "lớn" đi lại cửa sổ nhìn xuống, rồi quay lại nói một câu làm ông giật mình:

- Kinh nhể! Ông ở cao mà sang gớm! Hơn tôi đấy.

Nói xong sếp "lớn" vội đi ra khỏi phòng, không nói thêm một tiếng nào Thái độ của sếp "lớn" như thế làm ông Phú ngạc nhiên. Mà ông ngạc nhiên nhất là câu nói vừa rồi của sếp "lớn". Sếp "lớn" nói như thế là có ý gì? Sếp "lớn" mới về, ông Phú đang để ý thăm dò tâm tính, từ lời ăn tiếng nói, cả yêu, ghét của sếp "lớn" để biết cách lấy lòng. Buổi ban đầu làm sếp "lớn" ghét, thì con đường công danh của ông "mạt" thành nhỡn tiền. Nên thế, nhân có một hội nghị quan trọng trong thành phố du lịch gần biển ở miền trung, ông Phú yêu cầu Thằng Trưởng phòng tổng hợp phải tìm cho được một phòng sang trọng đầy đủ tiện nghi nhất trong khách sạn cho sếp "lớn". Thằng này đi tiền trạm rồi báo cáo về, đã tìm được phòng như vậy trong khách sạn. Riêng ông Phú, ở phòng tiêu chuẩn thấp hơn, sát với sếp "lớn", kín đáo, thuận lợi cho cả việc chung, việc riêng, đúng với yêu cầu của ông. Buổi sáng, trước khi khai mạc hội nghị, ông Phú trực tiếp quan sát phòng của mình tá túc, rồi đến kiểm tra phòng của sếp "lớn" ở, ông rất bằng lòng. Khép cửa phòng của sếp "lớn," ông Phú bước ra ngoài xoa tay, khoan khoái, mơ màng buổi tối này, sau cuộc họp trù bị sẽ gặp "bồ" ... Thế mà chiều nay, sếp "lớn" đột ngột vào phòng có thái độ và nói câu nói đó làm ông Phú lo lắng. Vì sao ông ấy lại nói như thế nhỉ? Ông Phú nhíu mày suy nghĩ, suy nghĩ căng thẳng. Một câu hỏi quanh quẩn trong đầu: " Phải có nguyên nhân gì ông ấy mới nói "mình hơn ông ấy"? Hay là ông ấy muốn ám chỉ mình muốn chơi trội? Hay là... Đầu óc ông Phú quay cuồng, nhiều câu hỏi bật ra, mà những lời giải đáp ông Phú đều thấy không thỏa đáng. Thế là thế nào ? Những câu hỏi như thế cứ lởn vởn, xoay ngang, xoay dọc trong đầu ... Quá chán nản, buồn bã mệt mỏi ông Phú mở cửa phòng ra đứng cạnh thành lan can tầng ba, cúi xuống... Bất chợt! Ông Phú phát hiện ra, mình đang đứng ở "trên đầu" sếp "lớn", nghĩa là ông ở tầng ba, còn sếp "lớn" ở tầng hai. Thế có chết không cơ chứ! Hèn chi sếp "lớn" mới nói câu ấy. "Mình cứ ở tầng ba, rồi tắm, rồi đi vệ sinh, tâm sự, ngủ với "bồ"... tất tần tật ... hóa ra mình đang làm điều ấy trên đầu sếp "lớn"! Sếp lớn phát hiện ra, nói câu đó, ngầm báo cho ông biết, "nhẹ" thì cảnh cáo, còn "nặng" là mất chức." Ông Phú hoảng, hết nhìn xuống, lại nhìn ngang, tự trách: "Có mỗi một việc đơn giản, quá đơn giản mà mình không để ý. Ngu thậm tệ! Cứ nghĩ chuyện tối nay "vui" với bồ đầu óc lú lẫn chẳng để ý điều gì. Cũng còn may là đột ngột sếp "lớn" lên, buộc miệng nói ra điều đang suy nghĩ để mình nghĩ cách đối phó. Chứ sếp "lớn" cứ im lặng quan sát, dò xét...". Nghĩ thế thôi, trán của ông Phú lấm tấm mồ hôi. Phải có cách đối phó ngay, đối phó để sếp "lớn" không đánh giá sai mình. Điều đầu tiên, ông Phú nghĩ, mình phải gặp trực tiếp sếp "lớn" để nói việc này. Nghĩa là khách sạn chỉ bố trí phòng VIP chỉ ở tầng hai, chứ không phải ông cố tình ở tầng ba, "trên đầu sếp". Điều thứ hai, cũng thông báo cho sếp biết ông sẽ đổi phòng, ở tầng một hoặc ở khách sạn khác, chứ tuyệt nhiên không bao giờ, làm bất cứ điều gì trên đầu sếp "lớn", mong sếp "lớn" tha lỗi. Khi đi xuống tầng hai dự kiến hiện diện sếp" lớn" với những lời xin lỗi chân thành, thì lại một tin nữa làm ông Phú bị choáng. Sếp "lớn" đã chuyển phòng, xuống tầng một, ở một phòng bình thường trong khách sạn!

Như vậy, chuyện không còn đơn giản, nếu ông Phú cứ trú ngụ trong phòng ở tầng ba chậm một tiếng, lỗi ghi thêm một tiếng, chậm hai tiếng, lỗi nhân đôi, chậm... lỗi sẽ "cấp số nhân". Mới có thế thôi, mà sếp "lớn" đã đổi phòng... không chậm trễ nữa, ông Phú cũng phải đổi phòng.

... Thằng Trưởng phòng tổng hợp, trước yêu cầu đột xuất của ông Phú, nó chạy đôn, chạy đáo, cuống cẳng khắp khách sạn, một lúc sau về gặp ông, thở không ra hơi:

- Bí quá anh ạ! Phòng đơn trong khách sạn không còn...- Chợt mắt nó sáng lên - Hay là... Anh đi theo em, ở tạm phòng này... qua đêm, ngày mai em sẽ tìm cho anh phòng khác...

- Phòng nào?

- Phòng nội bộ trong khách sạn dành cho lái xe, bảo vệ ... còn trống một, hai giường - Nó nói thăm dò - Anh vào ở tạm với mấy anh lái xe, văn thư... Anh ở có một đêm thôi...

Ông Phú bực ra mặt, toan chửi thằng Trưởng phòng tổng hợp một câu cho hạ cơn hỏa. Nó lại coi ông ngang hàng, phải lứa với mấy đứa lái xe, bảo vệ... Ông mà ngủ chung với mấy thằng đó có khác nào xếp " Công ngủ chung với quạ". Nhưng... lúc này làm to chuyện, ông Phú hiểu, chẳng hay ho gì, nếu mọi người biết, rồi sếp "lớn" biết. Ông Phú cố nén, nói gằn từng chữ:

- Tôi như thế này mà anh lại bảo tôi ở với những lái xe, bảo vệ!!! Hơn nữa, chỗ ở đông người như thế, làm sao tôi làm việc!!! Anh cố gắng một lần nữa, tìm cho tôi một phòng riêng trong khách sạn, kín đáo, sạch sẽ, sang trọng càng tốt nhưng phải ở tầng một... chín giờ tối nay anh báo cho tôi biết. Cố gắng tìm bằng được, anh hiểu ý tôi chứ? Phải tìm bằng được, không tìm được, anh không xong với tôi.

Thằng Trưởng phòng tổng hợp nhăn mặt, miễn cưỡng gật đầu rồi lại bương bả chạy đi.

... Ông Phú bước vào phòng tập thể dành riêng cho bảo vệ, lái xe, nấu ăn.... Ông Phú nhìn bao quát, một cái phòng bừa bộn, bẩn thỉu hôi mù như thế này mà thằng trưởng phòng tổng hợp bắt ông ở. Nằm trên tấm đệm phủ một miếng vải rộng loang lổ màu vàng bẩn như thế kia, đối với ông Phú, quả là cực hình chưa từng gặp. Đấy là chưa nói ở tập thể như thế này, làm sao ông có thể gặp, tâm sự với "bồ"!!! Tối nay, nếu thằng Trưởng phòng tổng hợp không kiếm ra một phòng sang trọng trong khách sạn này mà bắt ông nằm cạnh mấy tay lái xe, bảo vệ, nấu ăn... nó sẽ chết với ông.

Mấy tay lái xe, bảo vệ... ăn mặc không thể đơn giản hơn, quần đùi, may ô, phơi bụng đang chơi bài "tiến lên", thấy ông Phú vào, chúng đứng dậy lúng túng chào, ông Phú không buồn đáp lại. Thấy thái độ của ông như vậy, chúng liền đưa mắt ra ám hiệu, lắc đầu không hiểu chuyện gì đang xảy ra, rồi từng thằng... từng thằng một... nhón chân, len lén đi ra ngoài...

Trong phòng còn mỗi một mình ông Phú. Ông toan ngồi xuống giường thì tiếng chuông điện thoại di động réo lên. Trên màn hình chiếc điện thoại hiện lên số điện thoại của "bồ". Điên tiết, ông Phú bấm nút tắt, không thèm nghe máy. Một lúc sau, chuông điện thoại lại đổ... Ông Phú nhìn, vẫn số lúc này. Ông Phú bấm ngay nút tắt. lúc này còn hẹn hò cái gì! Chơi cái gì! Ông Phú đâu còn tâm trí mà "buôn" chuyện với "bồ". Ông Phú ngả người xuống giường, nhưng thấy tấm ga bẩn quá, ông lại ngồi dậy, tự mắng mình:" Chỉ chịu khó để ý một chút là mình không phải lâm vào tình trạng khốn khổ thế này. Không có cái dại nào giống cái dại nào! Làm sao một người như mình lại ở " trên đầu" của ông ấy! Ông ấy phải tức với mức độ ghê gớm như thế nào mới chuyển phòng đường đột thế! Mình quá sai lầm, sai lầm một cách tai hại."

Lại có tiếng chuông điện thoại reo. Ông Phú bực mình toan tắt. Chợt ánh mắt ông sững lại, trên màn hình điện thoại hiện lên số điện thoại của sếp "lớn". Ông Phú cầm điện thoại mà mấy ngón tay và cả thân cứ run không giữ lại được, giọng không còn bình tĩnh nữa:

- Dạ! Thưa anh... em là Phú đây... dạ, em xin nghe...

Tiếng sếp "lớn" vang rành rọt trong máy:

- Tôi định đi gặp anh, gặp anh Trưởng phòng tổng hợp, được nghe anh ấy báo cáo, là anh đang ở phòng của mấy anh em bảo vệ, lái xe... phải không?

Giọng ông Phú cố giữ thật bình thường:

- Dạ!

- Sao anh lại ở đấy?

- Em ... dự định... chuyển phòng... không ở tầng ba vì ...vì....

- Vì sao? - Sếp "lớn" hỏi, ông Phú chưa kịp trả lời thì nghe thấy tiếng sếp "lớn" nói: - À! Tôi hiểu rồi... anh không muốn ở tầng ba, xa rời quần chúng, nên chuyển xuống phòng nội bộ ở với anh em lái xe, bảo vệ, cho sát quần chúng. Đúng không ? - Rồi sếp "lớn" giải thích cho ông Phú hiểu - Tôi sợ độ cao, không thể ở tầng hai, hơn nữa mới chuyển về cơ quan, mình không nên quan cách, phải có tác phong giản dị nên tôi chuyển xuống tầng một, ở phòng khách sạn bình thường, gần anh em. Tưởng một mình tôi có suy nghĩ, hành động như vậy, không ngờ! Anh cũng có suy nghĩ, hành động giống tôi, lại còn hơn tôi là ở chung với anh em lái xe, bảo vệ... Tốt lắm!

Nghe sếp "lớn" nói như vậy, ông Phú sững sờ, như không tin vào tai mình, thở ra nhè nhẹ, có cảm giác trên hai vai đã trút đi một gánh nặng nghìn cân. Một bầu trời đêm trước mặt, bỗng như sáng bừng trước mặt ông. Điều ông Phú vừa nghe, cứ như vừa trong giấc mơ bước ra, ôm lấy ông hôn hít... Cảm giác sướng lâng lâng, lúc này ông Phú không thể diễn tả được.

Vừa lúc đó, tay Trưởng phòng tổng hợp chạy vào, nói hồ hởi:

- Báo cáo anh! May quá, tôi đã tìm ra được một phòng trong khách sạn này, đúng yêu cầu của anh, sang trọng, sạch sẽ, kín đáo, ở ngay tầng một...

Ông Phú liền phẩy tay, nói dõng dạc, dứt khoát:

- Không cần tìm nữa, tôi ở đây... ở cho hết đợt hội nghị này...

Đến lượt tay Trưởng phòng tổng hợp ngạc nhiên:

- Sao thế ạ! Vừa lúc nãy anh nói với tôi... Bây giờ anh lại thay đổi ý kiến, ở lại đây?

Ông Phú trợn mắt:

- Tôi ở lại đây cho sát quần chúng! Anh hiểu chưa?

\-------------

Hội An 2/2018

BẰNG MỚI

Tham xây gần xong cái biệt thự thì hết tiền, bực không thể tả. Giờ kiếm đâu ra năm trăm triệu đồng để hoàn thiện!!! Tham vò đầu bứt tai, mặt nhăn nhó còn quá khỉ ăn mắm tôm, quát vợ, quát con nhặng cả lên. Thì vừa lúc có điện thoại của Viện trưởng:

- Anh lên ngay phòng tôi có việc gấp!

- Có việc gì không,anh?

- Có việc, anh cứ lên đây, lên gấp! Có việc tôi cần trao đổi riêng với anh. Lên ngay nhé!

...Không biết có việc gì mà ông ấy gọi gấp thế? - Vừa đi, Tham vừa nghĩ - Hay là việc bán mấy chục luận văn Thạc sỹ, Tiến sỹ bị lộ? Hay chuyện đút lót Hội đồng phản biện cho mấy học viên bảo vệ luận án Thạc sỹ, Tiến sỹ đỗ loại xuất sắc lọt ra ngoài? Hay là ... Trong đầu Tham đặt ra bao nhiêu câu hỏi mà chỉ mong không phải đáp án mà Tham nghĩ.

Đến phòng Viện trưởng, Viện trưởng yêu cầu Tham vào việc ngay:

- Tôi được biết, hiện những đề tài cho Học viên làm luận án Thạc sỹ, Tiến sỹ còn rất ít phải không?

Tưởng Viện trưởng hỏi chuyện kia, chứ chuyện này, trên cương vị Trưởng phòng "Nghiên cứu khoa học" trả lời được, Tham nói rất thực:

- Báo cáo Viện trưởng, rất đúng! Viện của chúng ta đã cạn đề tài giao cho các Học viên làm luận án. Tôi cũng thấy khó việc này. Quả thực lúc này không biết nghĩ ra đề tài gì để giao cho Học viên. Mà không có đề tài thì... - Tham lúng túng, bỏ giở câu nói.

Viện trưởng nhìn Tham với ánh mắt khinh thường:

- Tôi không nghĩ, anh là Tiến sỹ, Phó giáo sư, trưởng phòng "Nghiên cứu khoa học" của Viện lại nói câu ấy. Mấy hôm nay anh có theo dõi báo, đài, ti vi... không?

Tham gật đầu:

- Có chứ anh, tôi theo dõi thường xuyên...

- Anh chú ý có tin gì quan trọng nhất lúc này không?

Nghe Viện Trưởng hỏi vậy, tưởng dễ nhưng Tham lại ngập ngừng. Đúng là lúc này hỏi Tham chuyện bóng đá, cầu thủ nào đá hay, "độ" đội nào thắng trong giải ngoại hạng Anh hay Đức? rồi địa điểm du lịch, chỗ nào tốt nhất? Hay giá xe ô tô mùa này do dịch lên hay xuống? Thậm chí quán nào ăn ngon trong thành phố? ...Tham trả lời ngay, không ngại vấp. Chứ Viện trưởng đã hỏi tin gì "quan trọng", tức là tin chính trị, hay xã hội... những tin đó, Tham chịu. Tham không trả lời mà hỏi lại:

- Vậy, theo Viện trưởng lúc này, tin gì là quan trọng?

Viện trưởng đứng dậy thuyết giảng cho Tham nghe:

- Hiện nay tham nhũng đã trở thành một quốc nạn, phá hoại khủng khiếp xã hội, kinh tế nước ta. Đâu đâu cũng tham nhũng, chỗ nào cũng tham nhũng, người dân ca thán quá trời. Chủ trương của đảng và nhà nước ta là chống tham nhũng, chống một cách quyết liệt, triệt để. Đài, báo, ti vi... không ngày nào là không đề cập, kêu gọi toàn dân tham gia chống tham nhũng như chống giặc "nội xâm". Viện của chúng ta không thể đứng ngoài cuộc, phải hết sức ủng hộ việc này... - Giọng Viện trưởng càng nói, càng hùng hồn, càng lôi cuốn.

- Nhưng chuyện chống tham nhũng có dính dáng gì đến phòng "Nghiên cứu khoa học" hay những đề tài nghiên cứu của Viện đâu ạ! - Tham thắc mắc.

- Anh nhầm! Đây là một "đề tài khoa học" cực lớn, lúc này rất cần kíp, rất thiết thực. Chẳng thế khi tôi đề xuất với cấp trên cùng mấy ông "to", ai cũng ủng hộ, coi đây là một trong những "đề tài khoa học "được toàn dân, toàn đảng hoan nghênh, tài chính có cấp tiền để nghiên cứu mà không ai thắc mắc như những lần trước. Anh thấy có sướng không?

- Nhưng đề tài ấy mà làm luận án Thạc sỹ, Tiến sỹ không khéo cả xã hội, họ lại "lêu..lêu... rửa mặt như mèo". Thưa anh! - Tham nói có ý đùa với Viện trưởng, mà cố nín cười.

Viện Trưởng nghe Tham nói vậy, lắc đầu:

- Tôi chịu với suy nghĩ anh, lúc này không phải đùa với những câu nói như thế! Không biết ngày trước Viện nào cấp cho anh bằng Tiến sỹ, rồi "Hội đồng khoa học" nào phong anh là Phó giáo sư. Lẽ ra anh ở chức này phải hết sức tỉnh táo, thông minh, chịu khó quan sát chứ! Anh phát biểu như thế, tôi đánh giá trình độ của anh chỉ là trình độ học sinh ... mới tốt nghiệp phổ thông trung học...

Nghe Viện trưởng nói thế, Tham nghĩ thầm: "Ông cũng có hơn gì tôi, trình độ dốt ai cũng biết, ăn tạp còn hơn lợn đói, bằng cấp toàn đút lót mới có, giờ lại lên mặt...". Viện trưởng không để ý thái độ phản ứng thông qua nét mặt của Tham, vẫn nói tiếp:

- Anh nghe kỹ tôi nói đây! Anh ra thông báo, sắp tới Viện ta sẽ mở ra hàng chục khóa đào tạo Thạc sỹ, Tiến sỹ về bộ môn "Chống tham nhũng" với đủ loại đề tài . Ví dụ: "Nguyên nhân vì sao tham nhũng lớn trong làm đường của ngành giao thông. Hay như: "Những lý do cụ thể dẫn đến tham nhũng trong ngành cảnh sát giao thông và phương pháp khắc phục" . Hoặc là: "Cách ngăn chặn triệt để tệ nạn phong bì"... Nói về đề tài này tôi thấy nhiều, nhiều lắm . Với nguồn đề tài phong phú như hiện này Viện của chúng ta có làm mấy năm không hết. Tôi rất tin, cũng chỉ sau vài năm có hàng ngàn người, nhất là các vị quan chức sẽ có bằng thạc sỹ, tiến sỹ loại này!

Nghe Viện trưởng nói như thế, Tham lờ mờ hiểu ra vấn đề:

- Ý anh nói! Là chúng ta sẽ cho người viết về những đề tài này rồi bán cho quan chức cần bằng... như những lần trước...

Viện trưởng gật gù:

- Anh có vẻ thông minh đột xuất đấy! Rất đúng, rất nhiều ông quan chức đang cần bằng này. Các ông ấy cũng là trùm tham nhũng giống y như mấy ông bộ trưởng bị toà tuyên án vừa rồi, nhưng hiện chưa bị lộ nên rất hiểu, dễ trình bày trước hội đồng khoa học. Điều nữa, có bằng này, các ông ấy dễ lừa những người nhẹ dạ cho rằng các ông ấy "trong sạch" để tham nhũng nhiều hơn . Trước mắt là các ông ấy dễ lấy tiền nhà nước cấp làm luận án vì nhà nước đang hô hào "chống tham nhũng"như tôi nói lúc nãy.

"Giời ạ! Thế mà lúc nãy mình lại nghĩ ông ấy "ngu". Ông Viện trưởng có thể dốt về kiến thức, chứ nghĩ ra cái trò gian manh "moi tiền" của nhà nước thì tinh hơn cáo" - Tham lại nghĩ thầm, trong đầu bắt đầu thầm phục Viện trưởng. Đến khi Viện trưởng nói câu này thì Tham chỉ biết chắp tay, lạy Viện trưởng ba lạy:

- Tôi biết, ông đang thiếu tiền để hoàn thiện biệt thự giống như của tôi, đúng không? Mỗi luận án "chống tham nhũng" ông bán cho các quan chức, bỏ rẻ cũng mười nghìn đô, chưa kể tiền phải "đút" cho Hội đồng "Hướng dẫn", "Phản biện". Ông xem nước ta có bao nhiêu quan đầu tỉnh, đầu ngành... đang cần bằng mới này? Thế là tha hồ Viện ta có tiền. Chỉ thế thôi, tôi và ông xây mấy cái biệt thự mà không được. Về triển khai ngay đi!

Hội An 6/2017

TRẦN KỲ TRUNG

NHÀ VĂN LỚN

Bất ngờ gặp tôi giữa đường, ông kéo bằng được vào một quán cà phê, nói mừng rỡ:

- Vào đây! Vào đây... ngồi với anh một lúc. Anh báo cho em một tin mừng. Toàn bộ hơn một nghìn bản: "Doanh nghiệp - Một trái tim đỏ", anh viết, em biên tập đã tiêu thụ gần hết, chỉ còn vài cuốn để anh làm quà biếu.

Nghe ông nói vậy, tôi ngạc nhiên. Bán sách thời buổi này cực khó, kể cả những tác phẩm văn học hay, thế mà cuốn sách của ông, viết về ba mươi doanh nghiệp vừa nhà nước, vừa tư nhân trong tỉnh... tiêu thụ hết sạch. Tôi biên tập cuốn sách đó, nói thật, văn viết "buồn cười" lắm, nhưng ông là một nhà văn" lớn", như nhiều lần ông tự nhận, lại là hội viên Hội nhà Văn... có chân trong Ban chấp hành Hội Văn học - nghệ thuật tỉnh, rồi có tác phẩm được in trong sách trẻ con học gần đây nên quyển sách được tiền tài trợ của tỉnh và một số doanh nghiệp ông quen biết. Nhà xuất bản tôi in quyển sách này của ông có trả nhuận bút, một chuyện rất khó cho nhiều nhà văn, nhà thơ muốn in sách ở thời buổi này. Nghĩa là với quyển sách "Doanh nghiệp - Một trái tim đỏ", nếu giả sử sách không bán được, ông cũng "ăn đậm" mấy "cửa" liền. Nay lại được ông cho biết, cuốn sách đó đã tiêu thụ gần hết, thế thì tiền ông thu về, có thể nói rất "đã" ...

Ông nói với tôi giọng hồ hởi:

- Em ngạc nhiên phải không? Có gì mà ngạc nhiên. Mỗi doanh nghiệp, anh viết, họ đều nhận sách, mua đúng giá không trừ một phần trăm nào. Có doanh nghiệp mua năm mươi cuốn, có doanh nghiệp còn mua hơn trăm cuốn, phát cho công nhân, làm qùa tặng nhân lễ tổng kết cuối năm. Có đơn vị vì được giới thiệu trang trọng trong cuốn sách còn tổ chức họp báo, sau cuộc họp báo là liên hoan tưng bừng, họ đón anh như đón " ông hoàng", tặng anh một phong bì "dày"...

Nói xong ông cười ha hả, vô tư, thích thú:

-Nhà văn lớn như anh, em thấy có tự hào không?

Tôi nhìn ông, có mừng nhưng nói dè dặt:

-Anh được như thế thì ... tiền nhuận bút, tiền bán sách, tiền tặng thêm của các doanh nghiệp... tiêu đâu cho hết!

Ông nói thật lòng:

- Anh viết hết sức tâm huyết, phải chọn đúng đối tượng để viết, nên "trời" trả công, cũng xứng đáng thôi... Anh còn tin một điều nữa...

- Tin điều gì anh?

- Quyển sách này nhất định sẽ có giải thưởng của Hội văn học - Nghệ thuật... trong năm nay. Tiếng vang lớn như thế cơ mà. Em xem! Đã có quyển sách nào chỉ trong một thời gian ngắn mà tiêu thụ nhanh như thế không! Được bạn đọc đón nhận nồng nhiệt như thế không! - Nét mặt ông có vẻ khoan khoái, hoan hỷ.

- Nhưng ... Làm sao anh lại biết chắc chắn quyển sách sẽ được giải thưởng! - Tôi hỏi câu cuối cùng, cũng muốn tạm biệt ông để xem tình hình ông Nội đang nằm trong bệnh viện như thế nào...

- Mấy người trong ban giám khảo xét giải thưởng là lính của anh, còn anh là trưởng ban giám khảo. Anh tự nhận thấy quyển sách anh viết rất có giá trị từ nội dung, hành văn đến giá trị nghệ thuật hơn hẳn mấy tác phẩm của mấy nhà văn, nhà thơ quèn. Những tác phẩm đó không xứng đáng đứng cạnh tác phẩm của anh. Anh nói họ phải nghe ...- Ông khẳng định .

Rồi thấy tôi cứ nhấp nhổm, muốn đứng dậy, ông hỏi:

- Hình như em có việc bận, muốn đi gấp phải không?

Tôi nói thật lòng:

- Ông Nội em, anh biết tiếng rồi, một lão thành cách mạng, đang ốm nặng, nằm phòng hồi sức - cấp cứu. Em xin lỗi anh, phải vào xem Cụ thế nào còn định...!

Nét mặt ông tự nhiên xịu xuống, trông buồn đến não nùng, giọng chứa chan tình cảm:

- Anh xin lỗi, vì không biết, em nên vào ngay thăm Cụ xem tình hình thế nào! Tội Cụ quá, một lão thành cách mạng, một anh hùng thời kháng chiến chống Mỹ, được thưởng cả huân chương độc lập...

Bàn tay ông run run, mở trong cặp lấy cuốn sách "Doanh nghiệp - Một trái tim đỏ" hý hoáy ký vào trang đầu rồi đưa cho tôi:

- Anh tặng Cụ quyển sách này, em cầm vào cho Cụ đọc để động viên tinh thần Cụ. Anh mong Cụ thật lạc quan vượt qua bệnh tật. Cho anh gửi lời thăm Cụ!

Không nỡ từ chối tôi đành cầm quyển sách của ông định đi, thì ông gọi giật lại:

- Số Tiền nhuận bút của quyển sách ở phòng tài vụ Nhà xuất bản em, anh chưa lĩnh hết. Số tiền còn lại, em nhận hộ rồi gửi cho Cụ. Nhờ em nói với Cụ rằng, số tiền này anh biếu để mong Cụ chóng khỏi bệnh...

Ông lấy mảnh giấy viết ủy quyền cho tôi xuống phòng tài vụ lĩnh số tiền nhuận bút còn lại của ông.

Thực sự tuy không ưa ông nhà văn lớn này lắm nhưng nghe ông nói vậy, tôi lại nghĩ: " Dù gì ông ta cũng còn một chút đọng lại tình người".

...Xuống phòng tài vụ, tôi đưa mảnh giấy uỷ quyền của ông cho cô trưởng phòng tài vụ với nội dung "Ngày... tháng ...năm ... Tôi nhà văn... tác giả cuốn sách" Doanh nghiệp - Một trái tim đỏ "uỷ quyền cho anh... biên tập chính cuốn sách, được nhận toàn bộ số tiền nhuận bút còn lại của cuốn sách. Số tiền này tôi xin tặng cho Cụ... một lão thành cách mạng đáng kính, nhờ anh... chuyển . Ký tên...".

Cầm tờ giấy uỷ quyền cho tôi nhận số tiền nhuận bút còn lại của ông nhà văn lớn, cô trưởng phòng tài vụ cơ quan tôi cười ngất rồi nói:

- Ông ấy đã tạm ứng gần hết tiền nhuận bút rồi, chỉ còn năm mươi nghìn đồng thôi. Anh có nhận không?

THẦY "MO CAU"

Cách đây...cũng lâu lắm, chúng tôi học trường làng.

Thầy dạy là một ông giáo làng. Tóc bạc, đeo kính trắng, ăn mặc chỉnh chu, giọng không to, vừa phải, nói từ tốn, hay nhấn mạnh từng chữ một. Giảng bài thỉnh thoảng thầy lại hay minh hoạ thêm bằng một, hai câu ca dao, tục ngữ ...cho cho bài giảng thêm thuyết phục. Trông tưởng thầy hiền, nhưng với chúng tôi thầy rất nghiêm khắc. Theo như thầy nói, thầy ghét nhất là tính ăn cắp, nói láo. Cạnh ghế của thầy, bao giờ cũng có một roi bằng cật tre dài, bóng, dai... quật đứa nào đứa nấy cứ gọi là "quắn đít", nếu dính vào tội ăn cắp.

Cũng phải nói thêm, thời đó, chuyện thầy giáo làng đánh trò là bình thường, không như thời nay...

Tính thầy như thế, lại có cây roi tre để bên cạnh, tưởng chúng tôi sợ. Nhưng, không! Bọn trẻ chúng tôi, thời ấy đói lắm, cứ thấy cái gì ăn được, là "thó". Thậm chí trong lớp, đứa nào có củ khoai luộc để trong quần, cũng phải giấu, không cảnh giác mắt trước, mắt sau, sẽ có đứa lấy mất. Huống hồ là đi qua ruộng dưa, quả ra lủng lỉu, không người trông, dễ thế, dại gì chúng tôi không vặt. Rồi giờ ra chơi, vào làng xin nước uống, có cây quất trĩu quả bên bể nước mưa, một thằng che chắn, một thằng nhanh tay hái trộm về chia cho cả nhóm...

Mấy người bị mất trộm, đến mách với thầy. Thầy nhìn chúng tôi, tức giận:

- Thầy nói với các trò bao nhiêu lần rồi. Có đói thì xin, chứ tuyệt đối không ăn cắp. Ăn cắp rất nhục, thầy rất ghét !

Lúc đó thầy chưa đánh, mà để đến tiết sinh hoạt lớp, cuối giờ thứ bảy, thằng nào bị tố ăn cắp, thầy bắt nằm sấp trước bảng đen, thầy quật một roi vào mông, cấm không được khóc, nhưng đau "thốn" đến tận đầu.

Bảo vệ nhau khỏi bị thầy đánh, chúng tôi thề, nếu bị bắt, thay phiên nhau, một thằng nhận thay cho cả bọn.

Trong nhóm chúng tôi, có thằng Phú, con ông trưởng thôn. Thằng này ăn tạp, của ăn cắp, cái gì nó cũng đòi nhiều, chia không đều một chút là nó vùng vẫy, ghen tị, bẩn không thể tưởng. Đã vậy nó cậy thế là con ông trưởng thôn lên mặt với chúng tôi:

- Tao đố thầy đánh tao đấy. Đánh tao, tao về mách bố, là thầy thiệt đủ đường...

Mà có lẽ thế thật! Trong lớp rất ít khi thấy thầy gọi thằng Phú lên bảng, dù thằng này rất lười học, học dốt rồi giờ lao động, thầy bắt chúng tôi làm cật lực, còn Phú cứ làm đủng đỉnh trong bóng râm, chẳng thấy thầy nhắc nhở gì. Bọn tôi tức lắm, thắc mắc với thầy. Thầy nói:

- Trong chuyện dạy học, quản lý các trò, Thầy không ưu ái cho ai cả. Trò nào hư là thầy trị, bất kể trò đó là con cái nhà ai. Nếu các trò phát hiện ra trò Phú ăn cắp, nói với thầy, trò Phú sẽ được "ăn" một roi vào mông như các trò khác, cho chừa tính xấu...

...Hôm ấy, bọn tôi đi ăn cắp ổi trong chùa, bị sư thầy phát hiện, mách với thầy. Lần này đến lượt thằng Phú phải chịu đòn thay cho cả bọn. Nhớ những lần trước, Phú hay đùn đẩy: "Để tao chịu lần sau!", nhưng lần này chúng tôi không tha: "Mày phải nhận roi của thầy đi, mấy lần trước chúng tao nhận thay mày rồi. Còn không dám nhận roi của thầy, lần sau, đừng có đòi ăn...". Nó đành đồng ý, nét mặt phụng phịu.

Cuối giờ chiều thứ sáu, chúng tôi nói với thầy:

- Hái ổi trong chùa là thằng Phú đầu têu, tự nó hái cho chúng em ăn, chứ chúng em không làm việc đó!

Nhìn Phú, thầy giương mục kính lên, ánh mắt nghiêm khắc, giọng không kìm lại được, chúng tôi nghe cũng sợ:

- Trò là con của ông trưởng thôn, gia đình có uy tín. Tại sao trò không giữ uy tín cho gia đình mà lại đi vào chùa hái trộm ổi. Tôi không thể tha cho trò chuyện này. Trong giờ sinh hoạt chiều mai, thứ bảy, trò Phú phải nằm sấp trước bảng đen, giống như các trò khác, khi bị kỷ luật...

Thằng Phú nghe thầy nói vậy, giật mình:

- Thưa thầy...

Thầy gạt ngay:

- Không có thưa, gửi gì cả. Trò phạm khuyết điểm là tôi trị... Bây giờ cả lớp giải tán...

Chúng tôi lục tục ra về.

Thằng Phú định chạy theo nói với thầy điều gì đó, nhưng thầy nhất quyết không nghe.

Thầy giương ô che nắng, bước nhanh qua bờ đê, khuất bóng.

... Đến giờ sinh hoạt chiều thứ bảy, thầy gọi Phú lên đứng trước bảng. Trước lúc Phú nằm sấp xuống chờ roi quất vào mông, thầy hỏi:

- Trò đã thấy khuyết điểm của mình chưa?

- Dạ! Em thấy rồi ạ. Ăn cắp ổi là rất xấu - Phú nói giõng dạc, không có vẻ gì là sợ hãi làm cho chúng tôi ngạc nhiên.

Chúng tôi còn ngạc nhiên hơn, khi nghe thầy nói:

- Các trò thấy không! Trò Phú đã dũng cảm nhận lỗi, không như mấy trò khác, khi thầy hỏi thì chối bay, chối biến. Nhưng ở đây, thầy sẽ không nương tay. Dẫu trò Phú nhận khuyết điểm nhưng vẫn phải lĩnh một roi vào mông vì tội lấy ổi nhà chùa, và sẽ lĩnh tiếp hai roi nữa về những khuyết điểm như lười lao động, không chịu học bài. Bây giờ các trò còn thắc mắc là thầy có ưu ái cho trò Phú nữa hay không?

Chúng tôi nhìn thầy với ánh mắt kinh sợ. Thầy vô cùng công tâm trong chuyện trừng phạt, chẳng nương tay với ai và chúng tôi thương cho Phú. Một roi quất vào mông đã kinh, bây giờ những ba roi, không khéo mông của Phú " nát" mất!!! Nhưng hình như Phú chẳng sợ điều đó, bình tĩnh nằm sấp, nét mặt không chút sợ hãi đã vậy nó còn nhỏm mông lên như sẵn sàng hứng chịu những làn roi làm bằng cật tre quật vào.

Thầy giơ roi cật tre lên cao, quất mạnh vào mông của Phú, đúng ba cái. Chúng tôi không dám nhìn, có đứa còn nhắm tịt mắt lại.

Quật xong, thầy đỡ Phú đứng dậy. Phú xăng xái phủi bụi, chạy nhanh về chỗ ngồi, miệng nhe răng ra cười...

Ơ, cái thằng! Nó không thấy đau à. Chúng tôi rất thắc mắc. Vì lần trước, tôi lĩnh một roi của thầy, đau quá, chỉ xém một chút, là đái ra quần thế mà Phú "lĩnh" ba roi, mặt nó cứ tỉnh rụi...

Sau giờ sinh hoạt, chúng tôi cương quyết giữ thằng Phú lại, tìm cho ra nhẽ. Không lẽ mông nó bằng "sắt" !!!

Mới đầu Phú không chịu cho chúng tôi cởi quần (hồi đó chúng tôi toàn mặc quần ta, thắt dây giải giút). Nhưng cả bọn ập vào, thằng giữ tay, thằng giữ chân, kéo bằng được quần của Phú ra, xem mông nó có bị làm sao không? Mông Phú chẳng bị làm sao cả, vì bên trong cái quần ta của nó, được lót một miếng mo cau vát mỏng. Có đánh cả trăm cái, mông của Phú cũng chẳng làm sao.

Chúng tôi bắt Phú phải khai thật vì sao có trò này?

Phú kể:

- Thầy với bố tao là chỗ thân tình, nhất là đám giỗ, rồi đánh chén bố tao đều mời thầy. Nên thế, tao bị phạt, về nhà thầy lấy mo cau vát mỏng, bảo bố tao khâu vào bên trong quần, để ngày mai đến giờ sinh hoạt, thầy đánh, chúng mày tưởng thầy đánh tao rất mạnh, nhưng vì có mo cau nên tao không đau. Thầy chỉ đánh chúng mày là đau, chứ tao là không vì có ... mo cau.

Nghe Phú kể vậy, chúng tôi tức quá, hoá ra thầy nói ghét ăn cắp chỉ nói cái mồm, chứ thực ra...

Từ đó chúng tôi gọi thầy là thầy "mo cau"!

NHÂN DÂN THƯƠNG MÌNH!

Trước khi kiểm tra khu phố do nó quản lý, để xác định lần cuối, có được là "Khu phố văn hóa" hay không? Ông Chủ tịch Phường gặp nó, nét mặt nghiêm trang, giọng nói rất nghiêm chỉnh, nhấn mạnh từ câu. Vì nhấn mạnh như thế nên nốt ruồi cạnh lỗ mũi của ông cứ nhảy lên, nhảy xuống:

- Tôi nói với đồng chí rồi đấy! rác có thể có, vẽ bậy có thể có, ăn cắp thậm chí... đánh nhau cũng có thể có, nhưng tuyệt đối không có đĩ! Vì rác, vẽ bậy, đánh nhau, ăn cắp...dẹp được ngay, chứ nếu có đĩ là không thể nào dẹp được! Dẹp chỗ này, nó đi chỗ khác, dẹp ban đêm, xuất hiện ban ngày.... Hơn nữa, nếu tổ khu phố của đồng chí có đĩ, dễ làm tha hóa cán bộ, phá vỡ hạnh phúc gia đình. Đó mới là yếu tố quan trọng, tuyệt đối tôi cấm, nếu chỉ còn một đĩ, dứt khoát không xét "khu phố văn hoá". Làm cho tốt để nhân dân thương mình, đồng chí hiểu chưa?

Câu "nhân dân thương mình" thành câu cửa miệng của ông chủ tịch Phường, khi kết thúc bất kỳ cuộc nói chuyện nào, mọi người nghe quen.

Nghe lời huấn thị của Chủ tịch Phường, nó gật đầu, nói dứt khoát:

- Anh yên tâm, ngày mai đoàn kiểm tra xuống khu phố của tôi, tuyệt đối không có đĩ!

Quả thực đoàn kiểm tra liên ngành từ công an, dân phòng, công đoàn, đoàn thanh niên, văn hóa - thông tin... của Phường xuống kiểm tra, cả khu phố do nó quản lý nhiều nhà tầng mới xây, sạch bong, tường tinh tươm, trắng tinh, nhà nhà hòa thuận, đường phố không một cọng rác. Đoàn kiểm tra liên ngành đi đến đâu, nụ cười " nở" ra đến đó. Đặc biệt những dãy phòng trọ mà vợ chồng nó cho nữ sinh viên, nữ công nhân thuê dán nội quy rất nghiêm ngặt về văn hóa ăn, ở, đi, đứng... Những nữ sinh viên, nữ công nhân trọ ở đây, nhân ngày nghỉ, không đi làm, ăn mặc rất lịch sự, đón đoàn kiển tra "khu phố văn hoá" bằng những bó hoa trên tay cộng thêm nụ cười thân mến, rất đáng yêu. Đúng là "nhân dân thương mình", ông chủ tịch Phường lại nói.

Nếu so mười mấy tiêu chí đánh giá "khu phố văn hóa", đặc biệt dãy nhà trọ mà vợ chồng nó cho sinh viên, công nhân nữ thuê, xem ra còn quá ít.

Sau khi khi kiểm tra khu phố, điểm dừng chân cuối cùng là dãy nhà trọ của vợ chồng nó cho nữ sinh viên, công nhân thuê, Ông chủ tịch Phường có vẻ rất vui, khen:

- Đồng chí quản lý khu phố rất tốt, đặc biệt dãy nhà trọ của vợ chồng đồng chí cho nữ sinh viên, nữ công nhân thuê rất văn minh, lịch sự, sạch sẽ. Đây sẽ là một điển hình tốt cho mọi người làm theo. Cứ làm tốt như thế này thì những tệ nạn làm tha hóa cán bộ, cán bộ hư hỏng, nhất là tệ nạn đĩ, làm sao có chỗ để tồn tại. Tôi và các đồng chí, đồng lòng thực hiện, giữ bằng được thành tích này, để mãi mãi xứng đáng là người lãnh đạo tốt của dân, nhất định nhân dân thương mình.

Cũng như mọi lần, cứ nhấn mạnh từng câu, nốt ruồi cạnh lỗ mũi của ông chủ tịch Phường lại nhảy lên, nhảy xuống.

Để cho ông chủ tịch Phường cũng như đoàn kiểm tra tin tưởng, nó nói quả quyết, tay phải chém mạnh vào không khí biểu hiện sự quyết tâm lớn không thể tả nổi:

- Lời anh dạy, nhất định chúng tôi thực hiện, thưc hiện thật tốt, thậm chí còn tốt hơn cả hôm nay, để nhân dân thương mình - Nó nhắc lại câu mà ông chủ tịch Phường hay nói rồi trao phong bì "quà" cho từng thành viên trong đoàn kiểm tra - Không có gì các anh, các chị ạ! Gọi là tiền trà nước mà dân khu phố tôi tặng đoàn kiểm tra với sự cảm thông, các anh, chị vì dân mà vất vả.

Cuộc chia tay diễn ra trong sự tin tưởng.

Đợi cho đoàn kiểm tra liên ngành đi khuất, bây

giờ các nữ "sinh viên", nữ "công nhân" mới túa ra, vây quanh nó:

- Đi hết rồi hả ông! Họ có đến kiểm tra dãy nhà trọ của mình nữa không ?

Nó trả lời:

- Chắc không! Nếu có, mấy ông công an với lãnh đạo Phường sẽ báo trước, còn hôm nay chúng mày, anh khen, đóng kịch rất khá, nhưng cũng phải cẩn thận - Nó chỉ một nữ "sinh viên" đứng cạnh: - Lúc nãy gặp ông chủ tịch Phường, ông ấy đang nói, tại sao mày lấy tay che miệng, cười?

- Ông ấy cùng vài người nữa trong đoàn này, có lần vào phòng caraoke chỗ em làm. Ông ấy xin số điện thoại của em rồi gọi đến nhà trọ "Sao Mai". Em nhớ, nhất là lúc ông ấy "sướng" lại nhắm mắt hít hà rồi vừa nói, vừa rên: "Ối giời ôi! Nhân dân thương mình... ối giời ôi!... nhân dân vẫn thương mình ..." Ông nói, ông rên như thế làm cho nốt ruồi cạnh lỗ mũi cứ nhảy lên, nhảy xuống, trông tởm lắm. Thế mà hôm nay ông giả vờ nghiêm chỉnh, không biết em!

Em "sinh viên" ấy nói xong, lại lấy tay bịt miệng, cười.

Hội An 5/2020

"B...!" TIÊU BINH

Hồi ở nhà, anh ấy tên là "Buồi" (1) , họ tên đầy đủ " Trần Văn Buồi", gia đình đặt tên "độc" để "ma" khỏi bắt, quê tôi có tập tục như thế. Vào bộ đội, anh Buồi được tuyển vào đội tiêu binh vì lý lịch gia đình rất cơ bản lại có dáng "đẹp, cao, to, nét mặt rất phong trần... anh Buồi... đổi lại họ tên, nghe rất oai "Nguyễn Đại Thắng".

- Ai mà gọi tên cũ "anh Buồi ", có thằng nói với tôi "anh ấy đấm bỏ mẹ!".

Ở đội tiêu binh anh Thắng được đi duyệt binh trong ngày lễ lớn, đón quan khách to, thậm chí có lúc được bồng súng ngồi xe đầu cạnh một ông tướng đang đứng chào khi xe đi qua lễ đài.

Có thể nói, anh Thắng là niềm tự hào của quê tôi...

Nhưng không hiểu sao vài năm sau, anh giải ngũ.

Nguyên nhân anh Thắng giải ngũ, người ta đồn nhiều, người thì bảo, do anh vô kỷ luật bị "đuổi". Người lại nói, sức khỏe anh ấy không hợp, cứ đứng nghiêm liên tù tỳ ba tiếng, mà anh Thắng chỉ đứng được hơn một tiếng là lảo đảo, mấy lần như thế nên họ mời...về. Người khác lại nói, anh Thắng có tật hay nói huyên thuyên, không đúng chỗ, chỗ quan trọng, cứ nói ba láp, nói tục... ai người ta chịu được, đã thế còn "máu" gái...

Còn anh Thắng, sau khi phục viên vê lại quê, nói với chúng tôi, tuyệt đối các em không nghe tin đồn. Đó là tin của những kẻ "xấu" gieo rắc trong dư luận muốn phá hoại hình ảnh anh bộ đội cụ Hồ đồng thời cũng biểu hiện ghen ghét khi chúng không bằng anh. Để chứng minh, anh đưa cho chúng tôi xem ảnh thời anh còn ở đội tiêu binh.

Nhìn ảnh, chúng tôi mắt tròn, mắt dẹt, ao ước được như anh.

Anh đến thưa chuyện với mấy ông cao tuổi, rồi cả mấy bác, mấy chú cựu chiến binh, lãnh đạo xã:

- Xã mình nên lập đội tiên binh, tôi sẽ đứng ra chỉ huy, huấn luyện.

- Để làm gì?

- Các anh, các bác nhìn xem, xung quanh đây, đã có xã nào lập được đội tiêu binh, chỉ có xã ta.

Ngày lễ, ngày truyền thống, rồi đón quan khách... xã có đội tiêu binh mặc đồng phục, đi giày da, đội mũ lưỡi trai, bồng súng đứng chào, hay đi đều bước ngang qua đoàn chủ tịch, hô vang: "Chào các đại biểu, quan khách" rồi đồng thanh hát: "Vừng đông đã hửng sáng...", "Chẳng kẻ thù nào ngăn nổi bước ta đi...", đã "oai" còn thể hiện một tinh thần lạc quan cách mạng tất thắng mà xã ta đã có.

Ý kiến của anh được mấy ông lãnh đạo xã, mấy bác, mấy chú cựu chiến binh, mấy ông nhà văn, nhà thơ... ở quê tôi nhiệt liệt ủng hộ.

Xã lập tức trích ngân sách ra ra một khoản tiền, bằng mấy lần tiền cứu trợ gia đình nghèo, có hoàn cảnh khó khăn... cho anh Thắng để tuyển chọn người huấn luyện lập đội tiêu binh.

Anh Thắng thấy lãnh đạo xã đáp ứng ý nguyện thì sướng hết cỡ.

Cầm được nắm tiền, đầu tiên anh gọi một số bạn thân, tổ chức một bữa thật linh đình, rồi ngay tối đó, anh lên phố... Sáng về, người ngật ngưỡng, say khướt...

Còn bọn thanh niên chúng tôi, đang thất nghiệp, có thằng học chưa quá lớp năm, thậm chí có thằng suốt ngày ăn tục, nói bậy, đánh vợ...được anh Thắng tuyển vào đội tiêu binh của xã cũng thấy sướng pha chút tự hào, thật sự "khoái".

Buổi đầu chúng tôi hăng say luyện tập. Đầu tiên là tập đi đều, năm thằng một hàng, một chục hàng như vậy, theo hiệu lệnh của anh Thắng:

- Đi đều... bước...

Chúng tôi răm rắp nghe theo. Khốn nỗi, trong đám thanh niên chúng tôi, có thằng chân vòng kiềng, có thằng lại chân thấp, chân cao... va đập liên tục... nên anh Thắng hướng dẫn rất vất vả. Có một thằng, mỗi chân phải, chân trái cũng không phân biệt được, bước nhầm lung tung. Anh Thắng hướng dẫn mãi mà nó vẫn cứ bước nhầm, tức mình anh cáu với nó:

- Cút mẹ mày ra ngoài kia!

Nó không sợ, văng tục lại:

- Cút thế đ...nào được! không cho ông ở đội tiêu binh, ông phá...

Nó là "đầu gấu" làng, mấy ông công an xã nói với anh Thắng;

- Anh cứ cho nó tập, ở lại đội tiêu binh, chứ thả nó ra chúng tôi không quản lý nổi...

Anh Thắng đành nghe theo.

Trông đội tiêu binh, lại có thằng mắt lé, nói nhìn bên phải, nó nhìn bên trái. Nói nhìn thẳng, hai mắt của thằng này cứ như nhìn hai bên... Đã thế nó cứ đòi đứng hàng đầu, nhìn buồn cười không thể tưởng được. Anh Thắng muốn thằng lé mắt đứng hàng cuối, nó nói " Không!". Bố nó, Chủ tịch xã cũng thích thế, nói với anh Thắng:

- Không cho thằng con tôi đứng hàng đầu, được cầm cờ, tôi sẽ đề nghị xã không cung cấp tiền cho đội tiêu binh...

Mới đầu anh Thắng không chịu, nhưng sau đó... anh "Ok". "Không có tiền thì cả đội tiêu binh đi bốc c...". Anh Thắng nói với chúng tôi. Thằng con ông chủ tịch xã, đứng đầu đội tiêu binh của xã được cầm cờ. Nhìn nó, nhất là cặp mắt lé, lại cứ giương lên, ai nhìn cũng cười lăn, cười lộn. Nhưng mọi người nhìn mãi, cũng thành quen...

Ghê hơn, đầu xã có một gò đất to, không hiểu sao, ngày xưa, người ta xây đá ong vây quanh. Rồi lại có tin đồn, có khả năng, đây là mả tổ của dòng họ "Lưu..." một dòng họ lớn, có nhiều chi, hiện ông Lưu Văn Manh, thuộc chi thứ mười hai, đương là chủ tịch tỉnh. Mỗi khi có sự kiện lớn, hay ngày giỗ tộc, ông Lưu Văn Manh hay về đây thắp hương. Anh Thắng đề nghị xã cho đội tiêu binh đứng gác danh dự trước gò đất này, khi ông Lưu Văn Manh về. Xã đồng ý ngay tắp lự. Ông Lưu Văn Manh khi về thắp hương "mả tổ" thấy đôi tiêu binh đứng bồng súng "giả" rất uy nghiêm, chào ông. Ông rất vui, khen: " Đây là biểu hiện sự kính trọng của thế hệ sau đối với ông bà tổ tiên, cũng là thể hiện khí phách hiên ngang của một dòng họ, một dân tộc". Cũng vì thế mà Tỉnh cho xã tiền, đội tiêu binh cũng được hưởng lây.

Đội tiêu binh của xã, tiếng đồn vang xa, nhiều xã muốn đến học tập. Nhìn thấy một "đoàn quân" ăn mặc đồng phục, đi giày đen, bồng súng giả, chân bước đều, miệng hô vang... trông thật sướng. Nhưng khi nhìn kỹ, hóa ra toàn mấy thằng thanh niên ăn tục, nói bậy, mắt lé, chân vòng kiền... Có người lắc đầu: "Tưởng gì, hoá ra toàn lũ này thì đội tiêu binh chắc không tồn tại lâu!"

Câu nói này tưởng vô thưởng, vô phạt lại hoá đúng. Chúng tôi ở đội tiêu binh, chỉ mấy tháng đầu còn thấy "oai" nhưng sau này cũng thấy ... mệt. Cứ đi đều, hô to mãi cũng chán. Tiền xã cấp, anh Thắng giữ tiệt, ăn mảnh một mình, chi cho chúng tôi lấy lệ. Đã vậy, làm gì cũng "gọi", thậm chí cả chuyện riêng, chuẩn bị chỗ "hành sự" với gái, anh ấy cũng bắt chúng tôi làm. Bên ngoài , với mấy ông lãnh đạo xã, cựu chiến binh, bậc lão thành... anh Thắng thưa thốt "vâng, dạ!" rất ngoan, nhưng bên trong toàn nói tục, chửi bậy, không coi bọn tôi ra gì...

Lại thêm một chuyện nữa, cái gò đất bao quanh là đá ong, đồn rằng là mả tổ dòng họ Lưu... đến khi chỗ đất này được quy hoạch xây khu công nghiệp, cũng là lúc ông chủ tịch tỉnh Lưu Văn Manh bị bắt vì tội tham ô "khủng", người ta buộc phải "xúc" gò đất đi chỗ khác. Xúc lên, dưới đó toàn đất là đất. Đất đùn lên thành "gò" chắc là do mối xông, chứ có phải là mả tổ dòng họ Lưu... đâu!!!

Không được đứng gác "danh dự" trước gò đất, mỗi khi ông chủ tịch Lưu Văn Manh về thăm, chúng tôi mất một khoản tiền lớn, ai cũng tiếc.

Đôi tiêu binh của xã vì mấy nguyên nhân đó mà tan.

Tiếc nhất là anh Thắng, mất đội tiêu binh, anh không có việc gì làm, suốt ngày ngáp vặt, thở dài, đói quá giở trò ăn cắp vặt, bị công an bắt, xử lý hành chính mấy lần...

Anh trở về với cái tên "Trần Văn Buồi ".

Chú thích: (1) Chỉ dương vật, theo tiếng gọi của một số vùng quê nông thôn miền bắc

ÔNG TUYỆT VỜI

Chủ tịch Hội Văn Hiến cứ thấy nó có một bài đăng báo, y như rằng từ sáng sớm, ông đã gọi nó vào phòng, rót trà ra chén, đưa cho nó nói với giọng rất cảm phục:

- Ông đúng là thiên tài, thơ hay mà viết tản văn cũng hay, trả lời phỏng vấn thì ...tuyệt vời ...tuyệt vời... Đấy như bài này. Sáng nay tôi đọc, thấy tuyệt vời ...tuyệt vời... - Ông ấy đọc cho nó nghe một đoạn trong bài báo đó, bỏ tờ báo xuống khoang tay trước ngực, mắt lim dim lại: - Tuyệt vời ...tuyệt vời...

Đó là chưa kể, hồi nó trúng vào Ban chấp hành, được phân công làm Phó chủ tịch Hội Văn Hiến, đi đâu ông cũng khoe:

- Nói thật với các anh, các chị! Tôi làm chủ tịch Hội Văn Hiến mấy khóa rồi, nhưng không có khóa nào khỏe như khoá này vì có anh Vũ Thật Thà trong Ban chấp hành. Việc gì đến tay anh ấy cũng trôi chảy, ai thắc mắc gì về Ban chấp hành, anh ấy cũng giải đáp gãy gọn, rõ ràng. Cũng vì thế mà hội viên phấn khởi, hân hoan hơn các Ban chấp hành ở các khóa trước. Nhờ anh ấy mà chúng ta có một Ban chấp hành đoàn kết, biết hành động, một Ban chấp hành... tuyệt vời...

Đi đâu ông cũng khen nó, thậm chí những việc trước đây ông ấy hay thường đi như phát biểu trong Hội Thảo lớn, hoặc dự những cuộc họp quan trọng bàn về kinh tế... với tư cách đại diện bên Văn học - Nghệ thuật... bây giờ ông cũng bảo nó đi với lý do :

- Tớ tuổi cao, sức khỏe không được tốt, cậu đi thay. Hơn nữa, trình độ của cậu thừa sức phát biểu, có khi còn hay hơn tớ, rất tuyệt vời! Sau này cậu có thay vị trí của tớ, mọi người sẽ thấy, việc đó rất xứng đáng.

... Gần đến Đại hội bầu Ban chấp hành mới, lấy lý do quá bận vì lo về mặt tổ chức, ông lại phân công nó, thay ông, đi dự nhiều hơn những hội nghị, hội thảo. Mới đầu nó nghĩ, ông ấy tin tưởng mình như thế, cũng có ý tốt, đi dự cũng không sao? Sau này mới thấy sai lầm, nó chỉ là thằng làm thơ, làm sao hiểu chuyện kinh tế hay hội thảo với những đề tài ngoài... thơ. Nó phát biểu có phần lúng túng, thậm chí lạc đề, bên dưới có tiếng cười. Biết chuyện, ông vỗ vai nó:

- Không sao! Không sao, ai chẳng có một lần va vấp, tuyệt đối không có tư tưởng bi quan. Tớ vẫn rất tin tưởng cậu. Cậu làm tuyệt vời! Sau này có thay thế tớ ở vị trí lãnh đạo Hội Văn Hiến chắc cũng... tuyệt vời...

Ông ấy nói như thế làm sao mà nó giận được. Có khi ông ấy thành tâm thực,chỉ có điều mình kém về nhận thức nên làm không khéo thôi, nó nghĩ thế. Tâm của nó chẳng nghĩ ai "đểu", "chơi " xỏ nhau nhất là đã mang danh nhà văn, nhà thơ

Ấy vậy mà...!

Họp Ban chấp hành, ông Chủ tịch Hội Văn Hiến nêu ý kiến:

- Chủ trương của trên, Ban chấp hành khoá mới nên tinh gọn, khoa học, làm việc có chất lượng. Nên ngay từ bây giờ cần thiết phải là tinh giảm biên chế. Trong cơ quan Hội Văn Hiến cũng có đến mấy người cần tinh giảm. Mấy người này ...- Ông ấy đọc tên những người cần tinh giảm, toàn những người gần đến tuổi hưu - Rồi ông Chủ tịch Hội Văn Hiến hỏi:

- Mọi người cho ý kiến có nên tinh giảm những người này không?

Nó nói rất thành tâm:

- "Văn Hiến" là một Hội bao gồm những người phải có sức khỏe để đi thực tế nhiều, như vậy mới có tư liệu để sáng tác. Những người gần đến tuổi hưu, sức khỏe giảm sút, đề nghị Ban chấp hành sắp xếp những con người đó làm việc khác nhẹ nhàng hơn hoặc đề nghị họ tình nguyện nghỉ theo chế độ là hay nhất...

Ông Chủ tịch Hội Văn Hiến gật gù:

- Anh nói rất đúng, rất tuyệt vời, tôi hoàn toàn đồng ý. Tôi sẽ lên danh sách thực hiện, đề nghị anh ghi biên bản.

Ông Chủ tịch Hội Văn Hiến lên danh sách, nó ghi vào biên bản. Biên bản đó, ông bảo nó ký. Nó ngạc nhiên:

- Anh là Chủ tịch, anh phải ký, chứ sao là em?

Ông Chủ tịch Hội Văn Hiến lại vỗ vai nó. Cái vỗ vai rất êm ái, nhẹ nhàng, chân tình. Giọng ông còn êm ái, nhẹ nhàng, chân tình hơn:

- Cậu là Phó chủ tịch trực, làm thơ hay hơn tớ, trẻ hơn tớ, năng động hơn tớ. Sau này còn thay tớ. Cậu ký cho quen. Chữ ký của cậu là... tuyệt vời!

Nghe ông Chủ tịch Hội Văn Hiến nói vậy, thế là nó ký, còn đóng dấu rất "oai" nữa. Chứ nó đâu có biết...

Chỉ còn non tháng là đến đại hội bầu Ban chấp hành mới của Hội Văn Hiến, đi đâu ông Chủ tịch Hội cũng nói:

- Tôi tuổi cao, đã làm Chủ tịch mấy nhiệm kỳ giờ phải nhường cho người mới, trẻ, năng động... Không ai khác hơn là nhà thơ trẻ Vũ Thật Thà. Mọi người thấy sao?

Lập tức đơn tố cáo dồn dập gửi về Ban chấp Hành Hội, chính danh có, nặc danh có, tố cáo nó nhiều chuyện. Nào là tài năng không có, không biết giao tiếp, nói chuyện... Rõ nhất là mấy lần đi dự hội thảo, hay hội nghị khoa học... làm mất uy tín Hội Văn Hiến. Nhưng kinh hãi nhất là mấy ông, bà nhà thơ, nhà văn ăn lương nhà nước ở trong văn phòng Hội có tên trong danh sách bị tinh giảm biên chế quyết "sống chết" với nó. Không biết họ kiếm đâu ra bản sao biên bản cuộc họp bàn về "tinh giảm biên chế" có chữ ký của nó, gào to:

- Anh định tinh giảm, định đuổi chúng tôi khỏi Hội à ! Ông xem cái mặt anh đi, đã hơn ai mà đòi đuổi chúng tôi...

Nó cố thanh minh, rằng nó không phải là người chủ trương, mà người chủ trương là ông Chủ tịch, nó chỉ thừa lệnh. Mấy người đó không thèm nghe lời giải thích, mắt vằn lên, nói như đang đáp trả quân thù:

- Ông Chủ tịch nói với chúng tôi, nên xem bằng chứng , ai ghi biên bản, ai ký rồi hãy kết luận ai tốt? ai xấu? Anh ghi biên bản, rồi anh ký. Rành rành như thế, thòi lói cái mặt xấu của anh... Giờ anh lại còn chối à! Không xong với chúng tôi đâu!

Thế là họ tỏa ra đi vận động các hội viên không cho nó ứng cử vào Ban chấp hành mới.

...Chuyện nếu không trúng cử vào Ban chấp hành mới, nó không buồn, nhưng buồn nhất là cách xử sự của ông Chủ tịch Hội Văn Hiến. Vì sợ nó trúng cử, sẽ thay ông ấy vào chức Chủ tịch trong Ban chấp hành mới. Ông ta bày ra nhiều trò để loại nó ngay từ vòng "Chuẩn bị gửi xe", và như vậy, ông vẫn yên vị trong chức Chủ tịch Hội Văn Hiến.

Nó rất tức giận, toan sẽ làm ra cho nhẽ. Nó đâu cần chức tước lãnh đạo, nhưng việc gì cũng phải minh bạch, rõ ràng. Nó định đến gặp ông Chủ tịch thì ông Chủ tịch lại tìm gặp nó, nét mặt phấn khởi, bắt tay nó thật chặt:

- Tập thơ của cậu, tớ đề nghị Hội đồng thơ trao giải đặc biệt, duy nhất chỉ có một giải này thôi, tất cả đều đồng ý một trăm phần trăm. Chúc mừng cậu!

- Gần đây em có in tập thơ nào đâu? - Nó ngạc nhiên.

- Tập thơ cậu in cách đây gần hai chục năm, qua thẩm định thời gian, đó là tập thơ tuyệt vời! Hội đồng thơ quyết định trao giải đặc biệt. Một giải thưởng tuyệt vời! - Ông vỗ vai nó.

Ông cứ như thế thì làm sao mà nó giận ông được!

Hội An 1/2017

TÝ CHẾT!

Con làm lại, phải diễn như thật! - Ông yêu cầu.

Bốc, thằng con trai của ông, tập lại. Hai tay nó chống vào mặt bàn, cả người rướn về phía trước, đầu ngẩn cao, mắt nhìn thẳng một cách tự tin, giọng cố thật thuyết phục:

- Thưa bà con, Bà con nên bình tĩnh, lắng nghe tôi trình bày, tôi sẽ trình bày một cách thấu tình đạt lý, để bà con hiểu. Bà con tuyệt đối không nghe luận điệu của những kẻ kích động, lợi dụng chuyện này để gây mất lòng tin giữa những người lãnh đạo với nhân dân...

Ông ngồi bên dưới đợi thằng con nói xong, giả làm người dân đứng lên thắc mắc, cố dồn thằng con vào chỗ lúng túng:

- Anh không được nói như thế, không có kẻ nào kích động chúng tôi cả. Đây là sự thật, đây là bằng chứng hết sức cụ thể. Chính các anh cho dân phòng, công an, thanh niên xung phong... cưỡng chế, đập phá nhà cửa vườn tược của chúng tôi, mà nhà cửa, vườn tược của chúng tôi nằm ở khu vực ngoài quy hoạch. Anh phải trả lời dứt khoát, có chuyện này không?

Con ông vẫn bình tĩnh, lấy giọng, nói thật từ tốn:

- Hoàn toàn không có chuyện "nằm ngoài quy hoạch" như bà con suy nghĩ rồi phát biểu hồ đồ không chính xác như vậy! Chúng tôi làm là có văn bản, có bản đồ. Làm tùy tiện, vô Nguyên tắc ,đẩy người dân vào chỗ khốn cùng khi tự nhận mình là "đầy tớ người dân" thì chúng tôi còn mặt mũi nào nhìn bà con...

- Vậy, đề nghị anh cho chúng tôi xem bản đồ quy hoạch! - Ông lại như một người dân trong đám quần chúng ngồi bên dưới yêu cầu với thằng con trai.

Nghe ông nói như vậy, hai mắt con trai ông trợn ngược, giơ tay lên trời, than:

- Ối bố ơi! Nếu như dân mà hỏi con như thế thì chỉ có nước xem có lỗ nẻ nào mà chui xuống...

- Vì sao con nói như vậy? - Ông hỏi.

Nó trả lời ngay:

- Chuyện này thì bố rõ hơn con, bố ra quyết định có chữ ký hẳn hoi cho phép chiếm thêm đất ngoài quy hoạch đã được trung ương duyệt, mở rộng theo như mấy doanh nghiệp, tập đoàn ... yêu cầu. Có vậy mới được...

Nghe Bốc nói đến đó ông vội cắt ngang:

- Con không nói nữa, đó là chuyện nội bộ, là tin "tuyệt mật" tuyệt đối không được để lộ ra bên ngoài. Còn bây giờ bố đang đặt một tình huống là nếu như dân yêu cầu đưa "bản đồ quy hoạch" ra thì con sẽ trả lời như thế nào?

Thằng con trai ông nói ngắt ngứ:

- Cái này hơi khó... nếu đưa bản đồ quy hoạch ra khác nào ..."lạy ông tôi ở bụi này" mà không đưa ra thì cũng coi như mình thừa nhận việc cưỡng chế, đập phá nhà cửa, vườn tược của dân là sai - Nó nhìn ông có vẻ lúng túng ra mặt - Con thấy... tìm được câu trả lời là không dễ...

Ông nhìn thằng con trai với ánh mắt đắc thắng:

- Đó con thấy chưa! Chưa chi con nói ... việc này dễ, con có thể làm được. Bố chủ quan, không tập dượt trước, nhất định buổi tiếp dân của con sẽ thất bại, mang tiếng. Không những thế, như kiểu trả lời cùng thái độ biểu hiện của con sẽ "lộ" hết...

... Chẳng là chuyện giải tỏa, đền bù rồi cưỡng chế ... một bán đảo thuộc quận Dân Mau, mà người dân gọi ngược lại là "Máu Dân", lên đến cực điểm về mâu thuẫn giữa dân và chính quyền. Chính quyền, đứng đầu là ông, bên trong có sự bắt tay, ăn chia với mấy doanh nghiệp lớn, mấy tập đoàn lớn... muốn biến vùng đất này thành một đô thị mới, từ đó, chỉ riêng việc "phân lô bán nền" đã cực lãi, chưa kể xây chung cư, biệt thự, văn phòng ... bán hoặc cho thuê, tiền sẽ vào két của ông nhiều như nước... "biển" chưa dám so sánh, nhưng "sông" thì hơn!!! Với giá đền bù rẻ mạt, lại cưỡng chế cả đất nằm ngoài quy hoạch, làm cho người dân phải ứng một cách quyết liệt, họ kiện ra tận trung ương, ăn giầm, nằm giề ngoài đó. Còn ở đây nhiều gia đình quyết không di dời. Thậm chí có ông tướng về hưu còn dọa sẽ "bắn" nếu ông cho người vào đây cưỡng chế nhà ông ấy...

Mâu thuẫn quá nóng, trung ương yêu cầu lãnh đạo thành phố phải có cuộc tiếp dân, giải đáp tất cả mọi thắc mắc, quan trọng nhất là không để phản ứng, xoa dịu ngay những nỗi bức bối người dân đã quá sức chịu đựng. Lẽ ra, với cương vị chủ tịch thành phố, ông phải làm việc này. Nhưng "tổ chức "yêu cầu Bốc, con trai của ông sẽ thay ông vì trong đại hội vừa rồi, nó "trúng cử" vào chức Chủ tịch Quận Dân Mau. Ông biết trình độ của thằng con, nói với dân, không lẽ cứ nói mãi, lặp đi, lặp lại: "...Tôi thương bà con lắm..." rồi "... Cảm ơn bà con góp ý, tôi sẽ rút kinh nghiệm..." người dân nghe mãi, chán lắm rồi! Nói ngoài những từ đó, lắm lúc ông "bí" không biết tìm "từ" nào thuyết phục người dân.

Cũng phải nói thêm thằng con trai của ông. Nó vừa tốt nghiệp đại học tổng hợp Văn, ông đưa ngay về thành phố, kết nạp đảng, xếp lắp tự thần tốc vào "Đội ngũ bồi dưỡng cán bộ nguồn". Trong thời gian ngắn nhất con trai ông "hoàn thành" thêm một bằng đại học tại chức về quản lý, rồi "nhanh chân" tốt nghiệp "trường đảng cao cấp", bây giờ đã ở chức chủ tịch Quận Dân Mau khi tuổi đời còn rất trẻ. Từng tốt nghiệp khoa Văn đại học tổng hợp, ngay hồi học trong trường, nó đã có tài ăn nói hay thay mặt mọi người lên phát biểu cảm ơn, làm quản ca... Ra trường có bao nhiêu đám cưới trong cơ quan, nó đều góp vui, hết đơn ca lại làm MC, ai cũng khen. Vì thế ông tin, nói chuyện trước những người dân trình độ không có, dứt khoát con trai sẽ hơn ông. Nhưng không thể chủ quan, từng gặp dân qua mấy lần làm "Đại biểu ... tiếp xúc với cử tri", nhiều câu hỏi của người dân làm ông cứng họng, không tìm ra câu trả lời. Vì thế, trước khi con trai xuống gặp dân trong việc giải đáp vấn đề "gay cấn" này, ông yêu cầu nó phải tập dượt trước, để không bị động.

Ông cứ giả vờ là "dân" đưa ra hàng loạt tình huống bắt con trai phải trả lời. Những tình huống gần như khó nhất, nó trả lời, như ông thầm đánh giá, là được, đúng là "Hổ phụ sinh Hổ tử". Nhưng đến câu dân yêu cầu "cho xem bản đồ quy hoạch" thì con trai ông lúng túng. Bấy giờ ông mới chỉ cho con trai biết nên nói với dân như thế nào:

-Nếu dân yêu cầu điều đó, thì con cứ nói bản đồ" bị mất". Bố sẽ chỉ đạo xuống Sở, tuyệt đối không đưa bản đồ đã được trung ương duyệt...

- Nếu trong dân, họ còn lưu bản đồ đó? - Thằng con hỏi ông.

- Con nói, biết đâu đây là ý đồ của các "thế lực phản động, thù địch" vẽ bậy, bịa đặt nhằm mục đích xấu kích động phá hoại sự ổn định xã hội thì sao? Bà con đưa hết những bản đồ đó cho tôi, để tôi nghiên cứu, trả lời bà con sau. Nếu họ đưa, con lấy hết mang về rồi hủy...

- Ối giời, bố thật cao kiến! - Thằng con trai khen.

Ông và thằng con trai còn tập dượt hàng chục tình huống nữa, toàn những tình huống theo ông là khó nhất, bất ngờ nhất, nhưng vẫn có cách giải quyết thật "êm dịu" để dân bằng lòng, lãnh đạo thỏa mãn, dư luận không lên án...

Suốt buổi sáng chỉ tập dượt một kịch bản "người lãnh đạo tiếp dân" mà ông và thằng con trai thấm mệt nhưng ánh mắt của bố con lộ vẻ sung sướng.

Không sung sướng sao được, vì ông tin, sau cuộc tiếp xúc thành công này, vị thế của con trai ông sẽ lên cao. Khóa tới, không cẩn thận sẽ trúng vào chức Phó chủ tịch... Còn ông, qua buổi tiếp dân của con trai được dàn dựng bài bản, uy tín càng củng cố, càng bồi đắp. Dư luận sẽ đánh giá ông là một người cha gương mẫu biết giáo dục con, biết hướng cho con làm người lãnh đạo trong tương lai được dân mến, dân yêu...

...

... Ngồi trong phòng làm việc, ông nhận được cú điện thoại của vợ. Giọng vợ ông trong điện thoại hốt hoảng:

- Anh ơi! Con mình... con mình.. .đang ở trong phòng "Hồi sức cấp cứu"...nghe nói nặng lắm... anh vào ngay đi!

- Nó làm sao? - Ông hỏi vội, hốt hoảng.

- Không biết nữa, anh vào ngay nhé... Em cũng đang đi đây... Ối con ơi! - Tiếng vợ ông khóc toáng trong máy điện thoại.

Bỏ hết công việc, ông gọi ngay xe, đưa ông gấp đến bệnh viện.

...Ở phòng "Hồi sức cấp cứu" con trai ông không nằm mà ngồi trên ghế, lưng dựa vào tường, áo quần xộc xệch, hai chân, bên có giày, bên không, một bên mắt băng trắng, tóc tai rũ rượi, đến gần vẫn bốc mùi thối thum thủm.

Ông nhìn con thương quá, hỏi vội:

- Con ơi, sao lại nên nông nỗi này? Có đau không?

Thằng con trai ông mệt mỏi trả lời:

- Mọi tình huống bố đưa ra, đều đúng cả, kể cả chuyện giải thích mất bản đồ. Nhưng người dân không chịu, họ nói giận dữ "Lãnh đạo nói láo!" và "tặng" ngay cho con một chiếc dép vào mặt, trúng mắt. Đã vậy, họ còn ném thêm một gói phân trúng đầu... Con chạy không kịp... tý chết!

Hội An 4/2021

PHÁT MINH KHOA HỌC CỦA "TIẾN SỸ"

Ông có bằng "Tiến sỹ", làm Chủ tịch tỉnh... nhưng hình như thiên hạ không phục, bởi nhiều lẽ. Bằng "Tiến sỹ" của ông có nhiều nét "ngờ" lắm!!!

Thường người muốn có bằng Tiến sỹ, thời gian "thọ giáo" ít nhất cũng phải bốn năm, đó chưa kể, ngoài chuyện phải tốt nghiệp phổ thông rồi học đại học, rồi phải qua Thạc sỹ mới đến "Tiến sỹ". Đằng này, ngay bằng tốt nghiệp phổ thông của ông, người ta nghi ngờ rằng" ...Chưa tốt nghiệp". Vì truy trong danh sách học sinh tốt nghiệp phổ thông của trường ấy, năm ấy của Sở ấy không có tên của ông. Đến bằng "tốt nghiệp đại học" lại lòi tói ra ông học

" Đại học tại chức" cùng năm ông học trường "chính trị cao cấp". Người ta đặt câu hỏi "Ông vừa lãnh đạo, cùng một lúc học hai trường "Đại học" lớn vậy thời gian đâu để học? Ông trả lời một cách bình tĩnh pha chút hơi kiêu ngạo:

- Tôi là người thông minh, lại có tác phong làm việc rất khoa học, nên vậy cùng một thời gian, vừa làm việc, vừa hoàn thành hai bằng "đại học" !!! Việc này đối với tôi không khó!

Ông đã ở chức"to", quát ai, người đó sợ nên nói thế, chứ nói hơn thế đến "bố thằng tây" cũng không dám cãi lại!

Nhưng đến bằng "Tiến sỹ" của ông, tự nhiên thấy xuất hiên trong danh thiếp, trong lời giới thiệu đại biểu đến dự, rồi cả trong tiểu sử cá nhân ở cuộc bầu cử Hội Đồng Nhân Dân... dư luận không im được nữa, báo chí thậm chí nhiều nhà khoa học trẻ lên tiếng, yêu cầu ông có câu trả lời cụ thể:

-Là Tiến sỹ, nhất là Tiến sỹ về khoa học, phải có phát minh chứ! Phải có báo cáo khoa học chứ! Phát minh đó phải được áp dụng trong thực tiễn đem lại hiệu quả thiết thực chứ! Còn không được như thế, thì chỉ là "Tiến sỹ" dỏm, lòe thiên hạ, lấy "cớ" để chạy chức, chạy quyền...

Nghe như vậy, quả thật làm ông rất bực mình dù thâm tâm phải thừa nhận, làm sao ông có phát minh khi ngoại ngữ, một chữ bẻ đôi không biết, thế thì làm sao tra cứu tài liệu, nhất là tài liệu viết bằng tiếng nước ngoài??? Phát minh nào khi nhờ người ta viết hộ "luận án", "bảo vệ luận án", để đến bây giờ ngồi dự mấy buổi "bảo vệ luận án" hoàn thành thạc sỹ, tiến sỹ với tư cách là đại biểu ông ngồi nghe mà không hiểu, toàn ngồi ngáp ruồi, ngủ gật???

Một buổi tối, sau bữa cơm, trong phòng khách chỉ còn ông và thằng con. Thằng con đang học đại học năm cuối, nó góp ý với ông:

- Muốn chứng minh bằng tiến sỹ khoa học của mình là có thực, rõ ràng, bố rất cần có một phát minh khoa học công bố với báo chí, ti vi, đài... cho mọi người biết. Chỉ có như vậy uy tín của bố mới lên cao, nói người ta mới nghe. Theo con, bố nên đi sâu vào đề tài làm thế nào có rau sạch? Đây là đề tài dễ viết, cực kỳ thiết thực với xã hội, với từng bữa ăn trong mỗi gia đình...

Ông nhăn trán, nhìn con:

- Con nói thế ... nhưng bố không hiểu...

Thằng con lắc đầu:

- Một đề tài đơn giản như thế mà bố cũng không hiểu. Con chịu bố với bằng "Tiến sỹ"!!! Chẳng là thế này - Nó giảng giải cho ông nghe - Hiện giờ tỷ lệ người mắc bệnh ung thư ở nước ta là gần như lớn nhất thế giới. Một trong những nguyên nhân, rau hàng ngày chúng ta ăn, do người dân dùng nước pha quá nhiều hóa chất để tưới cây, làm cho cây bị nhiễm nặng chất độc. Thậm chí, muốn nhanh thu hoạch, người dân bón rau bằng chất kích thích . Điều này nguy hại vô cùng. Đó là một trong những nguyên nhân dẫn đến bệnh ung thư lan tràn như hiện nay, làm chết rất nhiều người.

Nghe thằng con nói thế, mắt ông trợn ngược, nét mặt có vẻ hoảng:

- Thôi chết! Thế mẹ của con hàng ngày vẫn mua rau về ăn, không khéo vô tình đầu độc cả nhà...

Thằng con trả lời ngay:

- Bố yên tâm, riêng nhà ta, mẹ chỉ mua rau nhà bác Cả Mót thôi. Nhà bác ấy chuyên trồng rau cung cấp cho mấy chợ trong tỉnh. Có điều hay, như mẹ nói, bác trồng hai khu. Một khu rau bón bằng thuốc hóa học, kích thích cho rau mọc nhanh, nhanh bán. Khu này bác và gia đình không ăn. Còn một khu là rau thật sạch, không bón phân hóa học, không phun thuốc kích thích . Mẹ thường mua rau của bác Cả Mót ở khu này, chỉ có điều là giá hơi đắt hơn khu kia, nhưng được cái an toàn - Nói đến đó tự nhiên mắt thằng con ông sáng lên - Hay là bố cho thư ký đến bác Cả Mót hỏi kinh nghiệm trồng rau sạch, nói anh ấy viết lại thành một công trình "khoa học" rồi "công trình" ấy đứng tên Bố. Bố tổ chức một buổi họp báo công bố "phát minh" này - Nó vỗ đùi, reo to - Một sáng kiến tuyệt vời, nâng cao uy tín, bản lĩnh một nhà khoa học, nhất là thể hiện ý thức của một người lãnh đạo biết quan tâm, bảo vệ sức khoẻ của người dân. Bố làm ngay đi!

"Con hơn cha là nhà có phúc". Nghe thằng con gợi ý như vậy, ông rất vui, tự hào.

Phải thế chứ! Ông công bố " phát minh trồng được rau sạch", Cả Mót từng làm thành công thì trong tỉnh cũng làm được, trong tỉnh làm được thì cả nước làm được. Biết đâu "phát minh" này sẽ nhân rộng ra cả thế giới. Tất cả các nước trên thế giới áp dụng thì tên của ông sẽ được tạc vào lịch sử vì chính ông đã cứu nhân loại thoát khỏi nạn "Chết vì rau bẩn"!

Đến cơ quan ông gọi ngay tay thư ký tổng hợp, tin cẩn, giỏi viết lách, giao nhiệm vụ khi đến khu vườn ông Cả Mót:

- Đến đó, anh phải hỏi thật cặn kẽ, ghi chép hết sức cẩn thận,hết sức chi tiết đặc biệt kinh nghiệm làm thế nào để rau sach phát triển tốt.Viết thành một bản báo cáo khoa học, rồi đưa cho tôi...

Tay thư ký gật đầu, đang định đi thì ông kéo tay nó lại:

- Khoan đã! Tôi phải dặn thêm với anh một điều. Hết sức giữ bí mật, ngoài tôi và anh, tuyệt đối không cho ai biết việc này. Đây có thể nói, nếu công bố, đó là một phát minh khoa học rất lớn, thể hiện trí tuệ thông minh của tôi. Vì ngoài làm công tác lãnh đạo, tôi vẫn có thể nghiên cứu thành công một công trình khoa học vĩ đại cứu loài người...

... Ngày công bố phát minh "công trình khoa học" này, thêm phần chấn động, cũng tạo sự tò mò, thu hút người nghe, ông chỉ đưa cho các phóng viên cũng như những người được mời đến dự một thông báo ngắn, viết chung chung: "Tổ chức họp báo để công bố một phát minh khoa học cứu cả loài người thoát nạn diệt chủng của Tiến sỹ, chủ tịch tỉnh...".

Phải nói tin này thực sự gây chấn động trong dư luận, đến chỗ nào cũng nghe người ta bàn tán. Thậm chí có người còn nói: "Ông ấy có phát minh khoa học này thì khác nào chúa Giê Su xuống trần gian cứu thế. A men! Giả như bị cụt hai chân, tôi cũng lết đến dự...".

Mọi người tề tựu đông đủ trong phòng họp báo, các ống kính, máy quay đều chĩa về phía ông. Các phóng viên lăm lăm laptop để ở tư thế sẵn sàng ghi chép... Ông bước lên bục diễn giả, vuốt ngược mái tóc, sửa lại gọng kính, lấy tay là nhẹ qua tà áo cho thêm phẳng phiu. Ông nhìn mọi người, hắng giọng, nói một cách trịnh trọng:

- Thưa... Hôm nay tôi sẽ công bố một phát minh khoa học quan trọng mà tôi đã dày công nghiên cứu suốt mấy năm nay. Phát minh khoa học này được thực nghiệm ở một số cơ sở đạt kết quả cực tốt. Đây là thời điểm nên nhân rộng, làm đại trà sẽ giải quyết được một đáp số đúng, rất tuyệt vời mà suốt mấy năm nay bao nhiêu nhà khoa học Việt Nam cũng như trên thế giới đang vắt óc đi tìm: Làm thế nào có rau sạch? Thực sự sạch? Mà giá thành rẻ, có năng suất cao? Thêm nữa, với phát minh khoa học của tôi, nếu thực hiện đại trà, sẽ tận dụng được một nguồn vật liệu tưởng chừng như bỏ đi thành một vật liệu vô cùng có ích. Đã vậy, còn góp phần làm cho môi trường thêm trong sạch....

Ông dừng lại, quan sát một lần nữa những người ngồi phía dưới...

Mọi người nhìn ông với ánh mắt háo hức, chờ đợi, không chớp...

Ông bình tĩnh nói tiếp, hùng hồn:

- Phát minh khoa học tôi lấy tiêu đề: "Dùng phân bắc để bón rau" - Sợ mọi người không hiểu ông giải thích thêm - Phân bắc chính là "cứt người" đấy! Cứt mà chúng ta đi ỉa thường ngày ấy! Đây là một phát minh rất quan trọng, lần đầu tiên tôi công bố...

GIỚI THIỆU NÓ CHO ANH

Kiếm được thằng thư ký này, y như ông kiếm được" mỏ vàng". Tất cả những yêu cầu của ông, kể cả những sở thích "đặc biệt" , chỉ cần một cái 'búng tay", nó hiểu ý, đáp ứng trên cả yêu cầu. Đã vậy tác phong làm việc, nó rất chăm chỉ, khoa học, đâu ra đấy. Ví như với chỗ để két sắt trong phòng làm việc, nó ngắm nghía, lấy hướng, rồi so sánh từ của sổ đến cửa ra vào rồi xin phép ông đặt ở một vị trí kín đáo mà khách , cũng như vợ ông ra vào không nhìn thấy, còn ông lại dễ lấy, dễ mở. Cũng căn phòng làm việc này, nó tra cứu trên sách vở, "hu gồ"... rồi trình ông, được ông đồng ý, cho thợ thiết kế lại, y phòng caraoke hiện đại, kín như bưng, bên ngoài có căng mắt, giỏng tai cũng không nhìn thấy gì, không nghe thấy gì. Với một căn phòng làm việc quá tuyệt vời ông sử dụng rất thuận tiện cho cả việc chung lẫn việc riêng...

Đặc biệt thằng thư ký này kín tiếng, thật thà. Một lần, người ta "biếu" ông năm mươi ngàn đô la, cả một bó tiền to, ông cho vào két sắt mà quên không khóa. Nó nhắc nhẹ:

- Chú chủ quan quá! Cứ thế này người ngoài biết, rồi cô biết... thì chết! May là cháu khóa lại rồi. Lần sau, chú có bận mấy cũng phải nhớ, cất tiền vào két, phải đóng và khóa cẩn thận.

Rồi lần khác, nó "phê bình" khéo ông:

- Chú đưa em ... vào phòng làm việc... mà vỏ thuốc viagra lại bỏ vào sọt rác. Không được, cháu phê bình chú đấy, nhỡ đâu cô vào bất ngờ, nhìn thấy thì sao. Cháu dọn và xóa kỹ cho chú rồi. Chú nên rút kinh nghiêm chuyện này...

Những việc như thế, ông "cảm ơn" nó không hết!

Thằng thư ký này còn một cái "tài" nữa, là soạn báo cáo hay tổng kết cuối năm. Nó làm rất nhanh. Nói với nó tập hợp các số liệu của sở, ban, ngành... làm báo cáo, ra hạn mười ngày phải xong. Nó chỉ làm chưa đến một ngày đã đầy đủ các số liệu!!! Diễn văn chào mừng lãnh đạo cấp trên đến thăm hay ngày lễ lớn... bảo nó viết, nó chỉ viết nửa buổi!!! đầy đủ những nội dung ông yêu cầu. Đã vậy thằng này rất giỏi là hay trích ca dao, thơ vào nhưng bài diễn văn ấy!!! Khi ông đọc lên , lãnh đạo cấp trên khen ông là biết "sử dụng văn hoá dân tộc" đúng chỗ, đúng lúc, đúng đối tượng. Ông vui không thể tưởng!

Kiếm đâu ra thằng thư ký thứ hai được như nó.

...Hôm đến thăm người bạn đồng cấp, khác tỉnh.

Thấy bạn phàn nàn, hiện nay sinh viên giỏi tốt nghiệp ra trường nhiều nhưng để kiếm được một người thư ký, y như cánh tay phải của mình, nói "một" hiểu "mười" rất khó. Nghe bạn nói vậy, hứng lên, tư nhiên ông khoe thằng thư ký của mình, rồi kết luận:

- Thằng thư ký này, nói thật với anh, nó không phải là cánh tay phải, mà thật sự là "tứ chi" của tôi. Quý lắm!".

Bạn của ông nghe ông nói vậy, vội nói:

- Anh có thể nói với nó đến gặp tôi được không?

- Để làm gì?

- Tôi muốn nhờ nó kiếm một đứa y như nó. Chắc nó biết!

Thương bạn, biết nhau qua mấy vụ làm ăn lớn, đạt kết quả, ông hứa sẽ giúp.

...Trước khi nói với thằng thư ký sang gặp bạn, ông dặn rất cẩn thận:

- Mọi chuyện làm ăn bên này, biết tính cháu là kín kẽ, trông trước, trông sau, nhưng chú vẫn dặn. Cháu phải kín tiếng, chỉ nói những gì cần nói. Điều thứ hai, bạn chú là "tiến sỹ" tốt nghiệp đại học, rồi cả đại học từ xa ở Mỹ, ngoại ngữ tiếng Anh, tiếng Pháp đã có bằng "đỏ", đi nước ngoài nhiều, rất hiểu biết nên khi nói chuyện với chú ấy, cháu rất cần khiêm tốn, cầu thị, lắng nghe vì chú ấy... cũng có kiến thức, bằng cấp không thua gì chú đâu!

Thằng thư ký nghe ông nói xong, gât đầu, ngoan ngoãn:

- Chú yên tâm, cháu nhớ lời của chú dặn.

...Bạn gặp thằng thư ký của ông thái độ rất sởi lởi,

thoả mái, xua tan mọi ngăn cách lạ lẫm ban đầu, rồi yêu cầu:

- Thế này em ạ! Em cứ xưng hô với anh là "anh", còn em là "em" cho nó trẻ. Anh nghe bạn của anh nói, chỉ cần đưa cho em vài ý, em đã viết được báo cáo hay viết diễn văn rất hay, còn đưa cả ca dao, thơ vào rất đúng ý đảng, đúng lòng dân, đúng cả yêu cầu của lãnh đạo. Bây giờ anh muốn nhờ em - Bạn của ông nói nhỏ lại - Cẩn thận, kín tiếng... anh có thừa! Việc đó anh không cần thư ký, nhưng cần là cần một người viết được báo cáo, tổng kết, diễn văn chào mừng... như em.

. Thằng thư ký đắn đo một lúc rồi nói thật với bạn của ông:

- Nói thật với anh, em cũng không viết được đâu. Toàn phải nhờ...!

- Nhờ ai?

- Em nhờ Com pu tơ [1]. Nó giúp em rất hiệu quả, vì trong đó nó "biết" tất cả, chỉ việc chép ra.

- Nó có kín tiếng như em không?

- Tất nhiên rồi, chỉ khi nào mình cần, là nó có mà.

Nghe vậy, bạn của ông mừng rỡ, nói vội:

- Thế thì em dắt nó đến đây giới thiệu cho anh. Họ của nó như tên ông "Võ Chí Công"[2] ấy nhỉ. Chắc rất giỏi!

Chú Thích:

(1) Máy vi tính

(2) Nguyên chủ tịch hội đồng bộ trưởng, tương đương chức Thủ tướng bây giờ

PHỤC CHỨC

Ông Tám từng bị kỷ luật, cách chức, đưa ra khỏi ngành, chỉ hơn mười năm sau, lại phục chức, ở chức vị to hơn, quyền sinh, quyền sát cả một vùng. Dư luận, nhất là giới báo chí, luật sư, facebook... rất thắc mắc, rồi đưa ra rất nhiều lời bình phẩm không có lợi, buộc ông phải tổ chức họp báo, giải thích việc này...

Buổi họp báo diễn ra trong không khí trang trọng, giới báo chí tập trung rất đông, ống kính, máy ảnh sẵn sàng, micro được điều chỉnh thật tốt cho tiếng nói vang, rõ ràng. Những hàng ghế thẳng tắp, gọn gàng để cho phóng viên dễ dàng tác nghiệp...

Đúng giờ, ông Tám bước ra, dáng đĩnh đạc, chủ động, ánh mắt nhìn thẳng như không sợ bất cứ sự phản ứng mạnh từ các câu hỏi của phóng viên. Ông Tám đến gần micro, gõ vào đấy mấy tiếng: "...cộc... cộc... "rồi bắt đầu nói, giọng từ tốn, rõ ràng:

- Thưa các anh, chị phóng viên đang ngồi đây. Tôi được biết, hiện nay dư luận rất thắc mắc, thậm chí phẫn nộ, vì sao một người như tôi, cách đây hơn mươi năm bị kỷ luật, đưa ra khỏi ngành, báo chí đều đăng, hiện nay lại được phục chức, ở chức vị này... Vậy hóa ra, chuyện kỷ luật của tôi cũng chỉ làm cho "phải phép", lấy lệ, vô hiệu hóa kỷ cương phép nước... - Nói đến đây có vẻ ông Tám xúc động mạnh, giọng trở nên nghẹn ngào - Đó là một chuyện quá đau lòng, với tư cách một người đảng viên, tôi thực sự xấu hổ, tôi không muốn nhắc lại chuyện đó nữa. Nhưng... - Ông nhìn mọi người, cố nhấn mạnh - một đời người, tôi xin hỏi, mọi người đang ngồi đây, ai dám chắc là mình không mắc sai lầm. Quan trọng nhất là nhận ra sai lầm, để sửa chữa. Tôi là người cầu tiến, gia đình có truyền thống cách mạng, lý lịch trong sạch, không lẽ lại thiếu dũng cảm, bản lĩnh để đứng dậy từ chỗ ngã ấy!

Một phóng viên ngồi dưới giơ tay:

- Xin lỗi ông, cho tôi phát biểu!

Ông Tám nhìn, cười độ lượng:

- Anh phát biểu đi!

Người phóng viên:

- Chúng tôi đến đây để nghe ông giải thích vì sao một người như ông đã bị kỷ luật, đưa ra khỏi ngành, mà kỷ luật rất nặng, bị tước hêt chức vụ, thậm chí bị khai trừ ra khỏi đảng, vậy mà chỉ hơn mười năm sau, khôi phục đảng tịch, lại làm đúng ngành đó, ở chức vị cao hơn. Đây là "chuyện rất không bình thường" nếu không muốn nói, duy nhất, cho đến hiện tại ở tỉnh nhà, đặt nhiều dấu hỏi lớn trong dư luận, gây nên sự bức xúc trong người dân. Ông nên giải thích rõ, để chúng tôi chủ động viết, giải thích cho dư luận hiểu đúng vấn đề...

- Đúng! Đúng - Ông Tám gật gật đầu nói ủng hộ - Tôi sẽ lý giải từng vấn đề một, để các anh, các chị hiểu. Khi nhận được án kỷ luật, tôi đau lòng lắm, trăn trở ghê lắm, mất ngủ cả chục đêm. Tôi tự hứa, phải quyết tâm sửa chữa để trở thành một người tốt, khôi phục lại uy tín, giữ vững truyền thống cách mạng của gia đình. Muốn vậy, không nên than vãn hoặc suy nghĩ tiêu cực về những khuyết điểm mà mình mắc phải trong quá khứ , mà hiện tại cũng như trong tương lai phải làm nhiều việc tốt để nhân dân, đảng hiểu mình. Đầu tiên, các anh, chị biết không? Phải làm việc tốt từ những việc nhỏ nhất, không từ nan, khi nhân dân cần là mình là phải có mặt. Đấy, lúc đó ngay cạnh nhà tôi có một vị lão thành cách mạng, một cán bộ lớn về hưu, bị đau nặng, cần đưa đi cấp cứu. tôi có xe ô tô, liền trong đêm chở ngay vị lão thành cách mạng này đến bệnh viện. Lúc đó gió to, mưa lớn, đường sá ngập nước... nhưng tôi không ngại, tìm mọi cách điều khiển ô tô chở vị lão thành cách mạng này đến bệnh viện, càng sớm càng tốt, cứu chữa kịp thời. Việc làm này, tôi nghĩ, là sự tri ân của thế hệ sau với thế hệ đi trước, như lời bác Hồ dạy. Dù khiêm tốn, tôi cũng tự nhận, đây là một việc làm tốt. Nhờ việc làm này của tôi, vị lão thành cách mạng đó được cứu sống, hiện rất khoẻ mạnh, đề nghị mọi người hoan hô...

Ông Tám vỗ tay trước, bên dưới có vài tiếng vỗ tay lẹt đẹt theo sau...

Rồi ông Tám lại nói tiếp;

- Một em học sinh, gia đình cũng có truyền thống cách mạng, ông nội của em học sinh này là liệt sỹ. Em thi đại học, chỉ thiếu có vài điểm, không thể vào nhập học được. Nhìn tình cảnh của em học sinh tôi không đành lòng. Tôi suy nghĩ, nếu cứ như thế này, thực hiện một nguyên tắc cứng nhắc, thiếu tình người, đất nước chúng ta sẽ mất một nhân tài, một kỹ sư giỏi. Nghĩ như vậy nên tôi không ngại vất vả, đi gõ cửa nhiều nơi, kể cả những nơi "quan trọng" nhất. Cuối cùng em đó vào được đại học. Sau một năm học đại học, do có thành tích học tập tốt, em đi du học nước ngoài. Tôi vô cũng mãn nguyện, làm được một việc tốt cho xã hội.

- Tôi đã làm được một việc đẹp như vậy, sao chúng ta không vỗ tay?

Ông Tám lại vỗ tay, bên dưới cũng có một, hai người vỗ tay ủng hộ...

Đợi tiếng vỗ tay dứt, ông Tám nói tiếp:

- Lại có một lần, có một dòng họ ngoài bắc rất lớn, dòng họ này có truyền thống cách mạng từ mấy đời kế tục liền, muốn đi tham quan căn cứ địa cách mạng ở vùng Nam Căn, Đồng Tháp Mười, đặc biệt muốn đến điểm cuối cùng đất nước là mũi Cà Mau trong vòng mười lăm ngày. Với nghĩa tình "Uống nước nhớ nguồn", chỉ một người có cống hiến xương máu cho nền độc lập của dân tộc mình đã tri ân, huống hồ là cả một dòng họ, hơn một trăm người, đổ không biết bao nhiêu xương máu mà kể, tôi liền bỏ tiền túi ra lo trọn, không cho ai trong dòng họ đó bỏ ra một xu cho cuộc tham quan này. Sau cuộc tham quan, tôi còn tặng mỗi người trong dòng họ của đoàn tham quan những đặc sản rất quý không nơi nào có, trừ địa phương chúng ta. Mọi người trong đoàn tham quan vô cùng cảm động, sau chuyến tham quan thành công ngoài mong đợi, ai cũng ôm hôn tôi thắm thiết. Đó! Tôi chỉ nói sơ qua như vậy, để các anh, các chị phóng viên ngồi đây hiểu rằng, sau khi bị kỷ luật, tôi phải phấn đấu ghê gớm như thế nào, làm nhiều việc tốt như thế nào để được khôi phục và ở chức vụ này. Nào, còn ai thắc mắc gì nữa không?

Một phóng viên đứng lên hỏi:

- Thưa ông! Để dẫn chứng thật thuyết phục, ông có thể cho chúng tôi biết danh tính, địa chỉ cụ thể của từng người trong những sự việc ông vừa nêu ra được không?

Ông Tám hơi lúng túng:

- Có nên thế không? Tôi nghĩ không cần thiết!

- Rất cần ông ạ! Vì ông không cho chúng tôi biết điều đó, dư luận sẽ cho rằng, ông nói không đúng, không có tính thuyết phục.

Ông Tám cười nhẹ như không để ý những điều đó, thậm chí ông còn nói chắc như "đinh đóng cột":

- Tôi khẳng định với các anh, các chị phóng viên ngồi đây, tất cả những điều tôi nói là hoàn toàn đúng sự thật, không thêm thắt một chi tiết nhỏ nào. Các nhân chứng trong những sự việc tôi kể ra đây còn sống cả. Muốn biết sự thật có đúng hay không? Các anh, các chị phóng viên có thể đến gặp các nhân chứng đó để hỏi...

Các phóng viên liền đi tìm hiểu và phát hiện:

"Vị lão thành cách mạng, cán bộ lớn vừa về hưu" ông Tám dùng xe ô tô riêng của mình chở đi bệnh viện cấp cứu là bố vợ của ông.

"Em học sinh, gia đình có truyền thống cách mạng, thi đại học, chỉ thiếu có vài điểm" Ông Tám giúp vào được đại học, là con ông Giám đốc Sở... thủ trưởng trực tiếp của ông.

"Một dòng họ ngoài bắc rất lớn, có truyền thống cách mạng muốn đi tham quan căn cứ địa cách mạng ở vùng Nam Căn, Đồng Tháp Mười, đặc biệt muốn đến điểm cuối cùng đất nước là mũi Cà Mau trong vòng mười lăm ngày" mà ông Tám bỏ tiền túi ra lo trọn bộ, là dòng họ của ông Bộ trưởng, quyền to nhất, người đã nâng đỡ, bảo vệ ông Tám...

Nhưng tin này là tin "nội bộ", ban "quản lý báo chí "có chỉ thị, các báo không được phổ biến...

Hội An 4/2019

GIẬN HÀI "HOÀI LINH"

Cả nhà ông ai cũng thích hài. Có lẽ do đó truyền thống "lạc quan" từ đời ông cố, một nhà văn chuyên viêt chuyện hài, truyền lại....

Thằng con cả thích tạp chí "Cười", cứ có chuyện nào hay trong tạp chí là nó đọc cho cả nhà cười. Có lúc nghe nó đọc truyện cười mà cả nhà cười như nắc nẻ, như phát rồ.

Vợ của ông thích xem phim hài có diễn viên Hồng Đào, Việt Hương... đóng. Cứ phim nào có hai nữ diễn viên hài này, vợ ông không bao giờ bỏ qua, cười quá "dô ta", cười như "phá nhà".

Riêng ông, ông đặc biệt thích diễn viên hài Hoài Linh, nhiều vở diễn hài có Hoài Linh đóng, ông thuộc đến từng lời thoại, ví như trong vở kịch: "Con sáo sang sông", Hoài Linh đóng vai con nói với ông bố do Chí Tài đóng: "... Đời của ba ăn mặn, thì ba đừng bắt đời con khát nước, rồi bắt đời cháu ba đi tiểu, tội nghiệp nó.". Ông khoái lắm, hay lấy câu này để kết thúc những bài nói chuyện của mình...

Ví như trong buổi nói chuyện giữ cho thành phố xanh, sạch, đẹp, kết thúc, ông nhấn mạnh: "... Thành phố của chúng ta quyết tâm phải là thành một thành phố có mặt đường sáng như gương, dãy phố có vỉa hè thẳng tắp, không một cọng rác, hai bên đường phải có những hàng cây xanh phủ bóng mát... Chú cứ để bẩn thỉu, lộn xộn, nhếch nhác, mất vệ sinh... tồn tại như hiện nay thì chắc chắn người dân sẽ réo, rủa: "Đời của ba ăn mặn, thì ba đừng bắt đời con khát nước, rồi bắt đời cháu ba đi tiểu, tội nghiệp nó!".

Hay như chuyện chống tham nhũng, trước một hội nghị có rất đông cán bộ lãnh đạo cơ quan, sở, ban, ngành... khi kết thúc bài huấn thị, ông vung tay, nói rất hùng hồn: "... Chúng ta phải chống tham nhũng thật triêt để, bằng những biện pháp thật nghiêm minh, kỷ luật sắt để cho những kẻ muốn tham nhũng chỉ nhìn thấy tiền là sợ, thấy vi la, biệt thự to là không dám nhìn, thấy gái đẹp là chạy... chứ không thể để hiện trạng như hiện nay lãnh đạo nào cũng ở trong nhà to, hoành tráng, ông có chức, được nhiều "lộc" do tham nhũng là như y rằng có bồ trẻ, vung tiền tỷ để chơi. Thủ đoạn tham ô thiên hình, vạn trạng rất ghê gớm còn hơn nước lũ tràn qua đê, không có bất kỳ biện pháp nào chống được. Với thực tế tham nhũng khủng khiếp như hiện nay, nói với các đồng chí , người dân sẽ oán trách, chửi chúng ta đến ba đời: "Đời của ba ăn mặn, thì ba đừng bắt đời con khát nước, rồi bắt đời cháu ba đi tiểu, tội nghiệp nó!".

Câu nói: "Đời của ba ăn mặn..."gần như ông thuộc lòng, "dính vào mồm" , kết thúc bất kỳ bài nói chuyện nào ông cũng dùng, không bỏ được.

... Sau bữa cơm chiều, như mọi lần gia đình lại quây quần quanh bàn trà tán chuyện, ông hỏi thằng Cả:

- Hôm nay trong tạp chí "Cười" có chuyện gì vui không con? Đọc cho cả nhà nghe đi!

Thằng Cả nói ngay:

- Có chứ ba! Có một truyện ngắn cười trong tạp chí con đọc, cười rách cả mép.

- Nội dung như thế nào mà con cười? - Ông hỏi.

- Nó như thế này, ba nghe nhé, ngắn thôi, nhưng không thể không cười, tác giả viết rất vui...

Thằng Cả lấy tạp chí "Cười" có đăng truyện ngắn đó ra đọc:

-... Tôi đi dự một cuộc họp để nghe ông Chủ tich tỉnh huấn thị với nội dung: "Thành phố chúng ta quyết tâm đặt mục tiêu xây dựng nông thôn mới trong năm nay". Tóc ông chủ tịch chải gọn, đeo gọng kính vàng... nhưng có một động tác trông "thối" không thể tưởng, đang nói, thì thỉnh thoảng ông ta đưa tay ngoáy mũi, trông rất buồn cười ...

Thằng Cả đọc đến đấy, ông lẩm bẩm trong miệng, cái thằng nhà văn này viết hư cấu, sao có vẻ hơi hơi...giống mình, cũng thỉnh thoảng khi nói chuyện mình cũng làm động tác đó...

Vẫn giọng thằng Cả:

-... Ông Chủ tịch tỉnh vung tay, miệng áp sát vào micro như muốn giọng của mình vang thật xa, thật mạnh, thật lôi cuốn: "...Thành phố chúng ta đạt chuẩn nông thôn mới là gì ? Các đồng chí biết không? Đó là có một môi trường trong sạch, dọc đường đi phải có nhưng rặng tre xanh soi bóng dưới dòng sông êm ả. Chiều chiều, đứng trên ban công nhìn ra xa, thấy những cánh cò bay lả, bay la như trong ca dao, chấp chới trong ánh hoàng hôn. Chúng ta lại nghe thấy tiếng trâu "nghé ọ... nghé ọ ..." gọi bê, tiếng người nói râm ran, sau buổi làm đồng về, rồi cả khói lam chiều bay la đà trên mái rạ nữa. Ôi! thành phố của chúng ta, thành phố nông thôn mới...".

Thằng Cả bỏ tờ tạp chí xuống bàn, cười phớ...phớ...

Mẹ nó cũng cười, nhận xét:

- Cái lão này, nói ngu con nhỉ!

Còn ông thì ngạc nhiên, sao thằng nhà văn viết cũng có vẻ hơi hơi... giống mình nói trong một cuộc huấn thị. Nhưng rồi ông lại tự phản bác trong đầu, truyện ngắn của nhà văn là hư cấu, toàn "bịa" hơi đâu để ý. Nhiều "thằng to hơn mình" cũng nói thế, mình chỉ truyền đạt lại...

Thằng cả thôi cười, nói tiếp với cả nhà:

- Đến đoạn này mới buồn cười này, mọi người nghe nhé: "... Ông chủ tịch Tỉnh có câu cửa miệng, đi đâu, nói chỗ nào, bất kể bên dưới là đàn ông, đàn bà, nông dân, trí thức, già, trẻ... khi kết thúc bài huấn thị, ông cũng nói đến độ mọi người thuộc lòng, cùng đồng thanh hô to: "... Đời... của... ba... ăn mặn... thì... ba...đừng... bắt... đời... con... khát... nước... rồi... bắt... đời... cháu... ba... đi... tiểu... tội... nghiệp... nó...". Rồi mọi người cùng vỗ tay, buổi huấn thị của ông kết thúc...

Thằng Cả đọc xong, cười lăn, cười lộn. Vợ ông cười chảy nước mắt.

Còn ông, trong đầu lại trách hài Hoài Linh, lẽ ra nó không nên nói câu này trong vở kịch" con sáo sang sông" mà chỉ nói riêng một mình cho ông nghe thôi, như vậy có phải tốt bao nhiêu!

- Từ giờ trở đi đ... xem hài của thằng này nữa ! - Ông tức, chửi thầm.

Hội An 4/2015

"TỰ DO"

Nhìn cả đống thức ăn thừa thải vứt trên trên bàn, bát, đũa mỗi thứ, một nơi. Dưới chân bàn giấy chùi, khăn lau vương vãi. Còn trên sàn nhà mấy ông "tướng", gọi là bạn thân nằm phơi rốn, phơi bụng ngáy khò khò... anh lắc đầu thở hắt ra, ngán ngẩm.

... Ly dị vợ xong, sẵn có tiền, anh sắm một căn hộ ở chung cư... Căn hộ rộng, đầy đủ phòng ốc, khép kín, trông có phần sạch sẽ, sang trọng. Mấy thằng bạn thân của anh liền kéo đến, tung hô:

- Nhất ông rồi. Tự do đã đến, tự do muôn năm!

- Đến bao giờ tôi được như ông. Chỉ cần một ngày tự do giống ông đang ở hiện tại thôi, tôi cảm giác như mình là "vua" rồi.

- Ông ở căn hộ như thế này đúng y như thằng vừa mãn hạn tù chung thân, được ra khỏi trại giam. Hãy tận hưởng!

Ngay hôm đầu tiên, lấy cớ mừng tân gia, bạn bè của anh kéo đến rất đông. Người mang thức ăn, người mang rượu, có người còn dẫn cả "bồ" trẻ đến liên hoan. Căn hộ của anh hôm ấy náo nhiệt vì tiếng cười, tiếng nói, đàn hát...

Khi tất cả bạn bè kéo nhau ra về để lại một đống bừa bộn thức ăn, khăn lau, vỏ bia, thậm chí cả một bãi nôn mà anh phải dọn mất một buổi mới sạch...

Nhưng thế vẫn chưa hãi lắm, vì anh ở một mình, căn hộ trở thành chỗ tá túc của bạn bè. Ông thì giận vợ, xin anh cho ngủ nhờ một đêm. Cả đêm, giải tỏa nỗi sầu, "bố" ấy cứ lôi anh dậy tâm sự, không cho anh ngủ:

- Có lẽ tôi phải học ông thôi, chẳng vợ, chẳng con!!! Lấy phải con vợ nhìn cứ soi mói, bắt bẻ chồng từng tý một, rồi suốt ngày kể lể, khinh chồng như chó. Với một con vợ như thế, hỏi ông, tôi sống thế nào được. Tôi nghĩ kỹ rồi, ngày mai, giống như ông, về nhà tôi viết đơn sẽ ly dị...

Nói thì có vẻ "ghê gớm dứt khoát" như vậy, nhưng sáng ra, nghe tiếng vợ gọi bên ngoài cửa, "bố" ấy vội ngồi bật dậy, không kịp đánh răng, rửa mặt, cũng không kịp chào anh, chạy vội ra mở cửa rồi lút cút đi sau vợ, không dám ho he một tiếng...

Lại có "tướng" trốn vợ, dắt cô "bồ" trẻ đến xin anh, cho ngủ nhờ:

- Ngoài phố các nhà nghỉ hết phòng rồi, tôi và em nhờ ông cho "trọ" một đêm. Với lại, nói ông thông cảm, ở đây mụ vợ tôi chưa biết ...

Anh thừa biết thằng này "ki bo" có hạng, nó sợ tốn tiền trọ nhưng tính cả nể, anh chặc lưỡi đồng ý. Nhưng bực nhất nửa đêm, nó gõ cửa phòng anh:

- Ông ơi! Sao trong phòng tắm không có xà phòng?

Anh ngồi dậy mắt nhắm, mắt mở trả lời nó mà bực mình:

- Tao quên chưa kịp mua. Mày làm gì mà cần xà phòng để tắm lúc nửa đêm như thế này? - Nhìn ra, anh giật mình, trong đầu tìm ra ngay lời giải đáp. Thằng bạn đứng trước cửa phòng của anh không mặc quần áo, nồng nỗng từ trên xuống dưới!!!

Những chuyện như vậy rất khó chịu, bực mình vì mất "tự do" nhưng anh lại so sánh, cũng còn hơn hồi anh có vợ. Hồi ấy bạn bè đến nhà, đứa nào nhìn vợ anh cũng "len lét như rắn mùng năm", vì việc gì ... quá đà như nhậu, uống rượu, tán chuyện vô bổ, ồn ã... vợ anh phê bình thẳng cánh, không nể mặt một ai, bất chấp đó là quan "to", chức "lớn" trong làng văn nghệ. Thậm chí, có lúc quá bực mình, vợ anh yêu cầu với thái độ rất cương quyết, kể cả anh cùng bạn bè phải ra khỏi nhà... Anh mất bạn cũng vì vậy. Cũng vì nguyên nhân đó, có lúc vợ chồng cãi nhau, không ai chịu nhường ai! "cái sảy nảy cái ung", chuyện nhỏ xé ra to, quá mức vợ chồng không chịu đựng được thế là ly dị.

Anh được tự do, không vướng bận, trong một căn hộ rộng.

... Nhưng không lẽ cứ như thế này để bạn bè lợi dụng, anh quyết định đón cô "bồ" trẻ về ở chung trong căn hộ đó, để bạn bè thấy vậy, không đến tá túc ở nhờ nữa.

Anh hy vọng sẽ được tự do tuyệt đối.

Mấy tháng đầu đón cô "bồ "trẻ về ở trong căn hộ của anh đúng là có không khí vui tươi. Là ríu rít tiếng cười. Là những buổi sáng vừa thức giấc, anh bế cô "bồ" trẻ ra ban công đón bình minh. Là những buổi chiều, cô ấy ngồi tư lự bên cửa sổ chờ hoàng hôn đang tắt dần, nét mặt đẹp không thể tả. Là những buổi tối đi nhà hàng bên ngọn nến, chỉ nhìn nhau thôi, có cảm giác như tất cả trăng sao đều tụ lại.

Rồi... còn nhiều chuyện nữa, toàn hạnh phúc là hạnh phúc, tự do thực sự tự do.

Đó là mấy tháng đầu, khi đón cô "bồ" trẻ về anh còn dư giả tiền bạc, khi hết tiền không lẽ chỉ ngồi, cười, ngắm nhau, mà phải làm việc.

Công việc của anh có nhiều, báo đặt bài, ti vi nhờ viết kịch bản, đài cần lồng tiếng trong mục "sân khấu truyền thanh"... anh là nhà thơ, nhà văn luôn luôn có "tứ" trong đầu, phải viết, rất cần không gian yên tĩnh, mọi việc diễn ra thật nhẹ nhàng. Với cô "bồ" trẻ lúc nào giọng cũng líu lô, nụ cười toả nắng, má lúm đồng tiền lại không như vậy. Hết nũng nịu đòi đưa đi công viên, bãi biển cô "bồ "trẻ lại ỏn ẻn chuyện mua sắm, khiến anh không tập trung. Có lúc không hiểu sao nét mặt cô "bồ " trẻ buồn rười rượi, anh hỏi không chịu trả lời, nước mắt ngắn, nước mắt dài. Tưởng gì hóa ra cô "bồ" trẻ của anh bị đồng nghiệp chê đeo kính mát "lỗi mốt"!!!

Nhiều chuyện tương tự như thế, không được "tự do" để làm việc, nhưng khi tình yêu giữa anh và cô "bồ" trẻ đang "đượm" nên cho là bình thường, vì bây giờ anh đang sướng. So sánh với bạn bè, anh hơn chúng nó bao nhiêu lần. Anh có "bồ" trẻ bên cạnh được tự do yêu, tự do về thời gian, không có sự ràng buộc nào cả...

... Cũng chỉ được một thời gian, anh không thể chịu được sự nhõng nhẽo và nhất là tính tự do của cô "bồ" trẻ. Cô "bồ" trẻ cũng muốn "tự do" giống như "tự do" của anh. Có lúc đi chơi với bạn, cô "bồ" trẻ nói với anh, chỉ đi hai tiếng rồi về mà đi cả buổi, thế là trong đầu anh đủ sự suy diễn. Biết đâu cô ấy nói dối anh!!! Có khi đang ở trong nhà nghỉ với thằng nào đó!!! Còn anh chỉ là thằng "đổ vỏ"!!! Hoặc là ngồi công viên tâm sự với người yêu thật sự, còn anh, chỉ là "lớp tráng bên ngoài" cho cô "bồ" trẻ "ngụy trang"!!!

Khi cô "bồ" trẻ về, anh tức giận hỏi, thì cô nàng nói tỉnh bơ:

- Anh không tin em sao? Anh có bạn, em cũng có bạn, ở tuổi này, anh muốn em chết héo à! Nếu anh không tin thì đi với em, hoặc nữa, anh gắn định vị vào điện thoại cho dễ theo dõi... Mà làm như thế, thì giữa anh với em còn gì về tình cảm nữa...

Thế là anh muốn " tự do" cũng không được tự do, trong đầu cứ suốt ngày như canh chừng. Cô ấy điện thoại, tin nhắn cho ai ở trong buồng tắm, trông có vẻ lén lén, lút lút ??? Tại sao bên anh, mà cô "bồ "trẻ vẫn hát, hát đi, hát lại " Đời tôi cô đơn nên yêu ai cũng cô đơn"??? Hỏi thì cứ như giấu giấu, giếm giếm, không thật...

Tình hình cứ thế này anh còn đâu tâm trí làm được việc gì, cũng không còn thời gian mà thư thái, hết cả "tự do " suy nghĩ ra tác phẩm, ra thơ... Anh có cảm giác thời gian không phải là của mình nữa, mà lệ thuộc hoàn toàn vào cô "bồ" trẻ, từ bước đi, đến tiếng cười...

Thế thì đâu có được "tự do"!

Anh quyết định chia tay với cô bồ" trẻ ấy cho nhẹ người.

Nhưng tưởng thế, lại hóa ra không thế. Một mình, một căn hộ, bạn bè của anh lại kéo đến.

Cuộc nhậu này là "giọt nước tràn ly"...

Anh gọi mấy ông bạn "vàng" đang nằm lăn lóc trên sàn nhà dậy, đuổi hết.

Mấy thằng bạn thấy anh nổi nóng, ngạc nhiên. Một thằng văng tục:

-Mày nói bây giờ mày là thằng"tự do",chúng tao mới đến. Chú mày ăn nói như thế này, lại đuổi chúng tao, từ giờ trở đi, chúng tao đ... đến nữa...

Chúng nó không đến thật, để lại một mình anh trong căn phòng rộng.

Anh được tự do, nhưng tự do trong nỗi cô đơn, nhất là về ban đêm hoặc lúc đau ốm...

Những lúc ấy anh lại nghĩ cảnh gia đình mình đã có, nhớ tiếng bi bô của đứa con trai, bây giờ thỉnh thoảng anh mới gặp. Giá như tôn trọng suy nghĩ của vợ, tôn trọng việc làm của vợ, đừng đề cao sự "tự do": Phải có bạn bè, không phân biệt bạn bè đó "tốt", hay "xấu". Phải có "bồ"... bất chấp điều đó dẫn đến tan vỡ hạnh phúc gia đình...

Tưởng sau ly dị vợ sẽ có "tự do", nhưng bây giờ anh không biết tìm "tự do" ở đâu?

Hội An 4/2020

THÁM TỬ TƯ

Cô bạn thân, giỏi ngoại ngữ, chuyên môn, có tài tổ chức... làm thư ký riêng cho một bà lớn. Bà này thường xuất hiện trên ti vi hay trong những hội nghị quan trọng, uy trùm khắp vùng. Cô bạn thân, trong một lần uống cà phê hàn huyên sự đời, đã nhận xét sếp của mình cho tôi nghe:

- Nói thật với ông, tôi thấy không ai nghiêm bằng sếp tôi, từ giờ giấc đến công việc, sếp đòi hỏi rất cao, chỉnh chu từng tý, không để dư luận đánh giá xấu. Như chuyện chọn thư ký riêng, không muốn có tiếng ra, tiếng vào, sếp không chọn thanh niên, đẹp trai, cao to mà chọn tôi. Sếp coi công việc là trên hết, đạo đức lại càng phải gìn giữ, khi ở vị trí lãnh đạo "lớn" này...

Nghe cô bạn thân nói vậy, tôi nghĩ: "Làm đến chức "to" như thế, chắc chắn phải giữ uy tín cho mình chứ, có "rất máu" cũng đố dám ham "của lạ". Lộ ra chết có ngày!"

...Tôi nhận được cuộc điện thoại của cô bạn:

- Sếp của tôi muốn gặp ông. Ông thu xếp đến ngay nhé!

- Có việc gì thế ? Bà có thể nói qua cho tôi biết được không?

- Là thế này - Cô bạn của tôi nói gấp trong điện thoại - Sếp của tôi muốn tìm một thám tử tư, tôi có giới thiệu về ông. Ông là giám đốc công ty thám tử "Nghiêm minh" từng thành công rất nhiều việc mà người thuê muốn biết. Sếp nói với tôi, mời ông đến ngay. Còn đến làm gì, tôi không biết!

Nể bạn, đồng thời cũng đúng nghiệp vụ, tôi thu xếp công việc, vội đến.

Tôi lặng lẽ quan sát bà, sếp của bạn tôi, thầm phục. Dáng chuẩn, trông còn rất phong độ, tuy tuổi của bà gần sáu mươi, da mặt vẫn trắng, mịn màng, ít nếp nhăn. Bà ta ăn mặc rất biết "mốt", áo dài màu lam, cổ áo viền kim tuyến, thực tế trông đẹp hơn khi tôi thấy bà trên ti vi. Khuôn mặt của bà nhìn người đối diện rất nghiêm nghị, nghiêm nghị từ giọng nói đến cả... nụ cười. Giọng nói, nụ cười của bà tôi có cảm giác đều phải tính toán. Thế nên, nói chuyện với bà, tính cẩn thận, tôi vẫn cẩn thận hơn:

- Việc của bà đề nghị, tôi nghĩ không hề đơn giản, mà có rất nhiều điều phức tạp chưa lường hết được, xin phép bà cho tôi suy nghĩ...

- Thư ký của tôi đã giới thiệu rất kỹ về anh, tôi tin lời giới thiệu đó. Hơn nữa công việc này cần triển khai ngay, để lâu không có lợi cho chồng của tôi, cũng như tôi... - Bà ta nói, có ý không chấp nhận suy nghĩ của tôi.

- Nhưng sự nghi ngờ của bà có cơ sở không? - Tôi hỏi.

- Tôi rất hy vọng, sự nghi ngờ của tôi là không có cơ sở. Nên vậy, tôi mới cần anh giúp, khẳng định giúp tôi điều đó. Với công việc tôi thuê anh, tiền nong không thành vấn đề!

Không phải thương thảo lâu, vì bà ta rất nhiều việc, tôi cũng vậy, hợp đồng hai bên được ký kết. Tôi có nhiệm vụ theo dõi mọi hoạt động đi, lại của chồng bà, hai mươi tư giờ trên hai mươi tư giờ, trừ những lúc vợ chồng ở nhà, hoặc đi chung với nhau. Tôi có nhiệm vụ báo cáo với bà hàng ngày thật chi tiết, giờ, địa điểm... chồng của bà đã gặp ai? Những nơi ông ấy hay đến? Đối tượng là "nam" hay "nữ"? Nếu ghi âm được nội dung cuộc gặp đó càng tốt. Tiền sẽ trả theo giờ, sau mười lăm ngày sẽ nhận một lần, nhận qua tài khoản của tôi gửi ngân hàng. Bà có một yêu cầu tuyệt đối, duy nhất, việc này chỉ có tôi và bà biết, không có người thứ ba.

Tôi đồng ý, ký vào bản hợp đồng.

... Chồng của bà là một "sếp" rất to, to lắm. Đi đâu cũng "tiền hô, hậu ủng", theo dõi không phải là việc dễ dàng. Vì thế để có kết quả thật chính xác, tôi phải làm rất nhiều việc từ việc bố trí cộng sự trợ giúp đến mua thêm nhiều công cụ hỗ trợ hiện đại rất đắt tiền.

Mới đầu công việc này quả là có khó khăn, nhưng càng về sau lại càng dễ, vì chồng của bà làm việc đúng giờ giấc, đúng nguyên tắc. Đúng giờ là đến phòng làm việc, đúng giờ nghỉ trưa, còn đi đâu đều kèm theo thư ký, lái xe...

Tôi ghi chép, báo cáo cụ thể rất chi tiết mọi hoạt động trong từng giờ, từng ngày của ông ấy cho bà. Bà ấy nói với tôi: "Anh cứ theo dõi thật kỹ nữa cho tôi, chưa chắc thế đâu!"...

Một lần nhân viên của tôi báo về, cho biết, ông ấy xuống xe dẫn một người phụ nữ vào khách sạn. Tôi vội yêu cầu, cần bám theo ngay, với hy vọng, sẽ có chứng cứ cụ thể. Nhưng nhân viên của tôi bị tẽn tò! Đó là một cán bộ của ông ấy đi cùng vào phòng họp lớn của khách sạn bàn công việc. Ở đó đã có mấy người nữa đang chờ sẵn.

Rồi lại một lần, chính tôi bắt "quả tang" chồng của bà ta ngồi trong một nhà hàng rất sang trọng với một cô gái trẻ, cô gái khóc như mưa, còn ông ta đang hết sức khuyên giải. Một "quả" lớn, có thể tôi được thưởng thêm, nếu như báo cho bà ta thật cụ thể từ ảnh đến băng ghi âm cuộc trò chuyện này. Tôi lại lầm! Đó chỉ là cuộc nói chuyện khuyên giải để cô gái trẻ kia sửa chữa lỗi lầm, mà một người bạn nhờ chồng của bà giúp.

Tôi báo cáo mọi chuyện này với bà ta và đưa ra kết luận: "Chồng của bà rất nghiêm túc trong công việc hàng ngày!". Bà ta vẫn lắc đầu: "Chưa thể tin được, anh cứ tiếp tục theo dõi kỹ..."

...Công việc theo dõi chồng của bà ta ngày lại

ngày, lặp đi, lặp lại đến độ buồn chán. Nhưng... hình như tôi mắc sai lầm!

Thường ngày chồng của bà ta đến phòng làm việc rất đúng giờ, ngồi đúng vị trí, xoay lưng ra bên ngoài. Vậy tại sao có những hôm ông ấy ngồi như thế đến cả tiếng đồng hồ, không đứng dậy đi vệ sinh hay thư giãn!!! Tôi dùng kính nghiệp vụ, thu hình ảnh lại gần, nhìn kỹ, so sánh, đối chiếu rồi phát hiện, có hôm dáng đậm hơn hôm trước, có hôm trông lại có vẻ gầy hơn...

Đúng là có chuyện.

Tôi tìm cách vào gần phòng làm việc của ông ta. Mọi nghi ngờ của tôi không lầm. Phòng làm việc có một thang máy nằm khuất bên trong mà tôi không để ý. Có những hôm, ông ta dùng thang máy này bí mật đi đâu đó... Còn "người" ngồi kia, thực chất chỉ là một ma nơ canh. Để đánh lừa mọi người, ông ta gắn thêm một bảng chữ treo bên ngoài: "Xin lỗi, tôi đang làm việc khẩn, không tiếp khách. Hẹn khi khác.".

Tôi rất phân vân, khi biết chuyện này. Hay là việc theo dõi của tôi bị lộ!!! Tôi không dám báo cáo với bà ta, mà quyết tâm tìm ra sự thật...

Nhưng công việc của tôi phải dừng nửa chừng, mất toàn bộ tiền lương, lại bị "chửi" về chuyên môn...

Cô bạn của tôi điện, nói đến gặp cô ta ngay, thông báo một chuyện quan trọng:

- Thôi, ông bỏ nghề thám tử của ông đi. Ông làm kém lắm.

Tôi ngơ ngác chưa biết chuyện gì, cô bạn giải thích:

- Đến tận bây giờ tôi mới biết là sếp của tôi có

"bồ", một thanh niên kém gần hai chục tuổi. Sếp giấu kín thật! Sếp nhờ ông theo dõi chồng, giờ giấc, địa điểm... rồi thông báo cho sếp biết. Thực ra chuyện đó không phải sếp tìm "tang chứng" mà là để tránh, dẫn "bồ" đi mà không bị chồng phát hiện. Còn chồng của sếp không hơn, cũng có bồ, một con bé trẻ ranh, chân dài, trúng giải thi hoa hậu vừa rồi. Nhưng lão ấy cũng đóng kịch "siêu giỏi", giấu tông tích cũng "siêu giỏi" đến như ông, có tài thám tử, cũng bị lừa. Hai người dẫn "bồ", ngẫu nhiên thế nào lại vào chung một khách sạn sang trọng, gặp nhau ở đấy. Thế là... cãi nhau to! Sau chuyện đó, nhận xét về công việc mà đã thuê ông làm, sếp nói rất tức giận:

- Thằng ấy là thằng thám tử chó chết!

Hội An 3/2022

TẤM BIA CỔ

Kính tặng nhà văn Hoàng Minh Tường

Tôi và nhà văn T...đến ăn sáng ở một quán nhỏ nhưng với vị trí của nó làm tôi chú ý. Quán nằm trên một trục đường chính, đất ở đây, theo giá thị trường, cực đắt. Dọc theo trục đường toàn nhà cao tầng, biệt thự sang trọng thì quán ăn này, bên cạnh một cây đa cổ thụ rễ phủ chằng chịt, vẫn là một ngôi nhà mái lá đơn sơ, bên trong một sân rộng, diệt tích cả ngàn mét vuông dùng để làm vườn và chăn thả gà, vịt. Tôi hỏi ông chủ quán khi biết gia đình ông sống gần cây đa này cũng đến mấy chục năm:

- Ở một ví trí đắc lợi như vậy, sao ở đây ông không xây một quán ăn cho thật đàng hoàng, mà chỉ là một nhà mái lá đơn sơ như thế này!

Ông chủ quán nghe tôi hỏi vậy, liền giải thích:

- Tôi cũng muốn lắm chứ, nhưng vì vướng cây đa. Trong hốc lớn của cây đa có tấm đá cổ được Bộ Văn hoá công nhận là "Di tích văn hoá lịch sử Quốc gia", nên nhà nước không cho tôi xây quán mới, sợ che lấp tấm bia đá cổ đó.

Nghe thế, tôi và nhà văn T... liền đề nghị ông chủ quán dẫn đến xem tấm bia đá cổ đó. Ông chủ quán vừa dẫn chúng tôi đi vừa kể...

...Cách đây cũng khoảng... lâu lắm, cũng bằng tuổi thọ một đời người, người đồn rằng cây đa này rất thiêng, thiêng đến độ, ai mà làm việc "bậy bạ" ở đây, đều bị "thần" cây đa vật!!! Mãi về sau người ta mới "giải mã" được việc này, nhờ phát hiện ra tấm bia đá cổ nằm trong hốc cây đa. Có thể đây là bia "trấn yểm", rất quý hiếm, vì trên mặt bia đá này có khắc một dòng chữ rất lạ.

Đây là một phát hiện lịch sử quan trọng, thế nên một dạo, phóng viên các tờ báo lớn về đây, bu quanh gốc cây đa, lấy tư liêu viết những bài báo có nhiều chữ, có nhiều kỳ đăng liên tục. Ví như trên tờ "Văn Hoá Đẹp" có bài "Hoa văn đặc biệt trên tấm bia đá cổ nằm trong hốc cây đa", hoặc như trên tờ "Vật Liệu Xây Dựng" cũng có bài "Chất liệu làm nên tấm bia đá cổ nằm trong hốc cây đa". Lại tờ báo "Tín Ngưỡng Dân Tộc" cũng có bài đề cao: "Vì sao phải thờ bia đá cổ trong hốc cây đa"... Thậm chí có cả luận án Tiến sỹ tầm cỡ Quốc gia lấy đề tài về tấm bia cổ: "Sức nặng của tấm bia đá cổ biểu hiện sự trường tồn một giai cấp cần lao" ... Nhưng tuyệt nhiên không có bài báo, luận án tiến sỹ nào giải thích được dòng chữ"lạ" khắc trên tấm bia đá cổ đó.

Thế là nảy nòi ra bao nhiều truyền thuyết:

Dòng chữ "lạ" ấy khắc trên tấm bia đá cổ đó muốn nhắc với hậu thế, đây là đất của "địa linh", sẽ sinh ra rất nhiều "nhân kiệt"... Nhưng trên thực tế, người ở đây được làm chức "tổ trưởng dân phố", là cả dòng họ vui mừng. Còn thanh niên đỗ vào đại học, chỉ đếm trên đầu ngón tay, ngược lại thằng nghiện ma túy có rất nhiều.

Lại có người nói, dòng chữ "lạ" khắc trên tấm bia đá cổ muốn nói với hậu thế rằng, đất đây sẽ tạo cho mọi người sung túc, muôn đời, nếu chăm chỉ làm ăn. Thực tế khác hẳn, lũ lụt năm nào cũng có. Còn nói chăm chỉ, nơi khác thì được, chứ ở đây thanh niên uống cà phê, tán nhảm cả ngày, chỉ giỏi nhậu, caraoke ôm, ra thành phố làm thợ "đụng", chạy xe ôm, bán vé số là chủ yếu ...

Nghĩa là xung quanh dòng chữ "lạ" ấy khắc trên tấm bia đá cổ, có rất nhiều truyền thuyết tốt đẹp đồn thổi, làm mê hoặc lòng người. Cũng vì thế tấm bia đá cổ trong hốc cây đa trở nên linh thiêng... Ngày rằm hay mùng một, người người đến thắp hương, kẻ kẻ đến quỳ lạy cúng vái, đầu người này chạm vào mông người kia, xếp cả lớp, hương thơm bay mù mịt.... Ai cũng mong những điều tốt đẹp trên dòng chữ "lạ" khắc ở tấm bia đá cổ kia mau trở thành hiện thực!!!

Nhờ truyền thuyết đẹp về dòng chữ "lạ" khắc trên tấm bia đá cổ rồi có rất nhiều bài báo, luận án tiến sỹ ca ngợi, đề cao nên mấy ông lãnh đạo nơi đây viết đơn đề nghị và được nhà nước công nhận tấm bia đá cổ nằm trong hốc cây đa này là "Di tích văn hoá lịch sử Quốc gia" cấm vi phạm!

Ngày đón bằng công nhận "Di tích văn hoá lịch sử Quốc gia" về tấm bia đá cổ có khắc dòng chữ "lạ" người dân nơi đây rất phấn khởi, ai cũng mặc quần áo đẹp, cười tươi hớn hở, cờ phướn rộn ràng đi rước bằng "Tấm bia cổ - Di tích văn hoá lich sử Quốc gia".

Thật đúng là một ngày hội lớn!

Một hôm.

Có một ông Tiến sỹ khảo cổ học, người nước ngoài, chuyên nghiên cứu chữ viết cổ toàn thế giới, râu tóc bạc phơ, nét mặt cương nghị, tuy già nhưng ánh mắt vẫn có vẻ tinh anh, sang đây du lịch. Nghe ở đây có tấm bia đá cổ có khắc dòng chữ "lạ" chưa ai dịch nghĩa được. Kích thích tính tò mò, ông đề nghị cho đến nghiên cứu dòng chữ viết cổ đó.

Với phong cách làm việc khoa học hết sức nghiêm túc, ông quan sát kỹ xung quanh, xem "tuổi" của cây đa, xem lại bản đồ cổ, tài liệu lịch sử, rồi hỏi chuyện mọi người, nhất là những người bị cây đa "vật" khi làm việc "bậy bạ" gần gốc cây... Sau đó ông mới nghiên cứu sâu dòng chữ "lạ" khắc trên bia đá cổ.

Ông có đối chiếu so sánh, với những chữ lạ, cổ khác trên thế giới và từng có ở Việt Nam.

Sau đây là kết luận của ông.

... Khoảng gần hai nghìn năm trước, Việt Nam đã có chữ viết. Cây đa này có tuổi thọ còn trước cả thời đó. Cạnh cây đa có một khoảng đất rất rộng, người ta dùng làm chợ. Trước khi vào chợ, nhiều bà, lúc ấy hay mặc váy, buồn tiểu, tiện thể có cây đa , đã núp vào đó, vén váy lên rồi... Đàn ông cũng vậy, mặc quần ta, rất tiện, đứng sau gốc cây đa, vén một bên ống quần, rồi... Chẳng mấy chốc, xung quanh gốc cây đa bốc mùi hôi. Tổng Trấn ở đây là một người có văn hoá, thấy vậy, rất bực mình dựng lên tấm bia đá cạnh cây đa, trên tấm bia đá ấy có khắc một dòng chữ. Dòng chữ chính do người Việt cư trú trên mảnh đất này sáng tao nên, tuyệt đối không lai căn giống tương tự chữ Hán mà ta gọi nôm na là chữ "nôm". Khi Việt Nam bị một ngàn năm phong kiến Trung Quốc đô hộ, chúng rất tàn ác, thâm độc tìm cách huỷ diệt, xoá sạch tận gốc, dấu tích, nét chữ do người Việt sáng tạo nên. Chữ đó đã bị mai một, hiện nay không ai đọc được. Dòng chữ trên tấm bia đá cổ, chính là dòng chữ viết của người Việt xưa kia. Một thời gian dài rất lâu về sau này, cây đa phát triển thân, rễ phủ lên tấm bia đá cổ có khắc dòng chữ của người Việt thời ấy.

Còn dòng chữ của người Việt sáng tạo, do bây giờ chúng ta không đọc được nên "lạ" khắc trên tấm bia đá cổ đã chứng minh, ngay từ xưa kia, so với thời hiện đại bây giờ, dân tộc Việt Nam đã thể hiện một được một ý thức văn hoá, lịch sự rất cao không thua kém bất kỳ dân tộc nào có văn hoá, lịch sự trên thế giới. Dòng chữ "lạ" đó được dịch ra như sau: "NƠI CÔNG CỘNG CẤM ĐÁI BẬY. KHÔNG THỰC HIỆN SẼ BỊ THẦN PHẠT".

ĐỔI NGHỀ

Nó là "đại gia" chuyên buôn bán bất động sản, tàu thuyền, máy móc công nghiệp, có quan hệ rộng, rất thân thiết với mấy ông "lớn".

Biết giàn nhạc giao hưởng đang trụ trên mảnh đất rộng cả mấy ngàn mét vuông, sát hồ Động Đình có khó khăn về tài chính, biểu diễn ít khán giả, đời sống của nhạc công, ca sỹ, diễn viên... đang lao đao, mất phương hướng. Đã vậy trong nôi bộ lãnh đạo lại mất đoàn kết, lục đục, tố cáo lẫn nhau... Thấy đây là thời cơ thuận lợi, có thể thâu tóm được mảnh đất rộng kia. nó vội nhảy vào. Nó móc nối, "đi đêm" với lão Cục trưởng, Cục văn hóa với khoản tiền "không phải cân". Tống vào "mõm" thằng Trưởng đoàn giàn nhạc giao hưởng một một căn nhà mặt tiền với "sổ hồng trao tay"... Rồi, mọi quan hệ cần có để làm chủ sở hữu "mảnh đất vàng" đó, nó thực hiên chóng váng. Vì đó là nghề nó đã thấm vào máu. Thế là, với danh nghĩa, góp cổ phần lớn nhất, nó được làm Chủ tịch hội đồng quản trị của Công ty: "Quản lý, hướng dẫn, giới thiệu biểu diễn giàn nhạc giao hưởng" và đàng hoàng chiếm được mảnh đất này.

Sau khi hoàn tất việc chiếm đất, nó liền triệu tập cuộc họp.

Tất cả mọi người trong giàn nhạc giao hưởng đều có mặt, để chứng minh mình là nghệ sỹ, người nào, người nấy cũng ôm một cây đàn mà mình từng sử dụng trong giàn nhạc giao hưởng...

Nó bước vào phòng họp với dáng đường bệ, tóc chải thẳng thớm, khoác trên người bộ comle đắt tiền... thể hiện là một người có văn hoá, biết người, biết việc. Mở đầu cuộc họp, nó nhìn bao quát mọi người ngồi phía dưới, nói rất trịnh trọng:

-Thưa các anh, các chị, những nghệ sỹ tài ba đang ngồi đây, trong đó, tôi biết rất nhiều người được phong "Nghệ sỹ nhân dân," "Nghệ sỹ ưu tú" được nhân dân yêu mến và ái mộ. Tôi. Thay mặt ban lãnh đạo mới, rất hiểu sự khao khát của mọi người hiện giờ là muốn đem tài năng nghệ thuật của mình ra phục vụ nhân dân, góp một phần xây dựng nền văn hoá nghệ thuật thật đặc sắc, đâm đà bản sắc văn hoá dân tộc.

Bên dưới có tiếng vỗ tay. Nó nói tiếp:

- Vì vậy ban quản trị, sau nhiều cuộc họp, bàn luận đi đến thống nhất, bằng mọi cách sẽ tạo điều kiện cho các nghệ sỹ phát huy hết khả năng của mình, làm đúng nghề, có tiền, cải thiện được cuộc sống.

Nghe nó nói như vậy, bên dưới xôn xao, ngạc nhiên. Vì trước đó đã có ý kiến cho rằng, Chủ tịch hội đồng quản trị là một người không am hiểu nghệ thuật, chỉ giỏi chạy "mánh" không thể lo cho mọi người chuyên làm nghệ thuật được!!! Rằng, gọi là "Giữ giàn nhạc giao hưởng" chẳng qua là cái "cớ" để chiếm đất... Nay nghe Chủ tịch hội đồng quản trị nói vậy, sẽ có người trong đám người ngồi dưới kia suy nghĩ lại...

Vuốt lại mái tóc, sửa hai vai áo thể hiện sự lịch sự, sau đó nó đi vào vấn đề cần trình bày:

- Sau thời gian được bàn giao, tiếp quản mảnh đất này, tôi cũng như Hội đồng quản trị nhận thấy, trong tương lai nhất định phải phát triển giàn nhạc giao hưởng thật lớn, thật hiện đại, xây dựng những chương trình trước đây chưa từng có để cho khán giả Việt Nam tự hào, thậm chí khán giả nước ngoài xem, cũng nể phục.

Nó vừa nói, vừa vung tay, giọng thừa khí thế khiến nhiều ánh mắt phía dưới nhìn lên có vẻ ngưỡng mộ, cùng những cái gật đầu đồng tình. Nó lại nói tiếp:

- Nhưng muốn thực hiện được điều đó phải có tiền, phải có thời gian, phải có sự đầu tư rất lớn, nên không thể một sớm, một chiều làm ngay được. Với thực tế rất khó khăn như hiện nay, các anh, các chị có giải pháp nào giúp cho Hội đồng quản trị không?

Nó thừa biết, câu hỏi này đưa ra khác nào đánh đố "thằng mù dẫn đường" vì bên dưới mọi người đều làm nghệ thuật đơn thuần, không ai biết kinh doanh, quản lý. Thấy không khí im lặng rất nặng nề. Nó phân tích:

- Mọi người thấy khó phải không? Tôi và ban lãnh đạo trong Hội đồng quản trị đã có hướng giải quyết. Trước mắt bằng mọi cách phải có tiền, mà các anh, chị thấy đấy, đất ở đây rất rộng, nằm sát trung tâm, cạnh một hồ rất đẹp từng làm chỗ biểu diễn giao hưởng, nhưng quá ít khán giả. Dẫu không có khán giả, không có tiền chúng ta cũng không nên cho thuê làm nhà hàng, quán ăn, nơi nhảy đầm, caraoke... như trước đây.

Bên dưới có tiếng nói ủng hộ: Đúng! Đúng!

Nó lấy tay ra hiệu cho mọi người im lặng, tiếp tục nói:

- Vậy, chúng tôi đã thống nhất mảnh đất này sẽ xây dựng một nhà tang lễ thật hoàng tráng, có thể to lớn nhất nhì Đông Dương luôn...

Nghe nó nói vậy, mọi người ngồi bên dưới đưa mắt nhìn nhau, ngơ ngác như không tin vào tai mình. Bên trên, nó vẫn nói hùng hồn:

- Chỉ có thể xây nhà tang lễ là không thiếu bạn hàng, lại ở mảnh đất vàng, chúng ta không sợ cạnh tranh, sẽ rất nhanh có tiền. Tương lai khi đã có vốn, chúng ta xây khách sạn, trong khách sạn đó có sòng bạc, sâu khấu thật hoàng tráng... tha hồ cho các anh chị em biểu diễn giao hưởng... Trước mắt, để kịp thời hỗ trợ cho các nghệ sỹ hành nghề, tôi đề nghị thế này - Nó chỉ tay vào nghệ sỹ hát opera nổi tiếng - Chị bỏ cách hát "ra... ra..." rồi gào rất to ấy đi, mà bây giờ tập hát nhẹ nhàng uyển chuyển để hát trong đám ma. Chị cố thuộc những bài hát như công cha, nghĩa mẹ, thương con, nhớ vợ, ơn chồng...khi người ta yêu cầu là có thể hát ngay được. Thế nhé - Nó chỉ tay về phía nghệ sỹ kéo đàn violon, nói luôn - Còn anh, bắt đầu từ ngày mai, tập kéo nhị, cố gắng kéo thật ai oán, đau lòng... là có tiền... Tôi biết anh rất tài năng trong việc kéo đàn violon thì thừa sức làm việc này, chỉ một buổi là kéo nhị được - Nó lại chỉ tiếp người khác - Cái anh ôm kèn đồng to tổ bố kia, ngày mai, học thổi kèn đám ma. Với tài thổi nhuần nhuyễn của anh, tôi tin, tiếng kèn đám ma sẽ rất ai oán, não lòng, nhiều đám ma sẽ đến thuê anh...

Nghe nó nói đến đó, ông ôm chiếc kèn đồng, từng học ở nước ngoài về, hiện là "nghệ sỹ ưu tú" đứng đậy, nói tức giận:

- Tưởng anh tử tế, hoá ra anh là loài ô trọc, đang sỉ nhục chúng tôi, sỉ nhục vào nghệ thuật chân chính. Tôi không làm được việc đó! Mà ai dám dạy tôi thổi kèm đám ma...

Nghe vậy, tưởng nó tức giận, nhưng không hề. Nó còn cười lớn rồi nói:

- Tôi biết, các anh, các chị có bệnh "sỹ' lớn lắm. Tôi xin! Giờ các anh biểu diễn giao hưởng đi, bán được bao nhiêu vé, đủ nuôi sống các anh, các chị không? Tôi nghĩ ra việc ra cho mà làm, có tiền lại còn... Còn ai dạy anh hả? - Nó ưỡn ngực, lấy tay chỉ vào mình - Tôi!

- Mọi người đừng ngạc nhiên - Nó giải thích

- Trước đây, thủa nghèo khổ xa xưa, tôi làm nghề thổi kèn đám ma. Nghề này đến bây giờ tôi vẫn nhớ... Nếu anh thấy khó, tôi sẽ trực tiếp dạy anh... Đây cũng là lý do, tôi nghĩ, khi nhà tang lễ có ban nhạc tang lễ hiện đại bên cạnh, nhất định chúng ta sẽ thắng...

Bên dưới, nhiều người bật khóc . Nó hỏi:

- Ai khóc đấy! Tiếng khóc nghe rất ai oán, rất đau đớn - Giọng nó tự nhiên có vẻ phấn khởi - Tôi đề nghị, đưa những người đang khóc đó vào tổ khóc thuê. Như vậy giàn nhạc giao hưởng của chúng ta trở thành một giàn kèn đám ma rất hiện đại, có đất biểu diễn, tha hồ có tiền!

Hội An 4/2021

SƯỚNG

Với những lỗi cực kỳ nghiêm trọng như tham nhũng lớn, tác phong, lời nói, đạo đức không đúng của một người lãnh đạo, nó nhận án kỷ luật: Cách chức Tổng giám đốc.

Nó rời khỏi phòng họp nhận án kỷ luật, ai nhìn thấy cũng nói, đó không phải là người.

Nét mặt lộ rõ sự thất thần như thằng nhà nghèo lên tỉnh bị mất tiền, tóc tai thì rũ rượi chỉ hơn thằng chết đuối vớt ở dưới sông lên chút xíu, đã thế dáng của nó đi nghiêng ngả như cây trong cơn bão... Trông thật tội.

Mấy người cùng trong cuộc họp đi qua, thấy vậy, có người vỗ vai nó, nói có vẻ thông cảm:

- Chuyện gì đã qua, cho qua em ạ! Quan trọng nhất là mình biết đứng lên từ chỗ ngã đó.

Lại có người khác:

- Kỷ luật này anh thấy, rất đau, nhưng đó cũng là một bài học cho em soi lại mình mà trưởng thành...

Nhưng cũng có kẻ nhìn nó lộ ánh mắt sung sướng, hỉ hả, gặp không thèm hỏi một câu, dù cách đây chỉ vài hôm, còn ôm hôn thắm thiết...

Nó về đến nhà.

Vừa đến cửa , nó chưa vội vào, dừng lại nghe cuộc nói chuyện của bố mẹ. Bố đang nói:

- Tôi và con biết bà có tính tham. Nhưng với địa vị gia đình mình, nhất là với tôi, từng là một cán bộ lãnh đạo, thì bà phải hết sức cân nhắc, tham có chỗ, lấy có nơi, thật kín đáo . Đằng này , thấy một doanh nghiệp có ý định tặng nó một cái du thuyền, nhằm trục lợi mấy dự án "khủng", bà lại "xúi" con nhận. Bà "xúi" con nhận du thuyền là một việc hết sức ngu ngốc, khác nào" lạy ông tôi ở bụi này" vì cái du thuyền ấy cứ đi lại nghênh nghênh, ngang ngang trên sông, trên biển trước mặt bàn dân thiên hạ, lại còn hát hò, nhảy nhót trên ấy nữa chứ, khác nào "chọc tức" những kẻ không "ăn" được những dự án đó. Chúng sẽ phá bằng cách bí mật đưa tin cho bọn báo chí , facefook để tìm ra nguyên nhân: Thằng con của mình lấy tiền ở đâu sắm chiếc du thuyền cả triệu đô la? Rồi không biết nghe ai, nó rất hiếu thắng, kênh kiệu, phát ngôn bậy bạ, bướng, đến cả tôi, nó cũng cãi lại, coi thường... thế thì làm sao mà không bị kỷ luật! Nó chưa bị đi tù còn may!

Mẹ của nó không chịu, phản bác:

- Nó bị kỷ luật là do ông. Thằng Bộ trưởng... trước đây là do ông đưa lên. Ông vẫn bảo là thằng ấy phải chịu ơn ông cơ mà. Thế mà ông về hưu chưa bao lâu, nó đã phản, kỷ luật thằng con trai mình! Tôi nói ông phải đến gặp nó, hỏi cho ra nhẽ, cần thiết trưng những bằng chứng nó đưa hối lộ cho ông để lên chức. Ông lại không nghe.

Bố của nó nói lại, giọng gay gắt không kém:

- Bà mới biết một, mà không biết mười. Thằng nào làm lãnh đạo bây giờ mà không thủ thế, đề phòng lẫn nhau. Tôi đưa bằng chứng ra, nó cũng đưa bằng chứng tố cáo tôi. Với những bằng chứng đó, không cẩn thận cả tôi, cả bà vào tù. Bây giờ hở một tý là có kẻ triệt hạ, không còn tình "đồng chí thương yêu lẫn nhau"đâu. Khi còn "lợi ích" thì "anh anh, em em" bá vai, bá cổ nhau. Đến khi mất lợi ích, là kèn cựa, tìm cách hại nhau. Bà biết không? - Ông xuống giọng - Thằng con mình ngu là nhận du thuyền của thằng doanh nghiệp.... Thằng doanh nghiệp này là tay trong của thằng D... mà thằng D ... đang lăm le định hất thằng Bộ trưởng. Thằng Bộ trưởng đang đánh "cờ vây", "triệt" con mình trước, rồi tiếp đến "triệt" doanh nghiệp kia để thằng D... không còn chỗ dựa, tiếp đến là "triệt" thằng D... Đấy, đường đi nước bước của thằng bộ trưởng này là như thế, Sao con của mình không nhận thấy lại đâm đầu vào - Bố của nó thở dài.

...Nó bước vào nhà, bố mẹ lập tức ngừng cuộc nói chuyện, nhìn nó, ánh mắt hai người đều tỏ ra rất thương hại. Mẹ nó hỏi, giọng quan tâm, như muốn chia sẻ với nỗi buồn nó đang chịu đựng:

- Con về đấy à! Thôi, mọi chuyện qua rồi. Ba mẹ không trách con, con cũng đừng buồn. Gia đình mình vẫn còn tiền, sẽ còn có nhiều cơ hội cho con làm lại...

Nó nói với bố mẹ, giọng không thể thiểu não hơn:

- Con đã nói với bố bao lần rồi, con không làm được chức đó. Bố, mẹ cứ ép con. Làm Tổng giám đốc cực trăm bề, trăm con mắt đổ dồn vào, xoi mói từng tý một, con làm theo sở thích thì không được, đủ kiểu bới móc, nói quá một tý, y như rằng có chuyện . Chút nữa nữa con mở băng ghi âm cuộc họp vừa rồi cho bố mẹ nghe. Trong cuộc họp đó họ phê phán con không ra gì, trưng ra những băng vedio, chứng từ, hoá đơn không biết họ thu thập ở đâu? Lúc nào? để làm bằng chứng kỷ luật con. Đã vậy, trong cuộc họp này nhiều kẻ từng được bố nâng đỡ, cho lên chức, bây giờ phát biểu lại lên án, coi thường bố, coi thường mẹ...

Nó nói vậy, vì hồi bố mẹ còn đương chức, bố được người ta gọi với biệt danh "Mao Trạch Đông tái thế" với những mưu mẹo triệt hạ đối phương, đưa người nhà, vây cánh mình lên. Còn mẹ có biệt danh "Từ Hy Thái Hậu hiện hình" vì lòng tham không đáy, dùng tiền khuynh đảo thiên hạ. Giờ bố về hưu, mẹ thôi chức, dư luận đồn thổi về bố mẹ đủ thứ chuyện...

Nghe nó nói vậy, bố mẹ nó đưa mắt nhìn nhau như bất lực. Nó cũng vậy, bất lực, nói tiếp:

- Con cũng mệt mỏi lắm rồi. Hôm nay là thứ sáu, thứ hai tuần sau, xin phép bố mẹ cho con đi nghỉ ở Sinh độ mười ngày, Đến một chỗ thật yên tĩnh để cân bằng lại tâm thế...

Mẹ của nó gật đầu, đồng tình:

- Mẹ đồng ý! Cũng nên đi đến một chỗ nào đó nghỉ ngơi, lấy lại tinh thần, chứ trông hình hài của con thế kia, mẹ biết con rất mệt vì suy nghĩ nhiều. Vậy con có đưa vợ và con đi theo không? - Mẹ của nó hỏi, giọng quan tâm.

Nó có vẻ suy nghĩ rồi lắc đầu:

- Có lẽ không, mẹ ạ! Để cô ấy và cháu ở nhà. Con muốn một mình trong một không gian thật yên tĩnh, bình lặng, nghỉ ngơi hồi phục lại tinh thần. Bố mẹ giúp con, ở nhà động viên vợ của con và chăm sóc cháu hộ con. Con đi độ mươi ngày, nửa tháng...

Mẹ rút trong ví ra một tấm thẻ, đưa cho nó:

- Trong tấm thẻ này số dư còn hơn bảy mươi ngàn đô, con cầm lấy mà tiêu vặt. Mọi việc ở nhà, vợ và con để mẹ lo. Con yên tâm!

Cầm tấm thẻ rồi nó chào bố mẹ, bước những bước như rất thất thểu, mệt mỏi vào buồng của mình, từ từ khép chặt cửa. Cẩn thận, nó áp tai vào cánh cửa nghe ngóng động tĩnh bên ngoài...

Bố mẹ của nó lại tiếp tục câu chuyện, không để ý bên trong.

Nó vội cầm chiếc điện thoại, điện ngay cho con bồ:

- Em ... đấy à!... Mọi việc diễn ra đúng với ý định của anh... Đau gì... anh đóng kịch thôi... Bố mẹ cứ ép, rồi... con ông lên, con tôi cũng lên... toàn một lũ như anh... Em nói gì.... Đúng rồi, cùng một giuộc cả... giống y như anh... Làm thế nào được? trình độ đâu mà làm...? Anh chỉ thích chơi thôi... Xong rồi ... khỏi đóng kịch. Bố, mẹ anh còn nhiều tiền lắm... Em chuẩn bị đi Sinh với anh, ngay thứ hai tuần sau... Chỉ có anh và em... Sướng!

\---------------

Hội An 4/2021

KHỔ THÂN CON

Thằng con trai, tuổi còn rất trẻ, nhưng ông đã cho nó "trưởng thành" rất nhanh.

Hồi mới học xong lớp bồi dưỡng trường đoàn, về cơ sở, dưới bàn tay đạo diễn có nghề của ông, thằng con "trúng" ngay chức bí thư đoàn Quận... Mới yên vị chức đó độ dăm tháng còn non, qua hô hào phát động "phong trào trồng cây xanh", "dẹp hàng rong vỉa hè", "dọn rác trong công viên"... thằng con được báo chí, đài và các phương tiện truyền thông, dưới sự chỉ đạo của ông, ca ngợi liên tục: "Một lãnh đạo đoàn năng nổ, đầy nhiệt huyết, có tài quản lý, tổ chức!!!". Trong nhiều hội nghị lớn, nó được ngồi đoàn chủ tịch, chỉ cách chỗ ngồi của ông có mấy hàng ghế....

Thâm tâm, tuy không nói ra, ông tự hào về sự chuẩn bị kỹ càng từng đường đi, nước bước trên con đường phát triển sự nghiệp cho thằng con trai.

Ông là người lo xa, sự nghiệp của thằng con , tất cả những yêu cầu mà tổ chức đề ra, cần có một tầng lớp kế cận vừa "hồng" vừa "chuyên", con của ông "đáp ứng" đầy đủ. Ngoài chuyện nó được kết nạp đảng ngay khi đang học trong trường đoàn, ra trường là cán bộ lãnh đạo đoàn năng nổ, như đã nói ở trên, cũng trong thời gian này, ông lo cho con "tốt nghiệp" đại học "tại chức", thậm chí, cùng thời gian, nó học cả trường đảng cao cấp "Tốt nghiệp bằng đỏ". Vèo thời gian có mấy năm, thằng con trai của ông, từ cán bộ đoàn thành Phó giám đốc sở... tiếp theo là Phó chủ tịch huyện... tuổi đời còn rất trẻ. Để quen dần với con đường quan lộ, ông nói với một thằng "đệ" thân cận đang giữ chức Tổng trưởng... nhận con ông về làm trợ lý một thời gian...

...Không biết con ông có thông minh thật hay không ? Mà sau khi trình một dự án "khủng" cho ông ký, tiền "hoa hồng "ngầm "dưới bàn " cao, thằng "đệ" thân thiết ấy đã khen con của ông hết lời:

- Thằng con của anh rất nhanh nhậy, rất thông minh, làm trợ lý tổng hợp cho em rất hợp. Em nói một, cháu hiểu mười như viết báo cáo, lời chào mừng... rất hay, em không phải sửa một ý nào.

Không phải một lần mà nhiều lần, "đệ" nhận xét con của ông như vậy làm ông an lòng. Có lẽ cũng vì thế, khi ông ký quyết định để con ông vào chức "to" hơn, gần như dư luận không có điều tiếng gì!!!

Tuy vậy, khi chỉ có ông và thằng con ngồi với nhau trong phòng kín, ông dặn nó:

- Con đã ở chức... chưa phải là điểm dừng cuối cùng. Ba với con còn phải vất vả nữa, ít ra trong vài năm tới, trước khi ba về hưu. Ba về hưu, bằng mọi giá, con phải thay ba ở chức vụ này. Muốn thế, ngay bây giờ con tuyệt đối im lặng, giữ gìn lời ăn tiếng nói, mọi việc làm ăn phải hết sức kín kẽ, không để lộ, còn bên ngoài để ba lo...

- Con hiểu! - Thằng con gật đầu có vẻ rất ngoan ngoãn nghe lời ông.

...Nhưng rồi, mọi tính toán của ông đổ sập.

Đổ đến độ ông không ngờ tới!

Ông chưa kịp về hưu, cũng chưa kịp ấm chỗ nằm, báo chí theo phe nhóm không phải của ông, khui ra những vụ án tham nhũng lớn, có bàn tay ông chỉ đạo, thu vén. Ông không thể phủi tay khi tất cả chứng từ, tài liệu, hình ảnh những vụ tham nhũng lớn đó... ông đều dính vào. Nhẹ thì chỉ đạo (có ghi âm), nặng thì lộ ra những tài khoản gửi ở ngân hàng nước ngoài với số tiền cực "khủng" cũng như mấy vi la, biệt thự có giá cả trăm tỷ mà ông không thể lý giải nổi nguồn gốc số tiền lớn đó trước Ban thanh tra... Ông bị khai trừ ra khỏi đảng, cách hết mọi chức vụ đã có, công an khởi tố vụ án nhưng cho ông tại ngoại, cấm đi khỏi nơi cư trú, chờ ngày điều tra...

Cũng vì thế, thằng con trai ông cũng bị liên đới, phải "chuyển giao" chức vụ đó cho người khác!

Quá đau!

Gọi là "chuyển giao" chứ thực tế thằng con trai giống như ông, bị " cách chức"...

Thằng con ông mất chức đó thì nó làm gì? Đi đứng thế nào! Trông tội chưa kia, cứ ngơ ngơ, ngác ngác còn hơn "bò đội nón". Cả ngày nó ở trong nhà, quá buồn, ai hỏi cũng không thèm nói, vợ con không quan tâm, hết đi ra, lại đi vào, thở dài thườn thượt, có lúc lại như thằng "tâm thần" giơ tay lên như đang bắt chuồn chuồn....

Quá thương con, ông bấm bụng đến gặp thằng "đệ" ruột thân thiết dạo nào, nói với nó nhận thằng con làm thư ký trở lại. Có ai ngờ, khi ông đến, thằng "đệ" đã định cho người "đuổi" ông ra khỏi phòng, nhưng chắc nể "tình" cũ khi ông còn tại chức từng nâng đỡ nó, "đệ" cho ông vào nhưng không mời nước. Biết được ý định của ông, thằng "đệ" nhìn ông cười, nụ cười rất đểu:

- Thế này bác ạ! - Nó nói sổ toẹt, chẳng cần úp mở - Hồi đó em nhận con của bác làm thư ký, vì bác là "sếp" của em. Em không nhận nó, chắc bác để em yên à! Chứ thằng con của bác, em nói thật nhé, pha trà, rửa chén cũng không xong, thư ký gì! Mọi báo cáo, lời chào mừng ... nó có viết được đâu, bằng cấp "đầy mình" mà ngu lòi "chuôi", em cho thằng khác viết đấy. Còn mấy việc nữa , em từng khen nó trước mặt bác, cũng y như thế. Em khen nó chẳng qua cũng vì bác thôi. Nó về đuổi gà là đúng rồi!

Đời là thế, quá khốn nạn. Khổ thân con! Nghe thằng "đệ" nói vậy, ông thở dài, ngao ngán!

Hội An 3/2016

CŨNG LÀ "NHÓM LỢI ÍCH"

Ông Trưởng Tổng... triệu tập lãnh đạo đầu ngành, cũng là nhóm thân cận, đến họp kín, bàn một việc quan trọng. Ông yêu cầu không ghi chép, ghi âm, chỉ trao đổi trong phạm vi hẹp để thống nhất cách giải quyết.

Chẳng là một "đệ" trung thành của ông, Viện trưởng " Viện giám sát đạo đức công chức". trong một lần trốn vợ, vào thành phố lớn, đi thang máy lên thăm bồ ở một khu chung cư cao cấp, thấy một con bé khoảng tám tuổi trông dáng phổng phao, nổi máu tà dâm, vội ôm, hôn hít, sờ soạn vào chỗ "nhạy cảm" của con bé ấy, mặc cho con bé đó gào thét, cào cấu. Hành động đó của "đệ" bị camera an ninh trong thang máy ghi lại được, không biết ai tung lên mạng. Đoạn vedio đó khiến cho dư luận xã hội rất phẫn nộ, nhiều người đòi phải đưa "đệ" của ông ra tòa, xử với mức án xứng đáng nhất, nhất là "đệ" của ông với chức Viện trưởng "Viện giám sát đạo đức công chức" hiểu biết về pháp luật, càng phải chịu án nặng hơn.

Biết được việc này, ông rất bực mình, rủa thầm: Thằng mất dạy, nó làm hoen ố hình ảnh người cán bộ "mẫu mực về đạo đức trong sáng", làm xấu đi "tấm gương điển hình toàn làm việc tốt" mà mỗi lần mình đi nói chuyện về văn hóa, "đạo đức con người mới xã hội chủ nghĩa" toàn lấy hình ảnh của nó ra để minh họa. Thế mà nay nó lại dính vào một việc "tày đình" làm ai cũng căm giận, nên xử nặng."Nhưng nghĩ thì thế chứ thực ra ông thấy khó, vì một chuyện.

Con trai của ông, sau khi chạy được đủ loại bằng cấp, nhờ sự cúc cung tận tuỵ của thằng "đệ", thằng con ông ở một vị trí rất thơm là Trưởng phòng ngoại vụ ở một sở "béo bở ". Nay do chuyện này mà yêu cầu truy tố nó, ông thấy không nỡ. Đây cũng không phải là ý kiến cá nhân ông, ngay bên Sở cảnh sát, rồi cả bên Sở Quản lý thị trường đều đánh giá rất tốt về "đệ" .Đấy ngay như lời nhận xét của ông Giám đốc Sở cảnh sát trong cuộc họp này:

- Với anh ấy, bằng chứng rành rành, không cãi được. Camera an ninh ghi lại hình ảnh, trong thang máy, tay phải anh ấy quàng qua cổ con bé, ghì chặt. Còn tay trái, bị tấm lưng che khuất, nhưng ai cũng biết là bàn tay trái ấy làm gì! Không bóp ngực con bé thì cũng sờ vào chỗ "nhạy cảm, cho nên con bé đó mới phản ứng quyết liệt như vậy. Chẳng cần mất thời gian điều tra, bên tôi cũng có ngay kết luận để đề nghị Viện kiểm sát ra quyết định truy tố. Nhưng... - Nói đến đó, ông Giám đốc Sở cảnh sát có vẻ ngập ngừng nhìn mọi người.

- Nhưng làm sao? - Ông hỏi.

- Nhưng ... vì trong quá khứ, anh ấy làm nhiều việc quá tốt cho tổ chức, cho tập thể, biểu hiện đạo đức của một cán bộ gương mẫu. Bên tôi, nhân tổng kết cuối năm, mời anh ấy đến trao tặng bằng khen vì " Có thành tích nêu gương đạo đức cho các cảnh sát học tập". Nên tôi không thể ...

Ông Trưởng Tổng... nghe ông Giám đốc sở cảnh sát nói vậy, thầm nghĩ :" Mày không trình bày tao cũng biết. Vợ của mày, một cán bộ, lái xe, đạp nhầm chân ga với chân phanh gây tai nạn chết người. Mày đến nhà thằng "đệ" gặp riêng, nhờ nói với tao, không kỷ luật, không truy tố. Bây giờ mày trả ơn chứ gì!"Nghĩ là vậy, nhưng ông lại phân tích theo cách khác, rất chuyên chính:

- "Quá tốt" là "tốt" với Sở của anh nhưng với xã hội, dư luận không nghĩ như anh. Anh có facebook không ? Anh vào mà xem, rất đông người đang phẫn nộ, đòi phải đưa "đệ" của tôi ra xét xử về tội "ấu dâm". Tội này không riêng Việt Nam, cả thế giới đều kinh sợ, thế mà anh giải thích do có bằng khen, nên không điều tra, ai người ta chấp nhận? Phải nghĩ cách nào đấy, vẫn có thể thông báo kỷ luật, trấn an dư luận, nhưng đồng thời cho "đệ" của tôi có một lối thoát nhẹ nhàng...

Nghe ông Trưởng Tổng... nói vậy, mọi người đưa mắt nhìn nhau, cố tìm ra một lời giải hay. Ông lãnh đạo Sở Quản lý thị trường sau một hồi ngẫm nghĩ, nói:

- Anh ấy đúng là cán bộ tốt, thưa ông Trưởng Tổng... Với việc "Giám sát đạo đức công chức" anh ấy bảo vệ cán bộ bên tôi đến cùng, khi bị báo chí "đánh hội đồng" không đúng. Nhân hội nghị tổng kết ngành vừa rồi, chúng tôi mời anh ấy đến, trao danh hiệu danh dự lớn nhất của ngành "Cán bộ lãnh đạo gương mẫu cho mọi người noi theo". Nay chỉ vì một việc cỏn con như thế này mà truy tố anh ấy, có nên không? Tôi thấy việc này rất khó!

Nghe vậy, ông Trưởng Tổng... im lặng, không muốn cho lãnh đạo Sở quản lý thị trường biết suy nghĩ của mình:" Chúng mày đều cùng một giuộc, cả Sở đi bảo vệ hàng buôn lậu để lấy những cọc tiền "to", bị báo chí phanh phui. Chúng mày lại đến quỳ lạy, cúng tiền cho thằng "đệ" đến nói với tao, để tao chỉ đạo bên Sở cảnh sát không điều tra mà chỉ "Xử lý nội bộ tránh cho các thế lực thù địch lợi dụng". Nay chúng mày nói vậy cũng là một sự "lại quả" cho nó, tao thừa biết", không lẽ bây giờ nói "toạc móng heo" ra đây!!!". Ông Trưởng Tổng... lại phân tích:

- "Đệ" của tôi có bằng khen, có danh hiệu danh dự lớn nhất của ngành... vẫn không thể làm dịu được dư luận đang nóng. Tôi nói cho các anh biết, chuyện này dứt khoát phải xử lý, nếu không xử lý, dư luận, nhất là "bọn" facebook không để yên, chúng nó "lục tung"lên, sẽ còn lòi ra bao nhiêu chuyện khác, tôi với các anh không yên đâu. - Nói đến đây, giọng ông hạ xuống, nói đủ cho mọi người nghe - Nhưng xử lý thế nào cho thuận chiều cả hai bên, để anh ấy có thể "an toàn" tại vị còn giúp chúng ta nhiều chuyện. Anh ấy giỏi chuyên môn, chúng ta đang cần con người đó...

Nghe ông Trưởng Tổng... nói vậy, không ai có thể đưa ra một giải pháp nào để có một lối thoát.

Quá khó!

Mọi người im lặng, không khí trong phòng dẫu có điều hòa vẫn thấy bức bách, nghe rõ tiếng thở của từng người.

Có tiếng thở ra, như bất lực...

Bỗng... Ông Giám đốc Sở Quản lý nhân lực giơ một tờ giấy lên reo to:

- Đây bản lý lịch của anh ấy, tôi có cách giải quyết rồi. Ông trưởng Tổng... và các Giám đốc Sở nghe tôi trình bày...

...

Mấy ngày sau, báo chi ,đài ti vi... nhận được một thông báo từ Văn phòng của ông Trưởng Tổng...:

"Ông... phạm tội ấu dâm với một bé gái trong thang máy với đầy đủ bằng chứng không thể chối cãi. Văn phòng Trưởng Tổng... đề nghị phải có một hình thức kỷ luật thật thích đáng, đủ sức răn đe để không tái phạm trong tương lai.

Nhưng xét ông... được sinh trưởng trong một gia đình có truyền thống yêu nước, bố, mẹ của ông... đều là lão thành cách mạng, được tặng thưởng nhiều huân, huy chương. Bản thân ông... có nhiều cống hiến, kinh qua nhiều chức vụ đều hoàn thành xuất sắc, được lãnh đạo đánh giá cao, được tặng nhiều bằng khen huân, huy chương và cả "Danh hiệu danh dự" cao quý của một số sở, ban ngành khác.

Vì thế Văn phòng Tổng Trưởng quyết định: Ông ... sẽ nhận hình thức kỷ luật là thuyên chuyển sang một công tác khác không giữ chức vụ cũ, có thông báo sau, nhằm khắc phục những sai lầm, khuyết điểm trong quá khứ...

Ông... chiếu theo thông báo này, thi hành...".

Hội An 4/2020

ĐI THĂM BỒ!

Ngồi yên ổn trên máy bay, ông mãn nguyện. ... Xung quanh chuyện "bồ" của ông, từ một nhân viên hợp đồng lên trưởng phòng rồi phó giám đốc, có gia tài khủng... trong một thời gian rất ngắn làm "dậy sóng" dư luận. Con vợ già của ông biết chuyện, ghen lồng, ghen lộn, định "tung tóe" mọi chuyện ra ngoài xã hội. Cực chẳng đã, ông cho thằng "đệ" là Trưởng ban tổ chức tỉnh, thay ông, đứng ra "chịu trận". Nó tự nhận kỷ luật do ông ký : " Còn quan liêu trong công tác tổ chức, khoán trắng cho cấp dưới, cả nể, không thực tế kiểm tra nên có thiếu sót trong việc đề bạt cán bộ...". Bù lại, đứa con của thằng này, vừa ra trường, ông ký cho lên chức Trưởng phòng...Thằng Trưởng ban tổ chức tỉnh nhận án kỷ luật: "Cảnh cáo trong đảng, không cho đảm nhận chức vụ mới...". Thế là thuận cả hai bên, ông giữ được uy tín, còn thằngTrưởng ban tổ chức tỉnh, trong tương lai gần, có con sẽ thay thế chức vụ mình. Thằng Trưởng ban tổ chức tỉnh nhận ở ông một "cục to" tiền, rồi bình thản nhận quyết định về hưu vì cũng vừa đến tuổi.

Một "màn diễn" ông dựng rất lớp lang, thật logich, vô cùng hoàn hảo, không thừa một chi tiết. Ông tự khen mình.

Đấy là mới một nửa niềm vui của ông. Niềm vui trọn vẹn là cô "bồ", được ông lo, lẳng lặng ra nước ngoài mà đến chính gia đình em cũng không biết, chứ chưa nói người bên ngoài. Đến giờ, mọi người trong Tỉnh cũng không biết "Em đi lúc nào?" Mọi người bàn tán râm ran, không ai chịu nghe ai!!!. Ngoài số tiền bán cái vi la trên Hà Nội, Ông chuẩn bị sẵn cho em một số tiền lớn, để em sống yên ổn ở nước ngoài. Mừng nữa, em mua nhà, mua xe có việc làm ổn định. Em nói với ông trong điện thoại, giọng không thể ríu rít hơn: "Công ơn anh giúp em, có lẽ cả đời em không trả nổi. Thương anh lắm, thương vô cùng, thương không để đâu cho hết!".

Bỏ điện thoại xuống, cứ nghĩ làn da trắng, má phớt hồng, dáng cao, đôi tay nuột nà, đôi chân thẳng tắp của em là máu trong người ông hình như "tăng độ" chạy rần rật, bao kỷ niệm giữa em và ông cứ dồn giạt chảy trong đầu, không thế nào quên được.

Hồi em còn ở nhà, không tuần nào ông và em không"bí mật" lên Hà Nội đến ngôi biệt thự ông mua cho em. Ở đó trong phòng ngủ vô cùng sang trọng, ông và em như cuộn vào nhau làm tình quên trời đất, thoả "mây mưa". Sau cuộc vui đó, bao giờ em cũng lấy hai tay giụi đầu ông vào bộ ngực đầy đặn cùng với những nụ hôn nồng cháy...

Giờ xa em hơn hai năm, nhưng cứ nghĩ đến những kỷ niệm đó, ông thẫn thờ, nhớ đến quay quắt, nhất là tiếng cười, tiếng nói ríu rít của em...

Em điện cho ông, giọng ríu rít: "Em đã có thẻ xanh, chuẩn bị nhập quốc tịch. Đó là tin vui, ngoài ra còn nhiều tin vui nữa, em muốn anh chứng kiến. Anh có thể sang đây được không? Anh sang được, em rất vui".

Nhân được điện của em, ông ngạc nhiên, sao em có thẻ xanh nhanh thế! Không biết em "chạy" bằng cách nào? Lại còn nhiều tin vui nữa! Vừa tò mò, vừa háo hức ông vội bí mật thu xếp mọi công việc cho gọn rồi nhờ một doanh nghiệp, vốn là đối tác làm ăn trung thành, lo vé máy bay, tiền ăn ở. Xong mọi chuyện ông lại viện "cớ" như bao lần ông lấy "cớ" đó để đi "công tác" đột xuất: "Do bên đối tác nước ngoài mời quá gấp để bàn lại nội dung hợp đồng dự kiến ký , kết hợp tìm hiểu cách quản lý của một Tổng công ty lớn ... ở nước P...". Đến nước P... tính toán rất gọn, giả như tham quan nhà máy, xưởng, chụp ảnh với mấy ông tây gọi là có, cho đăng báo, phát lên ti vi... rồi từ nước P... ông bí mật bay qua nước H... thăm em.

Không ai có thể biết việc này!

...Đón ông ở sân bay ở một bang nước H... vẫn nụ cười đẹp rực rỡ, dáng em đẫy đà hơn trong bộ váy vàng nhạt bó sát làm tôn hết những đường cong mà bất cứ thằng đàn ông nào nhìn cũng phải trầm trồ. Làn da em ở nước ngoài hình như trắng hơn, mịn hơn, má phớt hồng hơn, ông nhìn đã muốn hôn. Thấy ông nhìn mình đắm đuối, em vội tránh ánh mắt đó, nói ríu rít:

- Sao anh nhìn em ghê thế! Em khác lắm phải không?

Rồi em tự lái xe đưa ông về nhà.

CHẲNG BIẾT ĐÂU MÀ LẦN

Trên đường đi, vẫn giọng ríu rít, em kể đủ thứ chuyện. Từ chuyện buổi ban đầu qua đây nhìn cái gì ngơ ngác còn hơn "bò đội nón" như thế nào? Rồi cả chuyện em học ngoại ngữ, nhiều lúc nói sai, lẫn lộn lung tung, cười ra nước mắt. Chuyện em đi siêu thị mua đồ, lần đầu tiên dùng thẻ, không biết thanh toán, đứng mà lúng ta, lúng túng... Em kể ríu rít như thế nhưng ông không chú ý lắm. Chuyện ông muốn hỏi là làm sao trong thời gian rất ngắn em có thẻ xanh? Em nói, giọng vẫn ríu rít:

- Chuyện ấy về nhà anh sẽ rõ. - Giọng em lại ríu rít, vô tư.

Ô tô dừng trước một ngôi nhà có kiến trúc đẹp, nhiều cửa sổ, xung quanh nhiều cây xanh. Em và ông bước xuống xe. Chỉ ngôi nhà cho ông thấy, em nói ríu rít pha chút tự hào:

- Ngôi nhà rất đẹp phải không anh. Em mua ngôi nhà này chỉ bằng một phần ba số tiền bán cái vila trên Hà Nội mà anh tặng em đó... - Rồi em cười, nụ cười như tươi, rất ríu rít.

- Số tiền còn lại em dùng vào việc gì?

Cũng vừa lúc đó một thằng đàn ông Tây, cao to, tóc xoăn, dáng có phần lực lưỡng, trông trẻ hơn ông rất nhiều, xuất hiện ở cửa ra vào, chào ông. Em nói luôn:

- Số tiền còn lại em thuê anh này làm chồng rồi tổ chức đám cưới giả, chỉ có vậy mới nhanh có thẻ xanh...

Ông lắc đầu như không hiểu. Kéo vội ông vào nhà, giọng của em không thay đổi vẫn ríu rít như tiếng chim:

- Anh ngạc nhiên phải không? Vào đây em cho

anh rõ hơn...

Vào nhà, quả thật ông ngạc nhiên hơn, có một thằng "tây" con, tóc vàng hoe đang ngậm vú nhựa nằm trong nôi. Thằng bé "tây" con thấy ông, khoái chí, chân tay nó đạp lung tung. Em chỉ thằng bé "tây" con, tóc vàng hoe đó, giọng lại ríu rít, nói cho ông biết:

- Con em đấy! Anh thấy nó đẹp không?

- Thế bố nó là thằng...Tây kia! - Ông giật mình.

Em nói ríu rít:

- Anh tinh thế. Đúng rồi!

- Trời ơi! Sao em lại có con với nó mà nói là "đám cưới giả"! - Ông hỏi mà không tin đây là sự thật.

Giọng em ríu rít, giải thích:

- Thì "đám cưới giả" cũng là có chồng, mà có chồng không lẽ không có con!!! Em có con với anh ấy thì Sở di trú ở đây mới tin, cấp nhanh thẻ xanh cho em. Anh hiểu chưa?

- Vậy anh?

- Em nói với anh ấy, anh là bác ruột của em, sang đây chơi, thăm cháu. Anh ấy rất mừng...

-Thế... thế anh ở đâu?

-Anh không phải lo. Muốn anh ở thoả mái, không làm phiền đến ai, tha hồ tự do, em và "chồng" em đã thuê cho anh một phòng trong một khách sạn trên thành phố. Sau khi thăm cháu, anh sẽ lên đó ở. Khách sạn ấy cách đây không xa đâu, khoảng hai tiếng đi xe hơi thôi...

Giọng em lại vẫn ríu rít, nghe vui lắm!

Hội An 5/2020

HẬU "SỐNG CHẾT MẶC BAY"

Kính viếng hương hồn nhà văn Phạm Duy Tốn, tác giả truyện ngắn nổi tiếng "Sống chết mặc bay" (Năm 1918). Lớp hậu sinh xin viết tiếp...

Trong phạm vi tỉnh của ông.

Trời bắt đầu mưa, mỗi lúc một nặng hạt Gió cũng bắt đầu thổi, mỗi lúc một mạnh thêm.

Nhưng chính lúc đó, cả nghìn người ngồi trong nhà hát được trang hoàng lộng lẫy vẫn dõi mắt háo hức tập trung lên sân khấu xem mấy chục cô gái nõn nà làn da trắng như trứng gà bóc, dáng chuẩn, mặt đẹp, hết mặc áo dài, rồi đến áo dạ hội... đi lại trên sân khấu trong ánh đèn chớp nháy, trong tiếng nhạc rộn rã của cuộc thi "Hoa hậu Biển Lớn"

Họ trầm trồ, khen ngợi, bàn tán không ngớt...

Riêng ông, rồi tất cả mọi thành viên trong gia đình ngồi dưới này cũng háo hức, hồi hộp y như đám người kia. Nhưng còn một điều nữa làm cho sự hồi hộp, háo hức tăng gấp bội là đứa con gái thứ của gia đình ông cũng lọt vào vòng chung khảo. Qua vòng thi áo dài, áo dạ hội đều đạt điểm rất cao... giờ nó cùng đám bạn thi tiếp vòng bikini... ông cũng tin...

Có tiếng chuông điện thoại di động réo.

Ông đi ra ngoài để nghe.

Trong điện thoại vang rõ tiếng thằng phó Ban trực phòng chống lụt, bão của tỉnh:

- Báo cáo anh! Trung tâm dự báo khí tượng thủy văn cho mình biết đây là cơn bão mạnh, hướng chính có thể vào tỉnh mình. Anh là Chủ tịch tỉnh kiêm trưởng ban phòng chống bão, lụt, cần về gấp, cho họp các ban, cơ quan đầu ngành để chỉ đạo...

Ông quát ngay vào máy điện thoại:

- Anh nghe rõ đây, vậy chức "phó ban" trực của anh để làm gì!!! Trong lúc tôi đi vắng, anh phải thay tôi làm việc này. Anh cho họp ngay các cán bộ đầu ngành, phổ biến cho họ biết, phải tích cực đề phòng bão lớn, giữ được mạng sống của người dân, nhà nhà phải cột dây, chằng chống, các mái tôn phải có bao cát đè, tránh, bay, tốc... Anh quán triệt không xong, tôi sẽ kỷ luật anh...

Ông bỏ máy điện thoại, quay vội vào trong vì lúc này đến lượt con gái ông ra sân khấu.

Trên sâu khấu, MC đẹp trai, thường hay xuất hiện trên truyền hình, đang đọc đến tên con gái của ông:

CHẲNG BIẾT ĐÂU MÀ LẦN

- Xin giới thiêu, nữ thí sinh...số báo danh... ra sân khấu...

Con gái của ông, trong bộ bikini đỏ, cổ choàng một khăn voan mỏng càng tôn nước da trắng mịn. Môi hồng của con gái ông nở một nụ cười thật tươi, ánh mắt long lanh, đang sải bước tự tin qua Ban giám khảo bao gồm những nghệ sỹ, giáo sư nổi tiếng... ngồi bên dưới...

Ông và cả gia đình nhìn con gái thầm tự hào, nhất là nghe MC đẹp trai, giới thiệu:

- Nữ thí sinh... số báo danh...vòng một...vòng hai ...vòng ba... là sinh viên đại học văn hóa năm cuối. Mơ ước lớn nhất của cô khi tốt nghiệp là được đến với các học sinh vùng còn khó khăn, sống ở đó dạy các em tri thức, những bài hát biết ơn đảng, bác Hồ, rèn cho các em kỹ năng sống, trở thành người có ích cho đời...

Bên dưới tiếng vỗ tay vang dậy...

Ông vui, định vỗ tay theo thì lại nghe thấy tiếng chuông điện thoại.

Cái gì thế này? Ông nhắn mắt khó chịu... vội ra ngoài. Bực mình lắm, nhưng ông vẫn phải nghe:

-... Báo cáo anh - Vẫn tiếng thằng phó Ban trực phòng chống bão, lụt tỉnh - Bão này rất to anh ạ! Hướng chính đúng dự báo là vào tỉnh mình, mọi người đang tích cực phòng chống, nhưng giá như có anh trực tiếp chỉ đạo thì hay hơn... theo em...

Chỉ nghe đến đó, ông không cho nó nói tiếp ông nói ngay vào máy điện thoại:

- Tôi chỉ đạo chung, gồm nhiều việc, anh hiểu không? Trong đó phải chỉ đạo làm sao cho cuộc thi "Hoa hậu Biển Lớn" của khu vực này thành công. Tôi phải ở đây chỉ đạo trực tiếp vì đây là trách nhiệm, là danh dự của một người lãnh đạo tỉnh, nó có ý nghĩa văn hóa rất lớn. Bão to thế này, chứ to hơn nữa, cuộc thi thi hoa hậu vẫn rất cần tiến hành một cách trọn vẹn, vì vậy tôi không thể rời đây được. Anh là phó ban trực, phải chỉ đạo thay tôi, khi tôi bận công việc quan trọng như thế này. Mọi việc trong tỉnh làm không đến nơi, đến chốn để cho nhà tốc mái, người chết vì cơn bão tôi sẽ kỷ luật, người đầu tiên là anh...

Ông đi vào.

Đây là thời điểm ông phải trực tiếp chứng kiến cuộc thi, Ban giám khảo cho điểm và quyết định ai sẽ đạt được vương miện "Hoa hậu Biển Lớn".

Ông và các thành viên trong gia đình đều hồi hộp, không ai nói với ai câu nào, trong đầu mọi suy nghĩ đều tập trung vào một mối: con gái của ông có đạt được Hoa Hậu hay không? Đường đi, nước bước ông lo chi ly, nhưng biết đâu...

Đầu ông căng như dây đàn...

Thời khắc như trôi chậm chạp.

Mặc cho trên sâu khấu đang có một đoàn vũ công đùi, vế phơi ra hát, múa...

Và...

Thậm chí tiếng chuông điện thoại réo, rung lên trong túi quần bần bật, ông cũng mặc kệ...

Và khi anh chàng đẹp trai MC hay xuất hiện trên ti vi công bố con gái ông đoạt vương miện hoa hậu, cả nhà ông reo lên sung sướng. Ông là người vui nhất!

Phải thế chứ!

Mấy thằng trong Ban giám khảo cuộc thi không

nói dối ông, giữ được chữ "tín" sau khi nhận của ông một bọc tiền...

Lại nữa, từ đây con gái của ông bước vào đài danh vọng. Dưới chân nó sẽ là những đại gia, nếu không phải thế, cũng là con trai của những gia đình quan "lớn" giàu có ...

Chỉ nghĩ thế thôi, ruột ông như nở ra từng khúc.

... Có tiếng chuông điện thoại, giọng của thằng phó ban trực phòng chống bão, lụt của tỉnh gấp gáp có phần hoảng sợ:

- Anh ơi! Nguy quá, hàng loạt nhà của đồng bào ven biển bị bão thổi bay, lồng cá nuôi vỡ hết rồi. Tin dữ nhất, ba thuyền đánh cá của ngư dân bị bão đánh chìm, sáu ngư dân mất tích. Giờ tính sao anh?

- Tính gì! Tôi sẽ kỷ luật tất cả, kỷ luật nặng vì tội các anh không làm tròn nhiệm vụ được tôi giao...

- Ông quát

- Sao lại kỷ luật chúng em?

- Không lo được cho dân, để dân chết là tội rất to. Tôi sẽ kỷ luật, đầu tiên là anh. Hiểu không!

- Ông bỏ máy xuống.

Tưởng ông rất tức giận...

Nhưng không...

Cứ nghĩ đến chuyện con gái vừa đoạt vương miện Hoa Hậu, dạ ông vẫn lâng lâng...

6/2016

BẮT NHẦM

Ông Chủ tịch Quận quá hoảng sợ.

Bỏ cả cuộc họp bàn cách giải quyết bờ sông đang bị sụt lở, trôi hơn mười nhà dân. Bỏ cả cuộc họp tìm cách di chuyển bãi rác khẩn cấp vì dân đang kiện bãi rác quá thối, gây ô nhiễm môi trường.

Bỏ cả cuộc họp "khẩn" tìm ngay nguyên nhân trần nhà một công trình đang thi công, đổ sụp làm chết hai công nhân...

Ông vội triệu tập cuộc họp đột xuất, đầy đủ các ban ngành.

Trên địa bàn Quận vừa xảy ra một vụ việc mà theo ông, là quá nghiêm trọng.

... Thằng con ông Chủ tịch Thành phố vào quán cà phê ngồi "nghi đang chích ma tuý", bị công an và dân phòng của Quận bắt. Sau một hồi căn vặn, không chịu nói tên, địa chỉ... thằng này bị "tẩn" một trận ra trò, rồi đưa lên "trung tâm hỗ trợ xã hội"... Mãi tối qua nó mới chịu nói...

Nó nói tên bố, mẹ, địa chỉ... Ban lãnh đạo "trung tâm hỗ trợ xã hội" vội báo cho ông Chủ tịch Quận biết.

Ngay sau đó tại phòng họp của Quận đã diễn ra một cuộc họp rất khẩn trương.

Ông Chủ tịch Quận chỉ thẳng ông lãnh đạo công an Quận:

- Anh xem, lính nhà anh bắt người thế đấy! không bắt thằng nghiện, thằng ăn cắp ... lại đi bắt ông con của ông Chủ tịch Thành phố. Mà nó ngồi uống cà phê, mới nghi là "đang chích ma tuý" thì phải cho người hoá trang xem xét, dò la cẩn thận, nếu đúng mới bắt chứ có việc gì mà vội vã hành động như vậy? ngu thế!

Ông lãnh đạo công an Quận vội thanh minh:

- Đưa nó về đồn, lính tôi hỏi, chứng minh thư đâu? Nó không thèm nói, lắc đầu, nhìn cười khinh khỉnh lại còn búng tay như không thèm chấp. Nhìn thế ai mà không tức chứ! đã thế nó lại tỏ thái độ không sợ, rất bướng, không chịu nói gì cả, lính của tôi quá giận, thế là đánh thôi.

- Công an đánh người tự tiện vô luật pháp, quá nguy. Bây giờ anh đã thấy hậu quả chưa? Lính anh đánh nó thế nào? - Giọng ông Chủ tịch Quận hỏi có vẻ lo sợ.

- Dạ...gần chục cú đấm vào ngực, đá hai phát vào đùi, một phát trúng chỗ hiểm...Quá đau, nó mới chịu nói...

Ông Chủ tịch Quận, nghe vậy, ôm mặt than trời:

- Ối giời ơi! Đánh ác như thế thì... nó kêu rồi giãy mạnh lắm... đúng không?

Ông phụ trách Dân phòng Quận vội nói:

- Nó giãy và kêu thế nào được. Tôi cho mấy thằng

dân phòng trói nó chặt cứng cả chân và tay của nó vào thành ghế rồi nhét giẻ vào miệng... cứ thế ... lính tôi và bên công an nện - Ông ta còn vung tay minh hoạ cho ông Chủ tịch Quận thấy.

Ông Chủ tịch Quận không cho ông phụ trách Dân phòng nói hết, đập bàn:

- Đánh ai thì được, chứ các anh đánh con ông Chủ tịch Thành phố như thế thì chết tôi. May mà... Thế hiện tình sức khoẻ của nó ra sao rồi? Thả ra chưa!

Ông Giám đốc "Trung tâm hỗ trợ xã hội" vội nói:

- Nó được bên công an bàn giao cho bọn em. Mới đầu cũng tính nhốt nó trong phòng kín kỷ luật nhưng khi được được điện của anh, bọn em vội thả nó ra. Trước khi thả, bọn em xoa bóp những vết bầm do bị đánh, tắm rửa cho nó rất đàng hoàng, sạch sẽ. Anh yên tâm, so với trước lúc bị bắt, trông nó khá hơn rất nhiều. Đã vậy, bọn em trích trong quỹ "phòng chống tệ nạn xã hội của trại" đưa cho nó mười triệu đồng. Ngoài ra - Ông này liệt kê cho ông Chủ tịch Quận thấy - Ban lãnh đạo yêu cầu mỗi cán bộ công nhân viên trong trại đóng góp một ngày lương, tổng cộng được hơn ba triệu, một trăm mười lăm ngàn cho thêm thằng bé...

- Thái độ của nó thế nào! Có vui không? - Ông Chủ tịch Quận hỏi.

Ông Giám đốc "Trung tâm hỗ trợ xã hội" trả lời, giọng rất hồi hởi như đang khoe thành tích:

- Thái độ của nó rất vui, cầm tiền mà ánh mắt lộ vẻ sung sướng, không một chút oán hận. Nó còn nói: " Các ông cứ yên tâm, chuyện này tôi sẽ không nói cho bố tôi biết. Các ông còn yên tâm nữa, số tiền này đủ cho tôi "sướng mút chỉ" đến "ông nội" của bố tôi đi tìm cũng không ra...". Nó cầm tiền xong "phắn" vội ra khỏi cổng thuê tắc xi đi ngay rồi.

Nghe vậy ông Chủ tịch Quận nở một nụ cười nhẹ có vẻ mãn nguyện, nét mặt nhẹ nhõm hẳn:

- Tôi nghe anh nói thế cũng yên tâm - Ông dặn dò chu đáo - Nhưng chúng ta cũng phải tuyệt đối rút kinh nghiệm trong chuyện này. Không phải cái gì "hớ" ra một tý cũng bắt, cũng đánh, phải truy rõ nguyên nhân. Chứ cứ như thế, chết có ngày! Giờ thì ...

Vừa lúc đó, điện thoại của ông Chủ tịch Quận có tiếng chuông reo.

Ông vội cầm máy lên.

Trong máy điện thoại vang lên giọng của ông Chủ tịch Thành phố rất to, rõ ràng, mấy người ngồi xung quanh ông chủ tịch Quận đều nghe thấy:

- Tôi vừa được tin, Quận của anh đang giữ thằng con trai của tôi phải không?

- Dạ thưa anh! Đúng ạ. - Giọng của ông Chủ tịch Quận xoắn xít - Nhưng...!

- Các anh giữ nguyên nó đấy cho tôi. Tuyệt đối không cho nó đi đâu. Nó bị bọn xấu lôi kéo, bỏ học, trốn gia đình, cả nhà rất vất vả cho người đi tìm mấy hôm nay . Để nó thoát ra ngoài, các anh không xong với tôi. Tôi xuống ngay đây, con với chả cái...

Nói xong ông Chủ tịch thành phố cúp máy cái "Rụp".

Hội An 4/2014

VỞ DIỄN

Nó "diễn" tuyệt vời, bên ngoài trông vào, nó vẫn là đứa con hiếu thảo, chăm ngoan nhưng thực ra nó lấy tiền của bố, mẹ để "lót" những chỗ cần"lót" và như vậy, cả bố và mẹ cứ tưởng nó học tử tế, giỏi, có đạo đức, chứ thực tế thì... Thấy giấy khen nó mang về, mẹ vui lắm:

- Con học thành tích tốt như thế này, mẹ rất mừng. Lần này được nghỉ dài ngày, như đã hứa, mẹ cho con vào Sài Gòn chơi.

Như mở cờ trong bụng, nó chạy vội trong phòng đóng kín cửa, lấy điện thoại di động điện cho con bồ mới mười bốn tuổi:

- Em ơi! Chuẩn bị đi Sài Gòn chơi với anh. Mẹ cho rồi!

Không biết vì sao lần này mẹ cho nó nhiều tiền thế, tiền trong tài khoản tự nhiên "dày" lên cả "mét" lại cho đi chơi dài ngày. Không thể nào sướng hơn nên vào đến Sài Gòn, nó với con bồ thuê ngay một phòng đặc biệt ở khách sạn hạng sang...

Cũng vì thế mà bất ngờ nó gặp bố cũng đưa "bồ" vào khách sạn này...

Bố nói với cả nhà là đi Hà Nội công tác, vé rõ ràng đề nơi đến là Hà Nội mà tại sao bây giờ lại là Sài Gòn??? Nó tự đặt câu hỏi rồi tự giải thích: Có thể đúng là bố ra Hà Nội, rồi từ Hà Nội bố bay vào Sài Gòn!!! Nó giật mình. À! Ông này đóng kịch giỏi, bao lần ông ấy đi Hà Nội, cuối cùng lại vào Sài Gòn để hú hí với "bồ". Thế mà bây giờ nó mới biết, khổ thân mẹ. Mẹ vẫn thường nói với nó, có chút tự hào thầm: "Con đừng học ai, cứ học bố, bố của con là một người lãnh đạo tuyệt vời, cả đức lẫn tài" . Bố nó có chức vị lãnh đạo cao, thường xuất hiện trên ti vi, hay cắt băng khánh thành công trình lớn, dự án to, hay ngồi đoàn chủ tịch... rất chỉnh chu . Bây giờ mới lộ bộ mặt thật của ông ấy. Nó càng nghĩ, càng tức bố , càng thương mẹ...

Mẹ nó, Tổng giám đốc một công ty lớn, có uy tín, ít khi có ở nhà. Cả bố và mẹ cứ lao vào công việc, bố về thì mẹ đi, Mẹ về thì bố đi...Ngồi nói chuyện với nhau đã hiếm, chứ chưa nói ngủ chung nhưng hai người vẫn vui vẻ, vẫn "anh... anh...em... em..." trước mặt mọi người, nhìn nhau lúc nào ánh mắt cũng đắm đuối, chia tay với nụ hôn. Ai cũng bảo gia đình nó là gia đình hạnh phúc, không dễ có gia đình thứ hai!

Có ai ngờ...!

Suy nghĩ trằn trọc, nó quyết định điện cho mẹ:

- Mẹ à! Con báo cho mẹ một tin... một tin quan trọng...con bắt quả tang... bố dẫn bồ vào một phòng...ở khách sạn...

Ở đầu dây bên kia, mẹ nó hỏi:

- Con nhìn có đúng không ?

- Đúng mà! Con còn chụp được ảnh, con sẽ

truyền qua mail cho mẹ.

- Chuyện này bố có biết không? - Mẹ hỏi, giọng nhỏ lại nhưng nó nghe rõ ràng

- Không mẹ à! Thậm chí bạn gái con cũng không biết! - Nó nói ngay

- Thế mà sao con nói: "Con đi một mình vào thăm bạn"!!! Con nói dối mẹ. Lần này là lần thứ mấy rồi... Con hư lắm! - Mẹ nó mắng trong máy điện thoại di động.

Biết lỡ lời, nó quay lại ngay câu chuyện:

- Thôi, chuyện ấy... nhưng chuyện của bố, bây giờ mẹ tính sao?

- Thế này nhé - Giọng của mẹ nó không hề tỏ ra tức giận mà có vẻ bình tĩnh - Những tấm ảnh con chụp được, không cần truyền cho mẹ, con xóa hết đi, không để cho ai biết, coi như con không biết chuyện này. Nghe không?

- Phải xóa hết, hả mẹ! - Nó ngạc nhiên.

- Xóa hết, vì để lại, nhỡ đâu bạn gái con xem, lộ ra rất nguy hiểm. Mẹ và con phải giữ uy tín cho bố, cho gia đình mình, con hiểu chưa! Khi nào bố về, mẹ sẽ nói chuyện này với bố, con yên tâm...

- Thế mẹ... mà mẹ ở đâu đấy!

- Mẹ ở phòng làm việc... thôi con nhé... mẹ rất bận!

...Mẹ nó tắt máy điện thoại rồi quay sang nói với thằng trợ lý trẻ đang trần truồng nằm bên cạnh, giọng nũng nịu:

- Nào cưng...cho người ta sướng đi...ghét ghê cơ!

Hội An 12/2020

HỌC TẬP THÁNH GIÓNG

Thế là mất bốn năm, bốn năm Tất chịu lép còn hơn hạt thóc rỗng bị người ta dẫm bẹp. Tiu nói gì, Tất cũng "vâng"... "dạ". Tiu sai gì Tất cũng làm, làm cúc cung, làm tận tụy. Tất tức lắm, mà không làm gì được. Bây giờ thì Tất có thể thỏa mãn được rồi. Tất về hưu, thì Tiu cũng phải về hưu, nhường chức vụ này cho lớp trẻ. Đã nghỉ hưu, lúc ấy là "cá đối bằng đầu", chẳng ai hơn ai, "quan nhất thời, dân vạn đại" Tiu chỉ có quyền thét lác khi là Giám đốc, còn về hưu, lúc ấy thét lác" với ai? Với Tất á! Cùng sinh hoạt trong tổ hưu trí, nói ấm ớ là Tất "quạc" lại liền...

Cách đây bốn năm, Tất năm sáu tuổi, còn Tiu đã năm chín. Tất là Phó giám đốc còn Tiu lúc ấy là Giám đốc, Bí thư Đảng ủy. Tất nhẩm tính, chẳng còn bao lâu nữa, Tiu sẽ phải làm sổ hưu!!! Thế này chức Giám đốc chắc chắn thuộc về Tất vì Tất có bằng Đại học kinh tế, bằng chính quy hẳn hoi, không giống như của Tiu, Tiu toàn bằng "tại chức".

Nhớ cái hồi Tất về đây làm Phó giám đốc do Tổ chức Tỉnh ủy phân công, lúc đó Tiu là Giám đốc. Không biết vì lý do gì,Tiu nhìn Tất bằng nửa con mắt, khinh ra mặt. Tất tức lắm mà không làm gì được. Nhiều lúc tức mình, Tất nói lẩm bẩm một mình, khi ngồi trong nhà cầu thực hiện động tác "vệ sinh":

- Bố mày về đây có phải xin mày đâu mà mày tức. Ra cái chó gì bằng cấp " đại học tại chức" mà lúc nào cũng muốn lên mặt.

Tất ra khỏi phòng vệ sinh miệng vẫn lẩm bẩm như thế, bất chợt gặp Tiu từ đằng xa đi lại. Tiu hỏi:

- Ông lẩm bẩm cái gì thế?

Tất hoảng, nói vội, lấp liếm:

- Em nói mình... vô tâm quá, đi vệ sinh mà quên không rửa tay.

Tất lập cập quay lại rửa tay, khốn khổ, Tất đi nhầm vào buồng vệ sinh nữ, bị một chị ở trong ấy đi ra nhìn Tất vừa cười, vừa nói: "Chữ "Vệ sinh nữ" to thế kia mà anh Tất không nhìn thấy sao!". Tất đã lúng túng lại càng lúng túng nữa. Vừa rửa tay xong, Tất chẳng biết chùi vào đâu? Nhìn quanh quất, Tất chùi vội tay lên tường.

Bề ngoài Tất sợ Tiu như thế, nhưng bên trong luôn ngấm ngầm tìm cách làm mất uy tín của Tiu nhưng Tiu tỉnh lắm, mọi "võ" của Tất đưa ra, Tiu có bài đỡ lại. Không những "đỡ" , Tiu còn "đáp trả" làm Tất vô phương chống đỡ. Nhớ lần Tất tố cáo tội của Tiu dùng tiền của cơ quan đi nuôi cô bồ bằng lá thư nặng danh gửi lên cấp trên. Không biết thế nào cái thư đó lại quay trở về để trên bàn của Tiu. Tiu gọi Tất lên, đưa lá thư đó ra, giọng hết sức mềm mỏng:

- Cậu góp ý cho tớ thì cứ gặp trực tiếp chứ việc gì phải viết thư nặc danh gửi lên trên. Tớ mà tố cáo cậu về những tội như... nhận quà của công ty Vinh Quang để ký khống mấy hóa đơn thanh toán theo hợp đồng, hay như khai man lý lịch giấu bên vợ có người theo địch... tớ sẽ viết thẳng tên của tớ ra chứ việc gì phải viết nặc danh. Nhưng...- Tiu cười mỉm nhìn mồ hôi trên trán của Tất túa ra, nói tiếp giọng cứ ngọt còn hơn mía lùi - Nhưng... chỗ thân tình tớ chẳng bao giờ làm thế, còn chuyện vừa rồi cậu nên rút kinh nghiệm.

Đúng là không có chuyện gì qua mắt được Tiu. Tiu nói thế làm cho Tất hoảng, người ta thường nói "lạt mềm buộc chặt " là vì vậy. Nhưng rồi, cái gì cũng phải có giới hạn của nó. Ở đây là Tất nói đến chuyện tuổi về hưu. Tiu năm chín tuổi! Thôi rồi, Tiu nhé! Ông sẽ về, về cấm cựa! Ông không còn thời giương vây, giương nạnh dọa nạt tôi, cũng hết thời ông nói gì tôi cũng phải nghe, một "vâng", hai "dạ". Hết rồi! Hết thật rồi. Từ hôm có người cho biết tuổi thật của Tiu, Tất nhẩm tính từng ngày. Năm mươi chín tuổi, chín tháng, ba ngày...Còn là... Năm mươi chín tuổi, bảy tháng, mười bảy ngày... Còn... Ngày nào Tất lên cơ quan, việc đầu tiên là bóc lịch, rồi nhẩm tính cộng, trừ từng ngày Tiu về hưu. Chuyện Tiu về hưu như là một lẽ đương nhiên. Vậy ai sẽ thay Tiu làm Giám đốc? Chỉ có Tất. Anh em trong cơ quan đồn Tất được nhiều người trong Tổ chức Tỉnh ủy ủng hộ, họ thì thầm bàn tán " Anh Tất lên chức Giám đốc quá xứng đáng. Tuổi, bằng cấp, trình độ thực tiễn... cái gì cũng thừa!". Có người làm như Tất đã là giám đốc rồi, đưa thuốc lá mời Tất, anh ta đưa cả hai tay, đầu cúi rất cung kính...

Cũng từ những ngày đó, thái độ của Tất cũng thay đổi hẳn. Đi đứng cũng có vẻ khoan thai hơn, với nhân viên cấp dưới, ra dáng của một ông chuẩn bị lên chức Giám đốc.

Nhưng quái lạ, cho đến gần hết năm ấy, chẳng thấy ở trên cho quyết định để Tiu về hưu, mọi người thắc mắc, Tất cũng thắc mắc vội đi tìm ông Trưởng ban tổ chức Tỉnh ủy để hỏi. Tất được ông này cho biết, tuổi thực tế của Tiu không phải là năm chín tuổi mà mới... năm tư tuổi! Bằng tuổi của Tất. Điều này đã có giấy "Xác nhận" của đồng chí Bí thư tỉnh ủy cùng hai đồng chí "Lão thành cách mạng"

Sau này Tất mới biết, ông Bí thư tỉnh ủy ký vào "Giấy xác nhận" vì ông là đồng hương cùng xã với Tiu, lại chung mối "làm ăn". Còn hai ông "lão thành cách mạng" thì một ông tai nghễng ngãng, nói gì cũng gật. Còn một ông thích làm thơ để in, Tiu cho tiền in thơ thế là ông ấy xác nhận. Nhưng vô lý nhất, nếu như đúng là Tiu sinh năm này thì khi Tiu tham gia cách mạng mới có mười tuổi. Cái tuổi dây quần buộc còn chưa chặt. Tất thắc mắc, Tiu giải thích rất ngắn gọn:

- Cậu đã biết tấm gương anh hùng của Lê Văn Tám chưa? Lúc anh ấy tẩm xăng lao vào kho xăng của địch cũng chỉ bằng tuổi của tớ. Tham gia cách mạng đợi chi tuổi. Hồi đó mình phải khai thêm tuổi để tham gia cách mạng và cũng ...để đủ tuổi kết nạp Đảng theo điều lệ...

Ra khỏi phòng của Tiu, Tất ngán ngẩm lắc đầu. Đã tưởng... sắp làm vương, làm tướng. có ai ngờ! Tất vẫn là phận tôi đòi, để người ta sai khiến.

Từ hôm ấy, Tất không dám nhìn lịch để nhẩm tính ngày Tiu về hưu. Cũng từ hôm ấy, Tất lại trở về đúng vị trí của Tất.Còn Tiu nhìn Tất có vẻ khoái, có hôm đột nhiên Tiu vỗ vai Tất, làm Tất giật mình:

- Dạo này cậu thấy tớ có khuyết điểm gì không? Nếu có, cậu cứ phê bình thẳng thắn nhé - Tiu nhìn Tất cười hề hề...

Tất nói lí nhí, đầu cúi xuống:

- Anh chẳng có khuyết điểm nào để tôi góp ý đâu ạ!

Chuyện đó được vài năm, đến năm nay khi Tất và Tiu cùng đến tuổi về hưu. Tất vươn vai, thỏa mái. Thỏa mái hơn, Tất biết, Tiu cũng phải về, Tiu sẽ lo sốt vó. Mất một chỗ ngồi thơm, mất một chỗ để hưởng lộc, ai mà không tiếc! Chỉ nghĩ đến đó thôi, có khi Tiu sẽ già đi cả... trăm tuổi. Nhưng quái lạ, Tất để ý đến Tiu, hình như Tiu chẳng mảy may lo lắng một chút nào, nét mặt cứ phây phây, da dẻ hồng hào, quần áo láng mượt, giầy đánh xi bóng loáng cứ như để soi gương. Đã vậy Tiu còn nhuộm tóc nữa, đen nhánh, nói năng với nhân viên có vẻ hoạt bát, vỗ vai người này, châm chọc người kia, cười hề hề...

Rồi cấp trên cũng có quyết định nghỉ hưu cho người đến tuổi trong cơ quan. Nhưng chỉ có một người nhận, đó là quyết định nghỉ hưu của Tất. Một bữa tiệc liên hoan thịnh soạn của cơ quan tiễn Tất về nhà. Tiu đứng lên phát biểu rất trịnh trọng:

- ...Hôm nay cơ quan chúng ta tiễn đồng chí Tất , sau bao nhiêu năm cống hiến tài năng và sức lực cho Đảng, nhân dân, nhà nước... đồng chí Tất vui vẻ về nghỉ hưu, không tham quyền cố vị, nhường lại vị trí này cho những đồng chí trẻ tuổi hơn đảm đương công việc. Chỉ riêng việc này thôi, chúng ta phải học tập đạo đức của đồng chí Tất...

Bên dưới mọi người vỗ tay. Còn Tất, Tất nghĩ tức lắm! Tại sao chỉ có một mình Tất về hưu? Tiu cùng tuổi với Tất, đấy là chưa nói Tiu còn "ăn gian" với tổ chức những bốn, năm tuổi nữa kia! Lẽ ra Tiu phải về hưu từ lâu rồi, tại sao Tiu không về hưu? "lành làm gáo, vỡ làm muôi" phải làm cho rõ chuyện này? Tất nghĩ như thế, chạy lên Tổ chức tỉnh ủy nói thắc mắc của mình. Bất ngờ Tất được ông Trưởng ban tổ chức Tỉnh ủy cho biết:

- Vì còn tuổi làm việc, đồng chí Tiu được cơ cấu vào một chức vụ mới ở trên Bộ, nên chưa thể nghỉ hưu...

- Sao lại thế? - Tất ngạc nhiên - năm nay anh ấy cũng bằng tuổi tôi, lẽ ra ...

Ông Trưởng ban tổ chức Tỉnh ủy lại đưa ra một cái giấy "Xác nhận" , giải thích với Tất:

-Mới đầu tôi cũng nghĩ như đồng chí... nhưng không phải, đồng chí Tiu có giấy xác nhận của mấy đồng chí Trung ương, xác nhận đồng chí Tiu năm nay mới năm tư tuổi, tham gia cách mạng từ năm... mà đã là Trung ương xác nhận như thế này thì chúng ta phải chấp hành thôi...

Phải nói Tiu thuộc loại giỏi "chạy" Tất không bằng. Nghĩ thế, Tất vẫn chưa chịu, phải gặp thẳng

Tiu hỏi cho ra nhẽ:

- Nếu đúng như giấy "xác nhận" của mấy ông Trung ương xác nhận cho anh, thì anh tham gia cách mạng lúc ba tuổi, cái tuổi chùi đít không sạch. Anh không thấy vô lý à!

Tiu vuốt mái tóc nhuộm đen óng mượt, sửa lai caravat đang đeo trước ngực, rót nước ra cái cốc, rồi mời Tất:

- Anh uống nước đi rồi nghe tôi giải thích. Anh đã đọc truyện Thánh Gióng chưa? Thánh Gióng " tham gia cách mạng" đánh giặc ngoại xâm mới có ba tuổi, giặc ngoại xâm chết như ngả rạ, tên tuổi Thánh Gióng lẫy lừng. Tôi ba tuổi, tham gia cách mạng là học tập Thánh Gióng, điều đó có chi lạ, mà anh thắc mắc!

Tất nghe Tiu nói, đành uống hết cốc nước.

Hội An 5/2018

KỆ MẸ CHÚNG NÓ

Một buổi tối liên hoan âm nhạc có chủ đề "Dạ Hội" tổ chức ở công viên " Mặt Trời" dành cho thanh niên , với giàn âm thanh lớn, màn hình lade khủng, nhạc cực kỳ sôi động... Các em thanh niên bị kích động nhảy như điên, như dại. Nhảy "sung" quá, quá sức lại giẫm đạp lên nhau, gần chục em chết, một số phải đưa đi cấp cứu ở bệnh viện...

Tin này lan nhanh còn hơn có "khủng bố trong phủ tổng thống", các trang mạng đưa dồn dập, các báo đưa ảnh chụp người chết, người bị thương ...trong buổi lễ âm nhạc "Dạ Hội" lên trang nhất.

Trong thành phố, ngồi chỗ nào cũng có người bàn tán...

Đây đúng là thời cơ "vàng", thể hiện quan tâm đến quần chúng, gần sát với thanh niên, nhất định ông phải đến thăm mấy người thanh niên bị thương đang điều trị trong bệnh viện. Phải đi trước thằng Đêu, ông nói liền với viên thư ký tin cẩn:

- Anh giúp tôi mời tất cả phóng viên truyền hình, báo chí đi cùng để đưa tin cuộc đi thăm này. Anh yêu cầu họ chụp ảnh thật nét, rõ, đưa tin chính xác...

...Nhớ lại một lần ở địa phương ông bị lụt nghiêm trọng, nước ngập mái nhà, dân tình không có chỗ trú, phải ở vật vờ trên đê, trên gò đất cao, mặt mũi ai cũng hốc hác... Đúng lúc ấy ông cùng gia đình đi nghỉ mát ở nước ngoài. Tranh thủ vắng ông, thằng Đêu, chức ngang với ông , đang "kình địch", để lên chức "to" hơn, nó làm một việc để "khoe". Quần Đêu xắn ống thấp, ống cao, đầu đội mũ cối, đi chân đất cùng một số người nữa, tranh thủ lúc hết mưa gió đến thăm những người dân bị mất nhà, mất cửa. Tay Đêu bưng thùng mỳ phát đến tận tay từng người một. Yêu cầu bọn phóng viên các đài truyền hình lớn dí sát máy quay vào mặt, vào ánh mắt đượm buồn cùng lời nói nghẹn ngào của Đêu. Đêu cho người xem thấy tường tận và nghe rõ mồn một:

- Nhìn cảnh khổ cực của đồng bào vì bão lụt như thế này, với cương vị một lãnh đạo địa phương, tôi chịu không được. Mời đồng bào nhận những món quà tuy nhỏ, nhưng đây là cả tấm lòng của chúng tôi đến với những người đang gặp nạn. Chúng tôi muốn cùng chung tay, trợ giúp mọi người vượt qua những lúc gian nan, khốn khổ đúng nghĩa: "Người trong một nước phải thương nhau cùng". Chứ không phải như một số người có cương vị cao, đúng lúc đồng bào cần sự trợ giúp, quên câu "thương người như thể thương thân" lại đưa cả gia đình đi nghỉ mát nước ngoài...

"Tổ sư thằng mất dạy, nhân chuyện này nó "đá đểu" nhằm hạ uy tín ông" -Xem trên truyền hình phát đi cảnh đó, ông bầm gan tím ruột, chửi thầm Đêu. Nó có hơn gì ông, thậm chí còn tệ hơn. Một đoàn tàu hỏa trật đường ray, lật toa, đè chết hơn chục mạng người. Đúng chức năng, lẽ ra phải đến thăm hỏi, xem xét, giải quyết hậu quả, Đêu không đi, giao cho cấp dưới, còn Đêu lúc đó đang đi... tắm bùn cùng với mấy em chân dài!!!

Thế mà nhân có trận lụt, đồng bào gặp nạn, Đêu giả bộ đến thăm, nói lời chia sẻ...

Đúng là nước mắt cá sấu, giả nhân, giả nghĩa.

Đêu lừa ai, chứ không thể lừa ông...

Chờ thời cơ ông phải chơi lại thằng này.

Mấy hôm nay Đêu bấn lên về chuyện đám cưới cho thằng con trai, gần như không có mặt ở cơ quan Bộ...

... Trước khi đi thăm những em thanh niên bị nạn trong cuộc lien hoan âm nhạc "Dạ Hội" đang nằm điều trị tại bệnh viện, ông giục viên thư ký:

- Chúng ta phải đến thăm những em thanh niên gặp nạn, càng nhanh càng tốt, càng sớm càng tốt, thể hiện sự quan tâm của tôi đến thế hệ thanh niên, một thế hệ chủ lực xây dựng đất nước - Sực nhớ, ông hỏi lại viên thư ký cho chắc chắn - Anh đã mời các phóng viên bên ti vi, đài, báo... đi cùng, để đưa tin chưa?

- Dạ, báo cáo sếp. họ chờ sẵn ngoài xe kia rồi ạ!

- Tốt! - Ông khen rồi ra xe cùng đoàn phóng viên các đài, báo,ti vi... đến bệnh viện, vào ngay phòng hồi sức cấp cứu, thăm các em thanh niên, không may gặp nạn, đang nằm điều trị. Gặp em nào, giọng của ông cũng nghẹn ngào:

- Các em chú ý bình tâm điều trị. Tôi sẽ yêu cầu Ban Giám đốc bệnh viện điều những bác sỹ giỏi nhất, thuốc tốt nhất chữa chạy, để các em mau bình phục, có sức khỏe trở về hòa nhập với cuộc sống, phục vụ nhân dân, phục vụ tổ quốc, xứng danh là đoàn viên thanh niên thế hệ Hồ Chí Minh.

Ông dừng lại khá lâu trước một nữ thanh niên tóc tai rũ rượi, mắt lờ đờ, giớt giãi còn chảy ra lòng thòng hai bên mép mà chẳng thèm lau. Ông nhìn thương lắm, hỏi quan tâm:

- Cháu thấy trong người như thế nào?

Nữ thanh niên im lặng không trả lời, mà lắc đầu.

Ông ôm nữ thanh niên đó vào lòng, nói như sắp chảy nước mắt:

- Chú nhìn cháu như vậy, rất thương, rất buồn và lo cho bệnh tình của cháu. Cháu phải nghe lời các y, bác sỹ ở đây tích cực điều trị cho mau khỏi bệnh. Cháu cố lên! - Ông đưa một phong bì đựng tiền cho người nữ thanh niên đó, dặn dò - Cháu cầm lấy số tiền này để mua thuốc chữa bệnh và mua thực phẩm tốt, ăn vào bồi dưỡng thêm sức khỏe.

Những cảnh đó được các phóng viên đài, truyền hình, báo ghi hình lại rất rõ, rất nét và đưa tin rất chi tiết...

Tin, bài, ảnh sự kiên ông đến thăm những thanh niên bị nạn được đưa lên ti vi và đài, báo ngay ngày hôm sau.

Ông quá sướng!

Đúng lúc đó, tay thư ký chạy vào, thở dồn dập, nét mặt có phần hốt hoảng, nói lắp bắp:

- Chết rồi anh ạ! Tin anh đến thăm, cho tiền mấy em thanh niên bị nạn trong buổi liên hoan âm nhạc" Dạ hội" ở công viên "Mặt Trời" dư luận lên án ghê lắm!

- Vì sao? Anh cứ bình tĩnh trình bày cho tôi nghe! - Ông hỏi lại, nét mặt không thay đổi thần sắc.

- Dạ,thưa anh! Anh cho em trình bày chi tiết. Dư luận ngoài xã hội, nhất là trên "phây búc" họ nói, tất cả những thanh niên bị chết và bị thương trong đêm liên hoan âm nhạc "dạ hội" đa phần là con của các gia đình khá giả, làm giàu bất chính, một số là con "quan to", có dính líu đến tham nhũng, chúng đều bị dương tính với ma túy trong đem liên hoan âm nhạc "dạ hội" ấy, công an đã xác nhận chuyện này. Một lũ vô học, ăn tàn, phá hại đạo đức, lối sống văn minh, thế mà một người lãnh đạo "lớn" như ông K... còn đến thăm an ủi, động viên, cho tiền. Trong khi những người dân bị mất đất oan uổng, sống "màn trời chiếu đất", bị tai nạn xe cộ, bị mất nhà, mất cửa vì bão lụt, bị cháy, sống lay lắt, đói khổ đến cùng cực ông K...lại không quan tâm, không đến thăm. Việc ông K... đến phòng "hồi sức cấp cứu" của bệnh viện thăm những thanh niên bị thương trong đêm liên hoan âm nhạc "dạ hội" rất phản cảm, vô văn hóa, thể hiện tư duy lãnh đạo "lùn", "ngu" kém hiểu biết... - Viên thư ký nói xong, nhìn nét mặt của ông không có biểu hiện gì tức giận, ngạc nhiên - Thưa anh! Em trình bày nội dung đó, anh không giận ạ?

- Tôi không giận mà còn rất vui !

Ông nói vậy lại càng làm cho viên thư ký ngạc nhiên hơn:

- Vì sao thế ạ?

Ông nói với viên thư ký tin cẩn, giọng còn hơn cả khoe:

- Tôi vừa nhận được điện của một ông rất "to". Tôi nói thế là anh hiểu. Con gái của ông ấy cũng bị nạn trong đêm liên hoan âm nhạc "Dạ hội" ở Công viên "Mặt Trời". Ông "To" đã thấy trên ti vi hình ảnh tôi đến thăm, động viên, cho tiền với những em thanh niên bị nạn. Đặc biệt, thấy hình ảnh tôi ôm con gái ông ấy vào lòng như một người cha ôm con, nói những lời an ủi, động viên chân thành, ông rất "to" rất cảm động và muốn gặp riêng tôi. Chuyện này, Thằng Đêu có nằm mơ cũng không thấy. Chỉ thế thôi, tôi đã sướng. Còn bọn "phây búc" lên án à! tôi có bao giờ xem.

Kệ mẹ chúng nó!

7/2019

ÔNG "THÂN ÁI!"

Ông có tác phong rất bình dân. Hồi đương chức, nếu chủ trì một hội nghị lớn có đông quan khách, đại biểu... khi kết thúc bao giờ ông cũng nói: "Thân ái, chào tạm biệt tất cả...". Hay đến tham quan một nhà máy, xí nghiệp, quen rồi, khi kết thúc ông lại nói: "Thân ái, chào tạm biệt anh, chị em công nhân...". Rồi lúc bế mạc một hội nghị toàn trí thức, sinh viên ông không bỏ được, vẫn tiếp:" Thân ái, chào tạm biệt các anh chị em trí thức, các em sinh viên...". Ông nói nhiều hai chữ "Thân ái!" nên hai chữ đó thành tên của ông, người ta gọi ông là ông "Thân Ái".

CHẲNG BIẾT ĐÂU MÀ LẦN

Ông Thân Ái về hưu.

Ông vươn vai, khoan khoái.

Ông "hạ cánh" an toàn, không hề có đơn kiện cáo, cũng không có bất cứ "khoản" nào mà thanh tra phải đến "đặt vấn đề". Ông có nhà ở bên Mỹ, trong nước "yên ổn" vài biệt thự. Còn tiền, sau mấy con số từ 1 đến chín là cả một dãy số không (0), đó là số tiền của ông gửi vào nhiều tài khoản ở nước ngoài. Ở trong nước, chỗ nào có " địa danh"nổi tiếng về du lịch, di tích lịch sử, cảnh đẹp...,chỗ đó có đất ông sở hữu bìa hồng, bìa đỏ...

Trong suy nghĩ, ông Thân Ái muốn về thăm K...N... mà hồi trước năm 1975, nơi đây là chỗ hoạt động của thân phụ, được bà con nuôi nấng. K... N... hiện thành một khu đất rộng nằm trong diện "quy hoạch xây dựng một khu khách sạn liên hợp".

Hồi đương chức, công việc lu bù, ngập đầu không đến được, nay có thời gian rảnh rỗi, ông Thân Ái muốn một lần đến K...N... hỏi thăm bà con cũng gọi là " báo đáp" công ơn sinh thành...

Hay tin ông Thân Ái tới thăm, bà con kéo đến, nhất là những người từng nuôi giấu cha của ông trong những năm tháng khó khăn nhất.

Một bà già miệng móm mém, da nhăn nheo, dáng lòm khòm, nắm tay ông kể lể:

- Hồi ấy cha của ông trên cứ về, đói lắm, lại bị đau nặng nữa, không có tui nuôi dưới hầm bí mật thì chết rồi.

Ông cảm động, hỏi liền:

- Hầm bí mật đó còn không? Thưa Nội! Ý con muốn đến xem lại chiếc hầm đó, nơi ba của con đã từng được Nội nuôi.

Nghe vậy, bà già khóc rống lên, ngồi xuống lấy gấu quần lau nước mắt:

- Còn đâu! đến nhà của tui cũng không còn, chỗ đó người ta quy hoạch làm sân gôn rồi...

- Nhưng tiền đền bù chắc Nội làm được nhà khác ở chứ! - Ông hy vọng có chỗ đến thăm.

Bà già lại khóc to hơn :

- Họ nói đấy là đất nông nghiệp, không phải đất ở, đền bù tiền với giá rẻ mạt, tui chỉ đủ dựng cái chòi ở gần mé sông kia kìa...

Ông lắc đầu chán nản, lại có một người đàn ông lớn tuổi, ngực đeo đầy huân, huy chương, cụt một tay, đến gặp ông:

- Anh có biết không? Tôi từng chiến đấu, bỏ một phần thân thể trên mảnh đất này để giữ đất, giữ mồ mả cha ông. Vì ở đây, mả tổ, nhà thờ họ của tôi có. Cũng vì chiến tranh giấy tờ xác nhận đây là đất của tôi có mả tổ, nhà thờ họ... bị thất lạc. Ở đây ai cũng biết, họ sẵn sàng xác nhận. Ngược lại, chính quyền lại vinh vào "cớ" đó, không đền bù, cho máy xúc, máy ủi đến ủi, san bằng mả tổ, nhà thờ họ của tôi. Họ nói đây là đất nằm trong vùng "quy hoạch", không có giấy tờ xác nhận chủ sở hữu nên không phải đền bù. - Người đàn ông nói căm giận - Nếu chân tay còn lành lặn, không lẽ tôi sẽ tham gia lần nữa vào một cuộc cách mạng, để đòi lại đất...

Rồi còn rất đông người kéo đến, mỗi người một hoàn cảnh, một số phận... họ đều bị chính quyền cướp đất cách trắng trợn, công khai, tàn ác... dồn bao gia đình vào chỗ khốn cùng. Có người còn mang cả một bản đồ quy hoạch đến cho ông biết:

- Chính quyền ở đây mạt hạng ở chỗ, cướp cả

đất nằm ngoài vùng quy hoach. Đất ngoài vùng quy hoạch có cả nhà thờ ,chùa chiềng... họ cũng không tha, cho đập phá, san bằng. Khi bị dân phản ứng, họ cho dân phòng, công an, cảnh sát cơ động đến đàn áp...- Họ chỉ trong bản đồ cho ông thấy những nơi không nằm trong khu quy hoạch, bị san bằng...

Ông nghe đau đớn, xót ruột quá thể.

Không ngờ một địa phương, một vùng rất đông bà con đóng góp máu, sức lực kể cả mạng sống cho cuộc cách mạng, giờ đây lại có bức tranh đen tối như thế này. Hồi đương chức, ông chỉ nghe báo cáo từ dưới đưa lên, rằng sự "phản ứng" của dân chúng chỉ là một số ít, do các "phần tử phản động" kích động, phá hoại hòng làm cho kinh tế phát triển không ổn định, xã hội mất an ninh. Nhưng trên thực tế, " phản động", "thế lực thù địch" không thấy đâu mà chỉ thấy sự mất ổn định xã hội, mất an ninh chính trị là do cán bộ lãnh đạo một số địa phương tạo thành "nhóm lợi ích" gây ra...

Chợt nhớ thằng lãnh đạo địa phương này, hồi còn đương chức, là do ông bổ nhiệm. Nó cũng từng là cấp dưới trực tiếp ông lãnh đạo. Nhiều việc làm, nó đều báo cáo, thông qua ông. Ông phải gặp thằng này, hỏi cho ra nhẽ, không thể để tình trạng dân khổ như thế này...

Ông "Thân Ái" nói điều này với mọi người, ánh mắt mọi người nhìn ông ai cũng chứa chan hy vọng. Trước khi về, như mọi lần, ông nói:

-Thân ái, chào tạm biệt bà con!

Mọi người vẫy tay cho đến khi chiếc xe bốn chỗ chở ông đi khuất.

... Tiếp ông, thằng lãnh đạo địa phương này sởi

lời:

- Về hưu, mà anh vẫn nhớ, đến thăm bọn em, quý hóa quá!

Ông đi ngay vào vấn đề:

- Thôi, không có chuyện tôi đến thăm, gửi ở đây. Tôi vừa xuống địa phương K...N...là một vùng căn cứ địa cách mạng xưa kia, nơi bố của tôi từng hoạt động, bố tôi được bà con cô bác ở đó cưu mang. Thế mà các anh làm quy hoạch thế nào lại dồn dân vào chỗ phản đối ghê gớm... - Ông kể cho thằng này nghe một số trường hợp người dân mất đất oan uổng ông trực tiếp chứng kiến, kể cả chuyện cướp đất ngoài vùng quy hoạch, rồi giọng ông Thân Ái gay gắt - Tại sao các anh làm như thế ?

Thằng này nghe ông chăm chú, khi biết ông bực tức, giọng nó vẫn từ tốn:

- Thưa anh! Anh nói hết chưa, để em nói.

- Tôi nói hết rồi, chú nói đi?

- Anh bình tĩnh nghe em nói nhé! Em làm chuyện này là do sự chỉ đạo...

...

- Chỉ đạo của anh. Hồi anh còn đương chức, em có báo cáo chuyện này, chắc anh quên. Lúc đó anh vẫn quyết định cho giải tỏa kể cả vùng ngoài quy hoạch, anh còn yêu cầu Kiến trúc sư trưởng thành phố ký duyệt để trình cho Thường vụ.

Nghe vậy ông giật mình:

- Này cậu ăn nói cho cẩn thận. Tôi mà lại "quyết định" à! Văn bản có chữ ký của tôi đâu?

- Không có văn bản - Nét mặt thằng này vẫn không thay đổi, nói như chuyện đó là bình thường - Lúc đó anh cho họp chúng em lại, chỉ đạo: "Đây là việc cần thiết, tạo ra ngân sách cho địa phương. Báo cáo Trung ương lỡ mất cơ hội. Bằng mọi giá phải làm..." . Thực hiện chỉ đạo của anh, chúng em cho làm thôi. Chủ đầu tư đất sạch rất vui, ngoài tiền nó nộp cho ngân sách địa phương, chủ đầu tư còn đưa tiền...- Thằng lãnh đạo địa phương nói nhỏ lại - tiền "hoa hồng". Tiền này anh cũng nhận. Chắc anh nhớ, trước lúc về hưu. Tất cả những điều này không có văn bản nhưng những lời anh chỉ đạo và cả lúc nhận tiền, bọn em đều ghi âm, chụp ảnh lại. Anh có cần xem không?

Chuyện ông nhận tiền "hoa hồng" dự án hay tiền "lại quả" khi ký quyết thăng chức cho cả trăm người trước lúc về hưu, bây giờ bảo ông nhớ là nhận được bao nhiêu tiền, khác gì ban đêm ngửa mặt lên trời đếm sao!!! Nhưng chuyện ông chỉ đạo trong các cuộc họp giải tỏa đất dành cho "quy hoạch" thì ông nhớ, chẳng phải riêng vùng K...N ...mà nhiều vùng khác. Có thế mới có... biệt thự... có... đủ thứ!

Ác nhất lũ mặt dày, như thằng lãnh đạo địa phương này, cũng biết trước, đề phòng lúc sa cơ, chúng đã phòng bị, không cho ông quật lại. Ông làm căng, chúng nó đưa bằng chứng băng ghi âm, ảnh chụp... ra thì dù có về hưu, nếu thanh tra, công an vào cuộc, bao nhiêu vụ như thế này rồi, ông cũng phải đi tù. Nhiều gương nhỡn tiền báo chí, ti vi, đài .. .đã đăng. Nghĩ vậy ông nhìn thằng này với ánh mắt thay đổi, dịu giọng lại:

- Các cậu làm ăn như thế này thì làm sao tôi dám xuống địa phương ấy một lần nữa!

Thằng lãnh đạo địa phương khuyên ông:

- Thôi, mọi việc đã xong, anh xuống dưới đó làm

gì . Nghỉ hưu có nhiều tiền, anh đi nước ngoài cho sướng, ở khách sạn sang trọng cho thoả, những "trò" gì chưa biết, anh chơi cho biết - Nó nhìn ông với ánh mắt rất đểu, nói tiếp - Còn chuyện này em yêu cầu cấp dưới "rút kinh nghiệm". Em chỉ sợ anh chưa nói câu nói trước lúc chia tay với dân, hồi đương chức anh thường nói với bọn em, sau mỗi cuộc họp anh chủ trì , hay nghe anh báo cáo... thể hiện sự lịch sự, có văn hóa của một người lãnh đạo. Câu nói ấy bọn em nghe, bây giờ vẫn nhớ, vẫn thấm, vẫn học tập!

Nghe vậy mắt ông Thân Ái sáng lên, nói luôn:

- Có chứ, câu nói đó làm sao tôi quên được! Khi chia tay với tất cả người dân đứng xung quanh, trước lúc ra về tôi nói: THÂN ÁI! CHÀO TẠM BIỆT BÀ CON.

Hội An 3/2017

CÁCH PHÒNG BỊ CỦA BẠN TÔI

Tôi với Cường chơi thân "Con chấy cắn đôi, con rận chia nửa".

Cường là đại gia trong nghề kinh doanh bất động sản. Tôi chỉ là nhà báo "quèn" nhưng thỉnh thoảng Cường cũng hay nhờ tôi tư vấn như: quan hệ với các ông "lớn" như thế nào? Phô trương thanh thế nên dựa vào ai? Rồi cả "giấu" chuyện "đi lại" với "chân dài", hoa hậu... thế nào cho khéo, không cho dư luận, nhất là cánh báo chí để ý. Thêm một số chuyện nữa trong quan hệ làm ăn, "người bên ngoài rõ hơn người bên trong", Cường cũng nhờ tôi tư vấn. Những chuyện đó, như Cường nói: "Chỉ có tôi với ông biết!".

Còn một chuyện tôi kể ra đây, Tiền của Cường bây giờ nếu đem cân, phải tính đến "tấn". Có nhiều tiền, Cường ham chơi đồ "lạ", "độc", đặc biệt là xe ô tô "cổ". Trong kho xe ô tô cổ của Cường, có cái sản xuất từ hồi... "xa lắc", lần đầu tiên tôi thấy. Thấy tôi ngạc nhiên, trầm trồ, Cường khoái chí, xoa tay nói pha chút khoe:

- Nói cho bạn biết, không nói thế giới, chỉ riêng châu Á, chỉ một mình tôi có những chiếc xe này. Giá của nó, " Ngọc Hoàng" có xuất kho vàng cũng không mua nổi...

- Sao ông không trưng bày ra bên ngoài cho thiên hạ thưởng ngoạn, mà lại để trong kho, có khi... chỉ tôi với ông nhìn thấy. Tiếc lắm! - Tôi góp ý.

Nghe tôi nói vậy Cường liền xua tay:

- Không... không có chuyện đó! Cho Thiên hạ ngắm, rồi chúng nó bắt chước thậm chí ăn cắp, không nên. Tôi cứ cất trong kho, lúc không còn sức làm ăn nữa, tuổi lớn, tôi sẽ lập một viện bảo tàng "xe hơi cổ". Tôi trưng bày cho thiện hạ "lác mắt".

Ý của Cường như vậy, tôi im lặng, vì đây đâu có phải chuyện của mình.

... Đánh đùng một phát, tôi nghe Cường đầu tư, chuẩn bị xây dựng một nhà máy sản xuất ô tô.

Báo chí, ti vi, đài... đưa tin rầm rộ.

Ngày khởi công xây dựng nhà máy, ti vi phát đi

hình ảnh cờ, hoa, biểu ngữ... rợp trời, quan khách, toàn những ông "to" đứng cạnh Cường cầm xẻng xúc đất tượng trưng, bao quanh là phóng viên, xe cộ, công nhân... Nét mặt ai cũng hồ hởi, phấn khởi.

Chuyện Cường đầu tư tiền xây dựng một nhà máy chế tạo ô tô làm tôi ngạc nhiên. Vì Cường chỉ chuyên kinh doanh bất động sản đầy mánh lới. Cách làm giàu, trình độ của Cường tôi biết, hoàn toàn không có trong lĩnh vực "máy móc" thì lấy kiến thức đâu để đầu tư vào một nhà máy "sản xuất ô tô"? Điều nữa, ở Việt Nam, nói như nhiều người " đến cái ốc vít còn mua ở nước ngoài"thì làm sao "đòi" sản xuất phụ tùng ô tô do người Việt Nam thực hiện!!! Như Cường tuyên bố với báo giới.

Còn điều này mới kinh, Cường nói hùng hồn trước ống kính ti vi, được truyền hình trực tiếp:

-Các bạn tin đi, trước khi nhà máy này khánh thành, đi vào hoạt động, tôi và một số cộng sự đã chế tạo thành công một chiếc ô tô, với mẫu mã chỉ riêng ở Việt Nam có. Đây là biểu tượng hết sức thuyết phục chứng minh tài năng của người Việt Nam chúng ta. Chưa cần nhà máy chế tạo ô tô, bằng bàn tay thủ công, chúng tôi cũng sản xuất được ô tô. Đây cũng là niềm tự hào mà chúng tôi sẽ phát huy khi nhà máy chế tạo ô tô đi vào hoạt động trong thời gian sắp tới... Mời các bạn xem chiếc ô tô này.

Trên màn hình, phát đi hình ảnh Cường dẫn quan khách đến tham quan chiếc ô tô do Cường cùng cộng sự vừa "chế tạo" xong.

Tôi nhìn vào màn hình chiếu cân cảnh chiếc ô tô đó mà buồn cười.

Đó là một trong những chiếc ô tô cổ để trong kho

"ô tô cổ" mà Cường từng khoe riêng với tôi, bây giờ nó được sơn bóng lại, trông như "mới". Đứng cạnh là một cô người mẫu, chân dài, váy xẻ cao, chắc được thuê hoặc là "bồ" của Cường. Có trời biết!

Mọi người đi quanh chiếc ô tô và cô người mẫu đó trầm trồ, thán phục.Tay M.C cầm micro cao giọng:

-Thưa các ông, các bà, các bạn, các em... ngồi trước màn hình. Tôi đang đứng cạnh một chiếc ô tô mẫu, mà anh Dương Văn Cường cùng các cộng sự, bằng bàn tay, khối óc cực kỳ thông minh vừa chế tạo thành công. Chiếc ô tô, tuy hình hài chưa chuẩn, trông hơi giống chiếc ô tô cổ nhưng đây là ô tô của Việt Nam, do người Việt Nam trực tiếp chế tạo. Có thể nói, chiếc ô tô này là "viên gạch" đầu tiên xây nền vững chắc cho nhà máy chế tạo ô tô của anh Dương Văn Cường trong tương lai. Nhìn chiếc ô tô này, tôi đã thấy viễn cảnh tươi sáng của ngành chế tạo ô tô Việt Nam. Trong tương lai không xa ngành chế tạo ô tô Việt Nam mà anh Dương Văn Cường là người đi tiên phong, sẽ sánh ngang bằng các hãng ô tô lớn trên thế giới như: Tô Giô Ta, Pho, Hun Đai... Tất cả chúng ta hãy mừng với thành công ban đầu này của anh Dương Văn Cường...

Đứng cạnh tay M.C lúc này là Cường cùng mấy quan khách chức rất "to", ai cũng tươi cười, mấy người còn bắt tay Cường, lắc lắc. Có ông "to"còn phát biểu ca ngợi thành quả này của Cường, nói thế này mới sợ:

- Tôi rất vui! Tôi cũng rất mong sẽ là người đầu tiên được ngồi lên những chiếc ô tô do nhà máy của anh Dương Văn Cường sản xuất!

Những cảnh này được quay gần, nhìn rất rõ.

Cái trò quảng cáo không riêng "trò" này mà những "trò" tương tự, thực ra là tôi bày cho Cường:

- Ông đừng tiếc tiền để quảng cáo, phô trương thanh thế, nhất là khi giới thiệu sản phẩm. Bằng mọi giá phải mời được mấy ông "to", đứng càng gần sản phẩm, càng tốt. Tốt hơn nữa, tìm cách đưa tiền thật nhiều, mời các ông "to" ấy phát biểu ca ngợi sản phẩm của ông phát lên ti vi " dọa" thiên hạ. Sau này ông có làm hàng giả cũng không sợ! - Tôi nói đùa.

Tôi nói đùa như thế mà sản phẩm "giả" này, Cường lại làm thật.

Chịu cho thằng này!

Nhưng không biết nó làm cái "trò" này để làm gì? Khi chỉ cần nhìn cách giới thiệu sản phẩm bằng chiếc ô tổ cổ "mông má" lại thì đến "mùa quýt" Cường mới có thể chế tạo được ô tô!!!

Lại chỉ có riêng tôi với Cường trong một phòng kín, tôi hỏi Cường điều này.

Cường yêu cầu tôi tắt điện thoại. Cẩn thận, Cường còn ra bên ngoài, xem có ai nghe lén không? Rồi quay vào, đóng kín cửa, Cường nói với tôi:

- Tất cả những trò này là tôi đều dựa vào ý kiến của ông, tôi... bổ xung thêm. Ông biết rồi, tôi làm "đéo" gì có tiền mà đầu tư sản xuất được ô tô. Có điều, với việc này tôi phải tính trước. Bây giờ lợi ích nhóm "chơi" nhau ghê lắm, không còn tình người. Đang là "ông ", nhoáy một phát, ra "thằng" ngay. Hôm nay là "vua" ngay mai thành thằng "ăn mày". Chúng nó cậy thế, thấy mình làm ăn được thì tìm cách cướp, giết cho vào tù, nên tôi phải phòng bị. Giả như mua đất để làm nhà máy chế tạo ô tô, vừa diện tích lớn, vừa được giá rẻ mạt, cho thuê cũng được bao nhiêu là tiền. Dựa vào dự án này tôi còn vay được tiền ngân hàng. "Lãi "liền mấy cửa! Nhưng điều này mới quan trọng - Cường ghé sát vào tôi, nói thì thầm - Có tiền là tôi sẽ "bùng" ra nước ngoài, nhà cửa, tiền trong tài khoản, thẻ xanh... tôi chuẩn bị sẵn rồi

- Ông làm điều này nhiều thằng biết! - Tôi nói.

Cường phẩy tay:

- Chúng nó biết cả đấy! Thậm chí chiếc ô tô mà tôi cùng đồng sự chế tạo chúng biết là ô tô "đểu", nhưng... chúng đâu có cần. Cái mà chúng cần là tiền. Có tiền, bảo là tôi chế tạo ra "tàu du hành vũ trụ" thì chúng cũng nói! Giống tôi, kiếm được nhiều tiền, chúng sẽ "bùng". Nhà máy chế tạo ô tô đến cả đất nước này, tồn tại hay không tồn tại, chúng đâu có cần ! - Cường nhắc lại.

Ôi! Thằng bạn của tôi: Dương Văn Cường.

25.000 ĐÔ LA

Keo đi lên từ một thằng bán bao cao su đầu gai, đồ chơi tình dục, thuốc bôi trơn, thuốc kích dục ... ở vỉa hè.

Hồi còn bán mấy thứ ấy, phải giấu rất kín ở đằng sau tủ thuốc lá, Keo chỉ bán cho người quen. Trong số người quen đó, Keo để ý đến một thằng thanh niên có hành tung tương đối "bí mật". Buổi tối đến chỗ Keo mua hàng mà đeo kính đen, rồi đội mũ chùm chụp, mắt nó thường giớn giác, ngó trươc, ngó sau như sợ có người theo dõi. Đã thế nó mua mà không hề mặc cả, toàn đòi lấy thứ tốt nhất, bao nhiêu tiền cũng được. Sau này Keo mới biết thằng thanh niên này là trợ lý cho ông Thiệt, Chủ tịch thành phố vì khi Keo hỏi mua cho nó dùng hay mua cho ai? Mà mua nhiều thế! Nó nói, "giấu đầu, hở đuôi":

- Sức khỏe của tôi cần gì phải dùng mấy thứ "thiên lôi" ông đang bán. Tôi mua là mua cho một ông "lớn". Ông "lớn" chơi hàng toàn loại "sang", "chất lượng" nên mới cần mấy thứ này - Biết lỡ lời, thằng thanh niên này nói với Keo - Thôi, chuyện này chỉ có tôi với ông biết, đừng nói với ai. Lộ ra là ông mất nguồn thu đấy!

Keo biết đây là "mỏ vàng" cần phải "đào", nói ngay:

- Anh yên tâm, chuyện tế nhị, tôi không nói với ai, để giữ uy tín cho anh ấy chứ, đồng thời giữ uy tín cho tôi, tôi sẽ cố tìm cho anh ấy những loại tốt nhất.

Trong thành phố, chuyện có hàng "chất lượng cao" gây hưng phấn trong quan hệ tình dục thì Keo là "sư tổ", nên những yêu cầu của ông Thiệt, Keo đáp ứng đầy đủ. Nhiều lần thành quen, thành thân, có lúc Keo nhờ người thân tín mang đến tận nhà ông Thiệt cũng có lúc đòi hỏi cấp bách, tận tay Keo mang đến phòng làm việc của ông Thiệt, không cần phải trình báo qua văn phòng.

Tất nhiên những chuyện đó chỉ có Keo và ông Thiệt biết.

Từ đó gắn kết quan hệ, ông Thiệt có vẻ quý mến Keo, tìm cách nâng đỡ.

Đầu tiên ông yêu cầu Keo phải có bằng "tốt nghiệp đại học Dược". Tưởng chuyện gì, chứ chuyện đó là chuyện nhỏ. Keo ra Hà Nội, nhờ một người bạn thân chuyện làm bằng giả giống y như bằng thật, một tuần là xong.

Tiếp đến là phải là đảng viên.

Chuyện này còn nhỏ hơn, về phường, ba mươi giây, khi Keo là đội trưởng dân phòng... Bí thư đảng uỷ, chủ tịch Phường là bạn thân, rất hoà đồng với Keo trong nhiều cuộc nhậu và trong nhiều cuộc "vui vẻ" ở quán caraoke, bia ôm chỉ có mấy người biết.

Đó là chưa kể nhiều phi vụ buôn lậu mặt hàng trên, trúng đậm, Keo đều có "hoa hồng" cho các ông ấy. Nên các ông ấy thấy Keo là "đảng viên" rất xứng đáng!

Keo có đủ mọi tiêu chuẩn cần thiết, theo đề xuất của ông Thiệt, tổ chức nhân và bố trí Keo vào biên chế của một Công ty Dược. Ban đầu Keo chỉ là một cán bộ của một phòng. Hơn năm sau, lại có ý kiến chỉ đạo của ông Thiệt, Keo lên chức trưởng phòng. Vài năm sau, qua quá trính "phấn đấu, rèn luyện bản lĩnh" Keo đã là Phó giám đốc phụ trách kinh doanh. Bao nhiêu kinh nghiệm thủa còn bán bao cao su đầu gai, thuốc kích dục... Bây giờ Keo áp dụng triệt để. Nhiều loại thuốc kích dục, có loại bị tổ chức y tế thế giới cấm, Keo cũng tìm cách nhập về với giá cực rẻ, rồi dán mác thuốc "tăng cường sinh lực", bán giá cắt cổ. Nhièu loại thuốc gần đến"đát" thậm chí thuốc giả, Keo cũng tìm cách nhập về, dán lại mác, bán với giá "trên trời".

Tất nhiên, những món tiền lãi cực "khủng" bao giờ Keo cũng chia cho ông Thiệt, nhưng chia theo kiểu "Keo". Như tổ chức cho gia đình ông Thiệt đi du lịch nước ngoài, nhưng Keo tìm mọi lý do rất chính đáng để ăn bớt, hay như chia tiền "hoa hồng" của những khoảng nhập thuốc "lậu", bao giờ Keo cũng giấu đi số lãi thực, không cho ông Thiệt biết...

Tính cách này ăn vào trong máu, có từ thời ngồi vỉa hè, Keo không sửa được.

Trong một lần Keo nhập một lô hàng thuốc giả cực lớn, dán mác "thuốc chữa ung thư" bán giá ngang bán... vàng, thu về số tiền "khủng". Tiền chênh lệch ngoài sổ sách kiếm được dư thừa phè phởn, nhưng Keo đang chuẩn bị xây một biệt thự mới cần phải tính toán. Nên chia cho ông Thiệt bao nhiêu? Khi Keo đã chót cho ông ấy biết số tiền này!!!

Keo nghĩ mãi, mới tìm ra được một cách.

Keo mời ông Thiệt đến một quán sang trọng rất kín đáo mà lần đầu tiên ông Thiệt biết:

- Anh ngạc nhiên phải không? Hôm nay em mời anh đến đây vì muốn giới thiệu với anh một "món hàng hết sức đặc biệt". Em biết anh sẽ rất thích.

Nghe vậy, mắt của ông Thiệt liền hấp háy:

- Món gì mà "đặc biệt" cậu lại biết tớ thích?

- Thì anh cứ đi với em! - Keo kéo ông Thiệt sang phòng bên cạnh, cửa cách âm, không gian cực ấm cúng. Ngồi đợi sẵn ông Thiệt và Keo trong phòng này là một cô gái rất đẹp, mặc một chiếc váy bó sát lấy thân, hở rộng làm lộ đôi bồng đào trắng hồng, phập phồng theo hơi thở. Ánh mắt của cô làm cho ông Thiệt như tê dại.

Keo nhìn cô gái rồi giới thiệu với ông Thiệt:

- Giới thiệu với anh , đây là em N...L... Á hậu cuộc thi "Người Đẹp Sông Hồng" vừa rồi. Anh nhìn em có thấy quen không? Em ấy xuất hiện liên tục trên ti vi trong mục quảng cáo cho thuốc "bồi dưỡng sinh lực đàn ông" đấy. Hôm nay trong phòng kín này, chỉ có anh và em cùng Á hậu cuộc thi "Người Đẹp Sông Hồng", hợp lại thành một "gia đình nhỏ", chúng ta tha hồ tâm sự... Em ấy sẽ đáp ứng mọi yêu cầu của anh.

Nghe Keo giới thiệu như vậy, hèn chi ông Thiệt nhìn cô gái này thấy quen quen. "Rượu vào , lời ra", "Thức ăn ngon vào, sinh lực phát", nghĩa là trong cuộc gặp mặt với Á hậu... do Keo tổ chức, ông Thiệt rất vui, "uống" , "ăn" không còn khái niệm, cả sự ngăn cách giữa "nhân dân" và "lãnh đạo" cũng được xóa bỏ.

Á Hậu gắp thức ăn, cả lau mặt, cả hôn và cả ngồi vào lòng cuả ông Thiệt, nũng nịu, ỏn ẻn...

Rồi chuyện đến phải đến, đúng như yêu cầu thường ngày mà ông Thiệt hay nói với Keo: "Cậu giúp tớ vui chứ!". Lần này cũng như vậy, ông Thiệt chưa kịp nói câu nói đó, sau cuộc nhậu "vung tàn tán" Keo đã bố trí ô tô đưa ông Thiệt và Á hậu... đến một khách sạn "hơn năm sao"...

Một tối Keo đưa ông Thiệt lên tiên, sướng hết cỡ, đến vua cũng phải "thua"...

Và hơn thế nữa, ngay ngày hôm sau, Keo thông báo cho ông Thiệt biết:

- Em đã chuyển vào tài khoản của anh với số tiền là một trăm bảy mươi lăm ngàn đô la (175.000), tiền "hoa hồng" của lô thuốc nhập vừa rồi. Anh kiểm tra hộ em.

Nghe vậy, ông Thiệt giật mình:

- Chỉ có bấy nhiêu thôi à! Tôi tưởng hơn...

Keo giải thích ngay:

-Đúng như anh nói, lẽ anh và em sẽ có thêm, nhưng em trích ra hai mươi lăm ngàn đô (25.000) thuê Á hậu... để phục vụ anh...

- Ối giời, nhiều tiền thế cơ à! Tưởng loại gái đó chỉ hai, ba ngàn đô chứ hai mươi lăm ngàn đô phí quá. Chết... chết... - Ông Thiệt tiếc.

Ông tiếc thật, biết nhiều tiền như thế này, ông sẽ uống thêm hai viên "Rốc két 1 giờ"...

Chứ đâu chỉ một viên... chơi xong, rồi ngủ...

THẰNG CHỌI GÀ

Trong thành phố này, nó là doanh nghiệp bất động sản nhiều người biết nhưng nó nổi tiếng về nuôi gà chọi. Gà chọi mà nó nuôi có cựa cứng hơn thép, thế đá không con gà nào bì lại được. Nên gà của nó, đá đâu thắng đấy. Nó còn nổi tiếng hơn nữa là quen toàn sếp lớn.

Cứ đang ngồi với tôi hay chúng bạn, lại nghe thấy chuông điện thoại của nó réo lên. Thường sau những tiếng chuông đó, y như rằng có một sếp lớn gọi nó. Nó cầm máy trả lời trước mắt chúng tôi, giọng rất rành rọt, ai cũng nghe thấy:

- Anh B... đấy ạ! Gớm, lâu chẳng thấy anh điện thoại, biết anh bận nên tôi cũng không điện thoại cho anh...

Ông B...đang là Bộ trưởng một bộ lớn. Kinh chưa!

Lại có lần nó điện thoại cho ông ... Trưởng ban tổ chức Tổng..:

- Anh nên xem lại cách quản lý của tay N... ở thành phố này. Nó trẻ lại hay bốc đồng, không có kinh nghiệm, tính cách tôi thấy không hay lắm. Anh nên họp thường vụ của Tổng... bàn cách giải quyết đi... xem có nên để N...ở chức vụ đó không ?

Bọn tôi nghe nó nói qua điện thoại, đêù "vãi cả linh hồn", đưa mắt nhìn nhau vì N... đang giữ một chức rất "to" ở thành phố này.

Cũng phải nhắc qua N... N...là em ruột thằng bạn thân của tôi. Hồi N... còn đi học, hơi dốt toán, tôi đến nhà chơi, N... không dấu dốt, hay hỏi và nhờ tôi cũng phù đạo thêm. N... vẫn thường điện thoại hỏi thăm tôi, khiêm tốn, chân thành. Không hiểu nó lấy nguồi tư liệu ở đâu mà nói về N...như thế. Tôi góp ý:

- Ông là doanh nghiệp quen biết nhiều ông lớn, dễ làm ăn, tôi là bạn của ông, cũng mừng. Nhưng tôi có ý kiến nhỏ góp ý với ông. Những người ông quen biết, khi điện thoại, ông cũng chỉ nên hỏi thăm sức khỏe, công việc... chứ không nên bàn chuyện của người khác. Những người đó nghe được, họ sẽ nghĩ không hay về ông...

Nó cười lớn:

- Ông không phải dạy khôn. Mấy thằng "lớn" rất cần ý kiến tư vấn của tôi. Không có ý kiến tôi tư vấn, thành phố không phát triển được một cách rực rỡ như thế này đâu. Tôi phải dạy chúng nó chứ! - Giọng nó có vẻ coi thường tất cả.

Lại có tiếng điện thoại reo, nó cầm máy...

Nhưng lần này nó đến gặp tôi, nét mặt không

phải hân hoan như gà của nó đá thắng, hay vênh váo khi nó thể hiện nói chuyện với một ông "lớn" mà rúm ró, lo sợ, giọng không còn mạnh mẽ:

- Tôi có chuyện muốn nhờ ông?

- Chuyện gì thế ? - Tôi hỏi.

Nó nói nhỏ, giọng run run:

- Tôi biết, N...rất quý ông!

- Ờ thì tôi chơi thân với anh ruột của N...vì thế N... biết tôi...

- Thế này ông ạ! - Nó thẽ thọt, cốt chỉ một mình tôi nghe - N... gọi điện cho tôi, yêu cầu đến nhà riêng, phải đến ngay chiều nay có chuyện muốn nói với tôi...

- Thế thì... ông cứ đến đi!

- Không đơn giản như thế đâu! Tôi đang sợ có ai đó cho N... biết những lời nhận xét của tôi về N...N... căm, gọi đến để dằn mặt...

- Khổ quá! Tôi cảnh báo ông rồi, nhận xét về ai phải khách quan, trung thực và nhất là minh bạch. Có nói về người đó, nên nói trước mặt, đừng nói sau lưng. Nói xấu sau lưng là một điều tệ hại, N... chắc biết, nên gọi ông đến để cảnh cáo - Tôi cũng đồng tình về suy nghĩ của nó.

Nghe tôi nói thế, nét mặt của nó càng rúm ró, mất hẳn vẻ đường bệ, oai phong thường ngày như khi nói điện thoại. Giọng nó khẩn khoản:

- Chắc chắn là thế! Nên tôi muốn ông đi cùng tôi đến gặp N... nếu N... nói gì về tôi nhờ ông đỡ hộ, rằng đó cũng chỉ là ý kiến nhất thời... chứ tôi không có ý gì cả, vẫn thấy N... xứng đáng ở chức vụ đó...

Tôi lắc đầu, phẩy tay ngay:

- Chuyện của ông, tôi dính vào làm gì!

Nó chắp hai tay cúi đầu trước mặt tôi, giọng khẩn cầu:

- Tôi lạy ông đấy! Tôi thề từ nay không có chuyện gọi điện thoại đến mấy ông lớn nữa - Rồi tự nhiên giọng nó trơn tuột - Cũng nói thật với ông, có lúc tôi lòe mọi người, là có điện thoại ông "lớn" gọi, chứ có ai gọi đâu. Chết vì "nổ"!

Thấy nó thành thật nhận lỗi, nhất là nét mặt khổ sở không thể khổ sở hơn, tôi đồng ý đi với nó đến gặp N... Nếu N... mắng nó, mình cũng tìm cách dàn hòa. Thôi thì... cũng một lần nó lầm lỡ...

Tôi với nó đến nhà N... trong trạng thái căng thẳng, bàn đủ phương án để đối phó...

Bước vào phòng khách nhà N... mà trông hình hài nó đến tội, chân hơi run, bàn tay bám vào mép áo cố giữ bình tĩnh. Nhìn thấy thế, tôi trấn an:

-Có tôi đây, việc gì mà ông có vẻ "hoảng" thế!

Nó không nói với tôi, mắt vẫn lấm lét nhìn quanh...

Trái với sự suy đoán của tôi và nó, N... tiếp đón rất chân tình, rồi nhìn tôi với nó, hơi ngạc nhiên:

-Có điều gì mà các anh lại có vẻ lúng túng khi gặp em! - Rồi N... chỉ nghế mời ngồi, nói luôn:

- Em mong các anh lắm! Em có con gà chọi rất quý, không hiểu sao mấy ngày nay không ăn uống gì cả, các anh đến xem hộ em. Nó chết em rất tiếc...

Nghe N...nói vậy, nó đưa mắt nhìn tôi, nở nụ cười nhẹ, lấy tay lau vội mồ hôi trán, nét mặt giãn ra, sung sướng!

TREO KHẨU HIỆU

Quây là Chủ tịch thị xã L...T... Dưới trướng của Quây, là mấy ông chủ tịch xã. Trong hàng ngũ chủ tịch Xã đó, người mà Quây quý và thương có tên là Tròn.

Tính nhanh nhẹn, nói gì cũng làm, làm hăng say, có lúc Tròn quên cả bản thân. Mỗi tội học hành không đến đầu, đến đũa, tốt nghiệp trung học xong, Tròn ở nhà. Mới đầu Quây bố trí cho Tròn làm bảo vệ chợ, Tròn làm rất tốt. Một thời gian sau, Tròn chuyển sang làm công tác đoàn... Những việc chưa cần trình độ, chỉ cần sự mẫn cán nhiệt tình, những việc đó Tròn làm quá cả sự "mẫn cán, nhiệt tình", nhất là chuyện treo khẩu hiệu.

CHẲNG BIẾT ĐÂU MÀ LẦN

... Chuyện treo khẩu hiệu, tưởng đơn giản, hóa ra không phải vậy.

- Trong những ngày lễ, ngày hội, ngày tết... treo nhiều khẩu hiệu sẽ che đi những "chỗ" người ta không muốn nhìn, ví như, có người hay mắc "bệnh tiểu đường". Lại nữa, trong ngày vui, như ngày Đại hội Đảng bộ Phường, treo thật nhiều khẩu hiệu, người dân mải đọc, mải để ý ... sẽ quên đi những chuyện bức bối ví như: chuyện đền bù, giải tỏa ... mà Phường giải quyết chưa được sự đồng thuận của người dân. Về phương pháp giáo dục treo nhiều khẩu hiệu, người dân nhìn vào đó sẽ hiểu về nghị quyết, đường lối, chủ trương, chỉ thị... của trên ban xuống. Hơn nữa, chống lại các luận điệu phản động của các thế lực thù địch không có gì tốt hơn bằng cách treo thật nhiều khẩu hiệu. Những kẻ phản động có ý đồ chống phá chế độ nhìn vào đấy, sợ mất mật vì sức mạnh chính nghĩa của chúng ta...- Quây quán triệt như vậy trong một lớp học bồi dưỡng cán bộ lãnh đạo chủ chốt Xã, Phường.

Người thực hiện điều này mà Quây thấy ưng ý nhất chính là Tròn.

Đến ngày lễ, ngày tết, ngày hội... thậm chí ngày Đại hội Mặt trận tổ quốc xã hay ngày ra quân làm tổng vệ sinh... là ở Xã của Tròn, người ta thấy đâu đâu cũng có khẩu hiệu. Khẩu hiệu xuất hiện ở cột điện, tường nhà, thân cây... ngay cuối chợ, gần lối ra vào chỗ vệ sinh, cũng có.

Xã của Tròn diện tích rộng, nằm ngoại vi thị xã, dân số ít, nghèo, chân chất, nói gì cũng nghe. Tròn còn được Thường vụ phân công quản lý một nghĩa trang lớn, giáp cạnh. Tròn cho người dọn dẹp nghĩa trang thật sạch sẽ, mộ người chết phải ngay hàng, thẳng lối. Tiếng lành đồn xa, nhiều người ở địa phương khác cũng đến gặp Tròn, xin Tròn cho người thân của họ vừa mất được nằm ở đây. Đến ngay một ông chức "cực lớn" hay xuất hiện trên ti vi, hoặc ảnh trang đầu của một tờ báo trung ương có quê ở đây, cũng đến gặp Tròn yêu cầu cấp cho ông ấy một mảnh đất rộng trong nghĩa trang làm nghĩa trang riêng cho gia tộc.

Để đảm bảo tính tổ chức, nguyên tắc, Tròn báo cáo việc này với Quây. Quây lắng nghe, gật đầu, đồng ý còn dặn dò:

- Việc đồng chí đáng kính đó đề nghị cấp một miếng đất rộng trong nghĩa trang ở địa phương mình để làm nghĩa trang riêng cho gia tộc là một việc rất đặc biệt, rất hiếm. Điều ấy chứng tỏ uy tín của địa phương lên cao, vị thế của chúng ta được khẳng định. Dẫu thế tôi dặn, những ngôi mộ của gia tộc đồng chí đó anh phải cho người canh gác, bảo vệ thật cẩn thận. Khu nghĩa trang của gia tộc đồng chí ấy phải làm thật đẹp.

Tròn lắng nghe một cách chăm chú, rồi nói như thề:

- Em nhất định thực hiện tốt chỉ đạo của anh!

Quây vỗ vai Tròn, thân mật:

- Tôi rất tin anh. Phải làm tốt nhé!

... Như mọi chỗ khác, trong nghĩa trang Tròn cho treo khẩu hiệu. Cả nghĩa trang chỗ nào cũng có khẩu hiệu: "Toàn đảng, toàn dân quyết tâm thực hiện nghị quyết của Đại hội Đảng bộ xã...". "Sống và làm việc theo hiến pháp và pháp luật". Rồi thì: "Toàn dân quyết tâm đóng thuế đầy đủ, không sai quy định, góp phần xây dựng một xã hội văn minh, hiện đại!"... Còn trước cổng khu nghĩa trang riêng của ông "to", thể hiện lập trường chính trị kiên định của mình, cũng như tất cả đảng viên, người dân trong xã, Tròn cho treo hai khẩu hiệu: "Cần cảnh giác, chống đến cùng với các luận điệu phản động của mọi thế lực thù địch!". "Suốt đời phấn đấu cho lý tưởng công sản".

Treo hai khẩu hiệu xong, Tròn đứng xa ngắm nghía ra chiều ưng ý lắm! Quây mà biết chuyện chỉ có nức nở khen.

...Ngược với suy nghĩ của Tròn, Tròn bị Quây gọi lên. Nét mặt Quây hầm hầm tức giận, giọng kìm nén mà vẫn bực:

- Mấy hôm nay anh có đọc "phây búc" không?

- Dạ! Cái đó em không biết. Có chuyện gì thế ạ?

- Thấy mấy cái ảnh chụp những khẩu hiệu mà anh cho treo ở nghĩa trang, đặc biệt là hai khẩu hiệu treo trước cổng khu nghĩa trang riêng của ông "to", ai đó đưa lên "phây búc", con gái tôi cùng đám bạn nó xem được, cười nghiên ngả...

- Sao con gái anh và đám bạn của nó lại cười ? - Tròn ngạc nhiên thực sự.

Quây cáu:

- Anh quá dốt, quá ngu. Ngu không thể tưởng! Nhiệt tình treo khẩu hiệu là tốt, nhưng ai lại treo khẩu hiệu trong nghĩa trang. Người ta chết nhăn răng rồi, thì làm sao mà "đọc" được những điều anh hô hào viết lên trong khẩu hiệu, rồi họ đã "ngủm củ tỏi" thì làm sao mà " suốt đời phấn đấu cho lý tưởng..."??? Bọn "phây búc" là lũ mất dạy, nhân chuyện này, chúng nó "bêu riếu" lên mạng, tôi với anh hóa ra "mặt mo" về trình độ.

Tròn vẫn không chịu, cãi lại:

- Em có viết cho người chết đâu, khẩu hiệu ấy để người sống đọc đấy chứ! Đi viếng mộ, hoặc chôn người chết bao giờ cũng đông người, thấy khẩu hiệu thì phải đọc thôi. Mà khẩu hiệu càng nhiều người đọc, càng tốt đúng như anh quán triệt.

- Giời ạ! Anh không thấy thiếu sót mà còn cãi! Treo khẩu hiệu ở nghĩa trang, có lẽ chỉ địa phương mình là một. Vừa dốt, vừa ngu, vừa thiếu hiểu biết lại còn biểu hiện không có văn hóa nữa.. - Chỉ có những thằng ngu "lòi tĩ" mới khen anh treo hai khẩu hiệu trước khu nghĩa trang của ông "to" ấy .- Quây tức quá, chắp hai tay cúi gập người trước mặt Tròn - Tôi lạy "ông" ba lạy!

- Anh cho em nói... - Tròn định nói tiếp thì vừa lúc đó có chuông điện thoại di động của Quây reo.

Quây nhìn số điện thoại và tên người gọi hiện lên trên màn hình. Mặt Quây tím dần, giọng không giữ được bình tĩnh, ngăn Tròn:

- Anh không nói nữa, để tôi nghe điện thoại. Anh có biết ai gọi tới không? Ông "to" đấy. Bỏ mẹ rồi! không khéo ông ấy lại phê bình chuyện khẩu hiệu treo ở nghĩa trang. Qua "phây búc" cả nước biết, chắc đến tai ông ấy - Quây nói khổ sở - Sau chuyện này, có khi tôi với anh sẽ đi... ăn mày...

Mấy ngón tay của Quây run lẩy bẩy bật nút nghe trên máy điện thoại di động, lúng túng thế nào lại bật thêm cả nút "mở loa", thế là Tròn nghe hết.

Tròn ngồi, nghe Quây nói thế sợ cứng hết cả người, mồ hôi đổ ròng ròng hai bên má, nét mặt căng thẳng. Tiếng ông "to" vang lên, cả Quây và

Tròn nghe rõ:

- Đồng chí Quây , Chủ tịch thị xã L...T... đó phải không?

- Dạ, đúng! Em là Quây Chủ tịch xã L...T... đây ạ!

- Tôi nói, đồng chí nghe rõ không?

- Thưa anh, rõ lắm ạ! - Quây lập bập trả lời.

- Qua thư ký của tôi báo cáo, được biết, ở địa phương, các đồng chí cho treo nhiều khẩu hiệu để giáo dục mọi người nêu cao ý thức chính trị, có đạo đức cách mạng, có văn hóa, sẵn sàng hoàn thành mọi nhiệm vụ đảng, nhà nước giao. Rất tốt! Đặc biệt các đồng chí còn cho treo khẩu hiệu trong nghĩa trang, cả chỗ ông nội của tôi nằm . Nhận thấy đây là một hành động cụ thể rất thiết thực, động viên tinh thần cả người sống lẫn người chết chung một lòng, quyết hoàn thành những nhiệm vụ trên. Tôi hoan nghênh! Rất hoan nghênh...

Lời của ông "to" trong máy điện thoại Tròn ngồi nghe rất rành rọt, vang vọng...

ĐÁNH CÚ CHÓT!

Để khẽ khàng hộp đựng chiếc sừng tê giác đen thứ thiệt lên bàn làm việc của Thâm, Tham mới dám nói:

- Em tìm được cái sừng này theo đúng yêu cầu của anh, của cực hiếm, cả nước không có cái thứ hai!

- Tiền nong thế nào nhỉ? - Thâm lấy ngón tay gõ gõ vào mép bàn, hỏi Tham mà ánh mắt dường như không để ý vào chiếc hộp.

Tham nói ngay:

- Em tặng anh mà, biết anh đang cần... Anh với em quá hiểu nhau còn gì!

Thâm nghe vậy, nhìn Tham, cười:

- Này, tớ nói thật! Là cấp trên của cậu, nhưng phong cách của tớ là hòa đồng, ngọt, bùi cùng chia sẻ với cấp dưới. Không riêng gì cậu mà với các anh em trưởng Phòng, Ban khác cũng rất hiểu nhau... Cậu lại đây xem.

Thâm dẫnTham vào phòng nghỉ trưa, canh ngay phòng làm việc trong Bộ... đến gần một tủ kín. Thâm mở tủ ra, trong tủ để mấy gói đồ cũng được gói rất kín kẽ, Tham nhìn, biết ngay, có những kẻ giống như Tham đến " cúng" cho Thâm để mong khỏi bị tinh giảm...

Nhưng có một điều Tham thắc mắc , sao " hắn" có vẻ ăn hối lộ công khai thế nhỉ? Để những đồ được "cúng" ngay trong phòng làm việc mà chẳng hề sợ sệt, đã thế lại còn "khoe" nữa chứ! Không giống như những lần trước đây, quà nhân ngày tết, ngày lễ thậm chí ngày giỗ Tham cho người mang túi to, túi lớn đến nhà Thâm là Thâm bắt mang về, đã vậy còn quát om sòm... Sau này, Thâm chỉ bảo:

- Tớ hiểu tấm lòng của cậu với tớ chứ. Nhưng có mang quà đến chỉ cần một tấm thẻ ATM cùng số tài khoản với số tiền... thì tùy cậu , hoặc tặng mấy tấm vé số trúng "độc đắc"... đứng tên vợ, tên con của tớ. Quà như thế vừa nhỏ bé, gọn gàng, vừa ý nghĩa, chỉ cần bỏ gọn vào trong túi là xong, lại đỡ mang tiếng cho cậu, cho tớ!

Thâm "ăn" kín đáo như thế, còn hiện tại, Thâm không che đậy!!! Tham suy nghĩ, rồi tự giải thích: Ăn hối lộ, tham ô đã công khai, bất chấp dư luận lên án. Làm chức càng "to" tham ô, hối lộ càng "lớn". Nhiều người chức to hơn Thâm, uy trùm khắp thiên hạ, báo chí khui ra những vụ hối lộ, tham ô của những vị này so với Thâm, Thâm chỉ là "con kiến" đứng bên "con voi". Thế thì Thâm có "ăn tạp không thèm nhai" chiếc sừng tê giác đen trị giá hơn một tỷ của Tham, cho nó nằm "phơi" trong phòng làm việc, rồi đem "khoe" cũng chẳng có gì là lạ. Không những thế Thâm còn "vòi" thêm, khi biết Tham giỏi chạy những những"vụ" như thế này:

- Cậu kiếm thêm cho tớ độ năm lạng cao hổ cốt loại tốt. Ông già tớ đang rất cần, tiền nong sẽ thanh toán với cậu sau. Càng sớm, càng tốt. Cậu có giúp được không ?

Nghe Thâm nói, trong bụng Tham lúc đó, giống y như có "lưỡi dao lam cắt toàn bộ ruột già không tiêm thuốc mê". Đau thế, Tham vẫn rất tỉnh, coi như không chuyện gì xảy ra:

- Không có chi đâu anh! Anh sẽ có năm lạng cao hổ cốt loại đặc biệt tốt trong tuần này. Tiền nong không thành vấn đề, vợ chồng em biếu anh để anh lo cho cụ. Cụ khỏe là vợ chồng em mừng!

Bây giờ Thâm có đòi hỏi gì, Tham cũng phải đáp ứng.

... Hơn một tháng trước, Thâm triệu tập gấp các trưởng Phòng, Ban lại thông báo một tin khẩn:

-Tôi vừa nhận được thông báo, đây là tin "nội bộ", chưa phổ biến ra ngoài. Tổng cục ta, theo chỉ thị của cấp trên, từ mười sáu Phòng, Ban, thu gọn lại chỉ còn một Phòng, một Ban... Như vậy, những đồng chí trưởng Phòng, Ban nào thuộc diện tinh giảm sẽ chuyển sang công tác khác, hoặc về hưu non...

Mới nghe đến đấy thôi, mấy thằng trưởng Phòng, Ban ngồi quanh Tham mắt đã giớn giác, nét mặt lo lắng, có thằng như hoảng sợ, trán lấm tấm mồ hôi. Thâm quan sát hết lượt rồi nói tiếp:

- Theo chỉ thị cấp trên, đây là việc phải làm ngay, không chần chừ, thảo luận gì nữa . Vậy những đồng chí trưởng Phòng, Ban nào thấy mình còn năng lực, sức khỏe... muốn ở lại cống hiến, làm việc tiếp với chức trưởng Phòng, Ban có thể gặp riêng tôi trình bày, đề đạt nguyện vọng. Tôi thấy hợp lý sẽ đề đạt ý kiến lên cấp trên, giữ lại đồng chí đó. Tôi nhắc lại, ý kiến của tôi với tư cách là Thủ trưởng trực tiếp lãnh đạo các đồng chí bao năm nay, cấp trên rất tin, dễ chấp nhận...

Tham ngồi nghe Thâm nói, nghĩ thầm: Chưa bao giờ "nó" gợi ý công khai "ăn của đút" như thế này, quá trắng trợn vì "nó" biết, không riêng gì Tham mà tất cả những thằng đang ngồi quanh Tham đây, lúc này phải co giò mà "chạy" đến nhà "nó" . Càng nhanh, càng tốt. Càng "đút " nhiều, càng tốt, mới hòng không bị tinh giảm. Tham mà không nhanh, thì...

Nhưng... hóa ra Tham vẫn chậm.

Đến phòng làm việc của Thâm, Thâm khoe cho Tham thấy những gói đồ mà mấy thằng trưởng Phòng, Ban đến trước, tặng. Chắc chắn trong gói đồ đó có nhiều thứ quý, đắt tiền thậm chí quý, đắt tiền hơn cả chiếc sừng tê giác đen của Tham vừa biếu Thâm.

Chúng nó nhanh như thế, thì lần này khi yêu cầu của Thâm đưa ra, cần năm lạng cao hổ cốt, Tham quyết không chậm...

... Thấy Tham vội vội, vàng vàng chuẩn bị đồ đạc rồi lấy bọc tiền mang đi, vợ nhăn nhó:

- Con đang nằm viện, anh định đi đâu? Lại lấy hết tiền nữa, số tiền đó là em dự tính mua thuốc cho con và gửi về quê cho bố, mẹ đấy.

Tham quát ngay:

- Bây giờ thời gian là vàng, bạc. Bỏ hết, bỏ hết! Con ốm cũng chưa sợ lắm, anh đã dặn thằng bác sỹ ,trưởng khoa chú ý rồi! Còn chuyện tiền đưa bố, mẹ thì lo sau. Việc nước sôi lửa bỏng như thế này mà không lo, thì sẽ đến lúc ... chỉ đi ăn mày với mấy đồng lương hưu trí...

Thế rồi Tham vội ra xe ô tô phóng vù đi, mặc cho vợ ngơ ngác, không hiểu chuyện gì xảy ra...

Mất bốn ngày ăn ngủ trên xe, phóng không tính kilomet, không biết hết bao nhiêu lít xăng Tham cũng đến được cơ sở giáp biên giới chuyên nấu cao hổ cốt. May cho Tham, họ còn đúng năm lạng, để lại cho Tham. Khỏi phải nói Tham mừng rỡ như thế nào! Chắc chắn Thâm nhận năm lạng cao hổ cốt này sẽ không bao giờ quên công ơn của Tham. chức trưởng Phòng hay trưởng Ban duy nhất chỉ có trong tay Tham...

Nghĩ thế thôi, bao nhiêu mệt nhọc trong người Tham tan biến.

Đã thế, nhận năm lạng cao hổ cốt của Tham đưa, Thâm nói "chắc như đinh đóng cột":

- Năng lực của cậu, lại tình nghĩa như thế này, nhất định tớ sẽ cương quyết đề nghị với cấp trên giữ cậu lại với chức trưởng Phòng duy nhất. Cậu rất xứng đáng!

Tham bắt tay Thâm rất chặt, nói mãi mới lên lời:

-Em vô cùng... cảm ơn anh!

Cả mấy ngày sau Tham khoan khoái.

Tham đi chơi gôn, thả đâu trúng lỗ đó.

Đi đánh tenít, thắng liên tù tỳ...

Tham khoái,

Ngồi trên ghế để thư thái toàn thân, lấy khăn lau mồ hôi thì Tham nhận cuộc điện thoại của thằng bạn. Giọng nó trong máy điện thoại di động có vẻ hốt hoảng:

- Mày nghe tin gì chưa?

- Tin gì?

- Tổng cục của mình bị giải thể rồi. Lão Thâm cũng nghỉ, cho về hưu non. Lão ấy giữ bí mật tin này để đánh cú chót. Bọn mình ngu đến "cúng" cho lão, tưởng làm như vậy, sẽ được ở lại chức trưởng Phòng, Ban. Giờ thì đi hết! Nhưng cũng còn may...

...

- Lão Thâm nhờ tao mua năm lạng cao hổ cốt, may hết hàng, họ hẹn hôm khác. Chứ không thì... - Tham nghe tiếng thằng bạn chửi trong máy điện thoại: - Đ... mẹ thằng Thâm mất dạy!

Hội An 2/2012

THỬ ADN

Sở với tôi bằng tuổi, chơi thân. Chơi thân đến độ, những chuyện sâu kín nhất, Sở chỉ tâm sự riêng cho tôi biết. Hồi đương chức, chức to, hưởng "lộc" lớn, dáng lại còn phong độ, Sở giấu vợ , có bồ.

Chuyện có bồ, ở chỗ rất kín đáo, Sở nói thật nhỏ cho tôi nghe:

- Bồ của tôi trước đây là bạn của thằng Cả. Nó hay lựa lúc thằng Cả không có nhà, đến chơi rồi... làm quen với tôi.

Tôi lắc đầu:

- Chịu ông! Ngần này tuổi mà còn đi yêu một con bé vắt mũi chưa sạch, lại là bạn của con trai. Yêu như thế thì khổ chứ có sướng ích gì. Ông nhiều tuổi rồi, sức thế kia liệu có chiều được nó không ?

Sở gập cánh tay lại, khoe cơ bắp, cười lớn:

- Ông nhìn đây, sức tôi còn tốt, chiều được, hơn nữa ... yêu đâu phải chỉ có chuyện ấy mà là tình cảm, có chỗ tâm sự, quên đi sự căng thẳng, nhọc nhằn mà hằng ngày mình hay gặp. Bồ hiểu suy nghĩ đó của tôi, dành nhiều tình cảm từ lời nói đến của chỉ. Rất thương!

Rồi Sở dẫn bồ đến, ra mắt với tôi. Tôi ngồi lặng lẽ quan sát cô bồ của Sở. Phải nói đây là con bé đẹp. Dáng cao ráo, ngực to, môi đỏ, làn da trắng, mắt luôn lúng liếng...Thế kia thì đến "thằng tây Ả Rập" cũng chết chứ đừng nói đến Sở. Nhưng một lúc quan sát kỹ, tôi có cảm tưởng con bé này không thật từ lời nũng nịu: "Thương anh lắm!", "Thương anh à!" đến cả động tác lấy khăn lau mồ hôi trên mặt cho Sở: "Để em lau cho anh!", nó giả giả thế nào ấy. Lựa lúc con bé vào toa lét, tôi nói riêng với Sở:

- Chỗ thân tình, tôi khuyên ông. Không biết ông có giận không? - Tôi nhìn Sở dè chừng vì biết đã "bập" vào chuyện này, nhiều ông "mộng mị", không muốn nghe ai góp ý.

- Ông cứ nói đi! - Sở giục.

- Ông nên cẩn thận!Trông con bé không có vẻ yêu ông thành thực đâu. Tôi khuyên chân tình, trong "quan hệ" với con bé, ông nên dùng nhiều biện pháp tránh thai, chứ dính vào một phát là có khi không gỡ được đâu. Phải giữ uy tín cho ông, cho gia đình... Hơn nữa, sức ông ... dù có sâm Ngọc Linh "ký rưỡi", rồi rượu ngâm "Cà tê giác"... cũng không lại với con bé, khi nó ít hơn ông gần ba chục tuổi.

Cũng tưởng Sở sẽ bực với lời khuyên của tôi,

ngược lại Sở cũng có vẻ lắng nghe và chấp nhận:

- Cảm ơn lời can gián của ông. Nói gì nói, có yêu con bé đến mấy, tôi cũng phải cảnh giác chứ! Có vợ mà yêu bồ giống như người chỉ huy ra trận. Trong đầu luôn luôn phải có hai, ba phương án. "Thắng" thì thế nào? "Hòa" sẽ ra làm sao? Còn "thất bại" phải có ngay biện pháp đối phó... - Rồi Sở nói tự tin - Ông tin tôi đi, "chơi " sướng nhưng vẫn giữ sự tĩnh tại, đàng hoàng, không được sai lầm...

... Đấy là lúc Sở đương chức, còn bây giờ Sở về hưu được gần năm...

Sáng ấy, tôi ngồi uống cà phê, đọc báo trong nhà thì Sở đến. Nét mặt có phần hoảng hốt, Sở nhìn quanh một hồi rồi hỏi nhỏ, miệng lắp bắp:

- Có ai ở nhà không?

- Không, vợ đi làm. Mấy đứa con tôi đến Công ty với cơ quan hết rồi. Có chuyện gì thế? - Bỏ tờ báo xuống, tôi hỏi.

Sở kéo chiếc ghế đến gần, ngồi xuống, giọng thì thầm, lo lắng:

- Chết mẹ rồi ông ạ! Ông phải chỉ giúp cách giải quyết, chứ thế này tôi lúng túng lắm!

- Chuyện gì thế? Ông nói, tôi mới biết giúp ông chứ!

- Con bồ đòi chu cấp thêm tiền cho con bé, chứ như tôi đưa vừa rồi là không đủ.

- Con bé nào? - Tôi ngạc nhiên.

- Tôi có con với nó. Nó đẻ hồi tôi đương chức ấy, nhưng tôi không cho ông biết. Bây giờ con bé đó cũng được gần hai tuổi rồi... Hồi còn đương chức, có "lộc", mỗi tháng chu cấp cho nó mười triệu đồng, cũng không sao. Giờ về hưu, ông tính, lương hưu, chỉ có hơn bảy triệu, còn các khoản khác vợ với con năm hết, nên chi tiêu phải cực kỳ tiết kiệm mới đủ "đắp" chỗ này, "bồi" chỗ kia. Nó biết đấy chứ, thế mà vẫn đòi thêm, tiền đâu? - Sở vừa nhăn nhó khổ sở, vừa kể lể với tôi.

Tôi nhìn Sở vừa thương, vừa bực. Đã khuyên như thế mà Sở không nghe lại còn giấu tôi chuyện có con với bồ. Bây giờ mọi chuyện tóe loe ra thì lại đến tôi cầu cứu. Mà cứu Sở bằng cách nào bây giờ? Dường như không để ý đến thái độ của tôi, Sở vẫn kể lể:

- Con bồ còn dọa, nếu tôi không chu cấp thêm tiền, nó sẽ bế con bé đến nhà quậy cho tan, rồi ra cả chi bộ tổ hưu, nơi tôi sinh hoạt, tố cáo: "Ông ấy có con với tôi mà không chịu nhận". Nó còn nói thêm, nếu không đáp ứng, nó không dừng ở những chuyện đó đâu... Giờ tôi mới thấy không nghe lời ông quả là quá ngu. Nó không yêu tôi, nó chỉ yêu, khi tôi có tiền chu cấp cho nó - Sở cúi đầu, có vẻ ân hận.

-Đã nói với ông rồi - Tôi bực - Thế mà... ông làm thế nào mà nó lại có thai?

- Đấy! Đấy, điều này tôi cũng thắc mắc giống ông. Tôi "quan hệ" với nó có nhiều đâu... mỗi lần cũng hết sức cảnh giác. Mà trong chuyện này, không giấu ông, tôi "ra" nhanh lắm. Còn hơn "chưa đi chợ đã hết tiền". Đã vậy, để thật an toàn, tránh di hại về sau, tôi mua bao cao su đều là thứ thiệt... Thế mà, không hiểu sao, nó vẫn có chửa? - Sở nhăn trán, nhìn tôi.

Sở nói vậy làm tôi suy nghĩ. Con bồ của Sở cũng không phải loại vừa, đúng như điều tôi nghi ngờ khi Sở dắt nó đến gặp. Tôi hỏi Sở:

- Ông có tấm ảnh nào về con bé, con của ông và cô bồ kia không?

- Để làm gì ?

- Nếu có, ông cứ đưa tôi xem, tôi sẽ có biện pháp giúp ông ?

Sở nghe vậy, rút trong ví ra một tấm ảnh chụp một bé gái. Nhìn kỹ hình hình con bé trong tấm ảnh, suy nghĩ một lúc rồi tôi nói:

- Nhìn tấm ảnh này tôi hơi ngợ ngợ, nét mặt con bé trông không giống ông lắm. Trong việc này, tôi nghĩ, có khi ông chỉ là kẻ " đổ vỏ". Thế này nhé! - Tôi bày cách cho Sở - Ông tìm cách cắt một ít tóc của con bé , rồi đem thử ADN. Nếu không trùng gen với ông, ông mang kết quả lại đây cho tôi, rồi ông dẫn tôi gặp bồ của ông. Tôi giả làm cán bộ bên Công an, đưa kết quả này ra "dọa" cho bồ ông một trận, chắc chắn nó chạy mất dép, không dám "vòi" tiền ông nữa...

Sở nghe vậy, nắm tay tôi, giọng hồ hởi:

- Ừ nhỉ! Tại sao tôi lại không nghĩ ra biện pháp này. Biết đâu đúng như ông nói, nó sẽ không làm gì được tôi. Không những thế, tôi lại có bằng chứng "quật" lại vì cái tội vu khống, đưa ra tòa, nó đi tù chứ chẳng chơi!

- Thôi khoan nghĩ chuyện đó, trước mắt nghe tôi, ông cứ làm như thế đã. Nếu đúng như suy nghĩ của tôi và ông thì mọi chuyện sẽ dễ giải quyết...

Sở vội tạm biệt, lên xe phóng ngay...

Vài ngày sau.

Sở đến cầm kết quả thử ADN trên tay, nét mặt vui không thể tả, giọng nói sướng còn hơn thằng "nghèo rớt mùng tơi trúng số độc đắc":

- Ối giời ơi, ông bạn vàng ơi! Kết quả có rồi, ADN của con bé đến chín mươi chín phẩy chín chín phần trăm (99,99%) là không phải gen của tôi, có nghĩa là ...

...

- Ông nhìn gì ? Có nghĩa là con bé không phải con của tôi. Thôi nhé ! - Sở ngửa mặt trên trời, nói lớn - Từ này mày đừng hòng lấy của tao một xu! Một xu tao cũng không cho mày. - Sở kéo tay tôi - Ông đi với tôi, đi ngay đi, gặp nó. Đúng như kế hoạch, tôi với ông, cho con này ra bã. Nó ngủ với ai có con lại đổ cho tôi. Nhỏ mà láo!

Tôi thay quần áo, đi ngay với Sở.

Trên đường đi, nhìn nét mặt vui, nụ cười của Sở như của thằng vừa mãn hạn tù ra khỏi cổng trại giam, tôi nghĩ, cũng còn may, có đường thoát cho Sở. Chứ kết quả thử ADN của con bé trùng với ADN của Sở, nói thật, tôi cũng không biết giải quyết theo cách nào ?

Gặp bồ của Sở, đưa kết quả thử ADN ra cùng lời "dọa" của tôi tưởng nó sợ. Ai ngờ!

Mặt của nó vẫn dương dương tự đắc không hề có biểu hiện một chút nào lúng túng, sợ sệt mà còn vênh váo, nói hết sức côn đồ:

- Thế à! Tưởng gì chứ thế này thì tôi cũng xổ toẹt ra cho các ông biết. Đúng là con bé không phải con của ông Sở mà là của thằng con trai ông ta. Chính con trai của ông Sở bày cho tôi cách lấy tiền của ông Sở. Ông Sở không nuôi cháu nội thì bố nó phải nuôi. Có chạy đằng trời cũng không thoát!

Hội An 3/2019

ĐỒ MẤT DẠY

Lần này dứt khoát ông không tha thứ, tang chứng rành rành thế này, rõ ràng như thế này.

... Ông nghe phong thanh vợ ông có bồ, đi lại với một thằng thanh niên tuổi chỉ hơn thằng Cả một, hai tuổi. Ông hỏi, vợ ông hỏi lại, giọng rất bình tĩnh:

- Người ta đồn như thế, ở với vợ gần hai mươi năm, em như thế nào anh biết hết. Vậy anh có tin vào lời đồn kia không? Anh trả lời thành thật đi?

Ông im lặng, khó trả lời, vì một lẽ, không lẽ vợ ông là Tổng giám đốc kiêm Bí thư đảnh uỷ một Tổng công ty rất " to", con một ông cực "lớn", bên ngoài, người ta trông vào, bên trong, con cái nhìn ra... ai lại đi làm chuyện vô đạo đức đó! Đó là chưa kể ông, đường đường vị trí cũng ở một chức "to" bao trùm cả thiên hạ, vợ của ông phải biết giữ gìn uy tín cho chồng chứ! Bản thân ông, ông làm bất cứ điều gì cũng kín kẽ, nghĩ trước, trông sau, giữ uy tín một vị lãnh đao. cho vợ, cho cả gia đình, họ hàng bên nội, ngoại... Chưa ai đánh giá về ông, nhất là tư cách đạo đức... thế mà...

Thấy ông im lặng, vợ của ông bồi tiếp, nói như thiếu điều răn bảo:

- Em chỉ khuyên anh, gia đình ta phải vượt bao nhiêu khó khăn, phấn đấu như thế nào, nhất là đạo đức, mới được như ngày hôm nay, một cặp vợ chồng mẫu mực cho con cái, thiên hạ noi theo... Nhưng em nói thế thôi, trong quá trình công tác, đi lại, quan hệ... thế nào cũng có những lúc sơ sẩy từ chuyện ăn nói, đến giao tiếp... Dù có tiếng đồn của thiên hạ, mà điều này vợ chồng mình phải chấp nhận, vì có phải ai cũng tốt cả đâu. Anh bỏ qua điều đó, đừng chú ý làm gì mà nếu có chú ý nên chú ý vào bản chất sự việc. Còn chỉ vì một lời đồn không căn cứ mà làm tình cảm vợ chồng sứt mẻ, em thấy đau lòng lắm .

Nói xong vợ của ông như cố kìm lòng, thế mà nước mắt chảy rồi bà nói tiếp, giọng nghẹn ngào:

- Cho em mượn chiếc khăn tay trong túi anh để em lau nước mắt!

Không đưa khăn tay mà trực tiếp ông cầm khăn tay ấy lau nước mắt cho vợ, thầm nghĩ, có khi những lời đồn thổi kia có mục đích mờ ám, mình cần cảnh giác kẻo sa vào "bẫy"của kẻ xấu nào đó, thì hỏng...

Ông phải tin vợ chứ!

Chuyện vẫn không dừng lại tại đó.

... Trong một lần gia đình họp mặt, thằng Cả nói

luôn:

-Có người nói với con, mẹ hay đi với chú X... thậm chí đi nghỉ mát, mẹ cũng đi với chú ấy, giữa hai người có những cử chỉ rất thân mật vượt qua mọi quan hê thông thường...

Ông nghe thế thế, trong dạ đã bực ghê gớm nhưng không lên tiếng vội, đợi thằng Cả nói hết và cũng xem phản ứng của vợ như thế nào? Nét mặt vợ của ông không có biểu hiện một chút nào sự mất bình tĩnh, như vẫn lắng nghe con. Thằng Cả tiếp tục:

-Mẹ thấy không? Từ trước đến giờ không có một lời đồn ra, tiếng vào của thiên hạ về ba, việc nào của ba làm cũng rất minh bạch. Thậm chí ở đâu, từ bàn tiệc đến cả những buổi nói chuyện, ba không hề ngồi cạnh bất cứ người con gái nào? Ba nói với con: "Ở cương vị này phải hết sức gương mẫu, ba và mẹ đều ở cương vị lãnh đạo không cho phép làm những điều trái luân thường, đạo lý, làm mất uy tín ba, mẹ" Vì thế ba có uy tín lớn trong xã hội, hình ảnh của ba con rất phục, rất tự hào. Còn mẹ lại không được như thế! Mẹ trả lời cho ba và cho con về những lời đồn kia đi. Họ đồn có đúng không?

Vợ nhìn ông rồi nhìn thằng Cả, từ tốn trả lời:

- Họ đồn không sai, người hay đi với mẹ là chú X... Chú ấy là Trưởng phòng Kế Hoạch - Vật Tư của Tổng công ty, mẹ rất cần chú ấy tư vấn trong chuyện thương thảo hợp đồng vì chú X... có rất nhiều kinh nghiệm. Vì thế chuyện mẹ hay đi với chú ấy là chuyện rất bình thường, lẽ đương nhiên. Làm sao mẹ ngăn được lời đồn, khi thiên hạ không hiểu mẹ và chú ấy đi để làm gì ? Không lẽ mỗi lần đi với chú ấy, mẹ phải thanh minh hết ngươi này đến người kia... Họ đồn, chỉ lời đồn thôi, sao con vội tin khi ảnh không có, băng vedio không có. Mẹ nói với con và ba của con, mẹ không bao giờ làm chuyện khuất tất, nhất là những chuyện thuộc phạm trù đạo đức. Mẹ hiểu vị trí của mẹ trong xã hội chứ!

Nghe vợ nói vậy, một ý nảy ra trong đầu ông. Ừ nhỉ! Chính mụ ta gợi ý, tại sao mình lại không thuê người theo dõi, bắt quả tang tại trận! Nếu không bắt được quả tang tại trận, thì chỉ cần chụp ảnh rồi truyền qua điện thoại, qua facebook... đó là những bằng chứng không thể chối cãi.

Mà tang chứng rõ ràng như thế thì có che bằng trăm lớp vải dày, cũng bị ông lột sạch.

...Trước khi đi công tác ở nước ngoài, ông bí mật đến một công ty Thám tử tư, thuê họ làm việc này với giá tiền không nhỏ. Ông dặn người thám tử được giao việc theo dõi vợ của ông rất cẩn thận:

- Anh cố gắng làm thế nào chụp càng gần, càng tốt. Ảnh càng nét, càng tốt, rõ mọi cử chỉ, hành động... rồi truyền ngay cho tôi về địa chỉ này...

Người của công ty thám tử tư đó gật đầu, nói ông yên tâm, mọi việc sẽ đúng như ông yêu cầu.

Cứ nghĩ vợ đang nằm trong vòng tay của một thằng thanh niên rồi hôn hít, rồi... dạ của ông sôi lên, máu như trào ra mặt.

Mụ ấy đang phởn chí mà! Chức "lớn" như thế, có lộc, điều kiện cực kỳ thuận lợi là ông đi công tác nước ngoài liên tục thì làm gì không có trò "mèo mỡ"!!!

Lần này, nếu rõ ràng tang chứng bằng những hình ảnh rõ nét chứng minh sự ngoại tình thì dứt khoát vợ của ông không thoát, hết cãi, hết lên giọng "giao giảng đạo đức" . Nhưng liệu có những bức ảnh đó không ? Nếu như không có... Chắc chắn không có điều này - Trong suy nghĩ, ông khẳng định - "Không có lửa làm sao lại có khói"?

Quả nhiên, chỉ hơn một tuần sau, trong điện thoại của ông hiện lên mấy tấm ảnh cực kỳ rõ nét về vợ của ông đang cùng thằng thanh niên "Trưởng phòng Kế Hoạch - Vật Tư" ấy ăn tối, rồi đi vào khách sạn. Cả một tấm ảnh chụp hai người đang mở khóa một phòng ngủ trong khách sạn nào đó. Một tấm ảnh nữa, không biết người của Công ty thám tử tư kia chụp bằng cách nào, hiện rõ hai người đang cởi truồng tắm chung...

Nhìn những tấm ảnh đó, ông bầm gan tím ruột. Mụ hết đường chối cãi nhé! Hết lên giọng giao giảng đạo đức nhé!

Khi về nước, trong phòng chỉ có vợ chồng, ông sẽ đưa những tấm ảnh này ra, xem mụ vợ sẽ nói như thế nào? Nếu mụ ta còn bai bải chối, rồi nói "bị vu oan", rồi đó chỉ là những "lời đồn"... Ông sẽ mắng thẳng vào mặt vợ:

- Bà là đồ mất dạy!

Ông thét một tiếng thật to, làm cho con bồ trẻ gần như trên mình không mặc gì, đang nằm cạnh giật mình, lật vội tấm chăn mỏng, ngồi bật dậy, ngơ ngác, hỏi:

- Anh vừa nói cái gì thế! Ai mất dạy?

Hội An 4/2020

ĐI TÙ HẾT!

Ông hay nói câu: "Đi tù hết!" .

Ví như... ông xuống một tỉnh công tác, thấy cảnh bệnh viện nhếch nhác, trường học thiếu lớp, giáo viên mấy tháng không có lương... ông yêu cầu không thể để cảnh đó tiếp tục tái diễn, nếu không khắc phục là ông cho "Đi tù hết!".

Ông nói thế thôi, chỉ có ý "doạ", chứ làm sao mà đi tù được, mọi việc vẫn dẫm chân tại chỗ, đâu vào đó cũng vì một trong những nguyên nhân : Không có tiền!

Rồi ông đến tỉnh khác ...

Thấy dư luận đang đồn ầm lên, rồi báo chí vào cuộc rằng, địa phương này, nổi tiếng về chuyện "con ông cháu cha", học dốt, tài cán không có gì, cậy thế bố là lãnh đạo tỉnh, chức to thế là chúng nó "ngồi " vào vị trí lãnh đạo. Ông lại quán triệt: không thể để chuyện đó tồn tại, gây dư luận xấu trong xã hội, nếu không làm được, ông yêu cầu cho "Đi tù hết!".

Nhưng đâu vẫn hoàn đấy, vì thằng lãnh đạo tỉnh này là "đệ" trung thành của ông.

Đến ngay gia đình ông, thằng Cả ăn tàn phá hại cứ đem tiền của ông đi cho gái, học thì ít, hút xách thì nhiều, đứa con gái ăn chơi đua đòi, thay bồ như thay áo, chửi cả mẹ, coi thường ông. Tức khí, trong một bữa ăn của gia đình, ông đập bàn ăn, mắng mấy đứa con: "Đi tù hết!".

Thằng cả cười hô hố khi nghe ông nói vậy, vì nó biết , ông không bao giờ dám làm điều đó. Làm điều đó, nó và em gái bới tung tóe chuyện gia đình thì ông còn nói được với ai, làm sao ở cương vị này?

Nhưng có một lần ông làm được việc này.

Chẳng là, nhân có một dự án lớn, tiền nhà nước, muốn thực hiện được, phải có chữ ký của ông. Thế là nhiều doanh nghiệp tư nhân lao vào. Ông được một doanh nghiệp tài trợ cho ông và một số cán bộ chủ chốt đi "tham quan học hỏi kinh nghiệm quản lý kinh tế" ở một nước, thuộc vùng "ăn chơi nổi tiếng". Thằng doanh nghiệp này "vẽ" ra trước mặt ông:

- Anh yên tâm, cuộc "Tham quan học hỏi kinh nghiệm quản lý kinh tế" này hoàn toàn không dùng tiền nhà nước, theo đúng yêu cầu chỉ đạo của Trung ương, mà là tiền của chúng em tài trợ cho anh. Sang đấy, chỉ cần anh ở trong phòng một khách sạn chúng em đã chọn là có đầy đủ tài liệu, chuyên đề... để anh "học hỏi kinh nghiệm"...

CHẲNG BIẾT ĐÂU MÀ LẦN

Thằng doanh nghiệp tư nhân lớn này biết sở thích của ông: chơi ra chơi, chơi phải sướng, nhưng phải tuyệt đối kín đáo... Thế là nó tổ chức một cuộc " học hỏi kinh nghiệm" trên cả tuyệt vời ở một hòn đảo nhỏ có cảnh thiên nhiên tuyệt đẹp ở vùng Địa Trung Hải. Nơi đó có gái đẹp vây quanh, đưa ông đến cực đỉnh sung sướng mà có đến vua biết, vua cũng gọi ông bằng "cụ"! Rồi những món ăn ngon lần đầu thưởng thức, làm ông ngây ngất, cứ nghĩ: "Có khi cả nước chỉ một mình ông được ăn món này!".

Đúng lúc đó ông nhận được một cú điện thoại trong nước gọi sang:

-Báo cáo anh, nước lũ đổ về quá bất ngờ ,toàn bộ vùng X... bị ngập rồi! - Tiếng người nói trong điện thoại có vẻ bấn loạn.

Nghe vậy, ông hoảng hốt đẩy ngay một đứa con gái trần truồng đang nằm cạnh, ngồi bật dậy:

- Đúng thế không?

- Dạ, đúng ạ! nước đang lên, to quá!

- Các anh phải làm thế nào ngăn chặn ngay dòng nước đó chứ! Không cho nó lên.

- Ngăn thế nào được! Trời đang mưa to, thế mà cùng một lúc mấy đập thủy điện xả lũ, không thể ngăn được.

- Phải nghĩ cách mà ngăn lại chứ! Không ngăn nước lại, thiệt hại sẽ lớn lắm.

- Anh nói đúng ! Mới thế này mà thiệt hại không thể tưởng tượng nổi, toàn bộ dãy đồi Y...vùng X... có khả nặng bị ngập sâu, dự đoán lên đến hai, ba mét... dân đang không biết chạy đi đâu, nhiều công trình đang xây dựng có khả năng bị hư hỏng nặng...

Nghe vậy, ông lập bập, giọng không còn giữ được

bình tĩnh:

-Các anh không thể cứu được à! Như... như... lấy các bao cát, hay sọt đá ngăn dòng nước lại.

- Bọn em đề xuất với anh cho tài chính xuất tiền mua bao cát, sọt đá để chủ động sẵn sàng phòng chống lũ lụt trong cuộc họp Hội Đồng Nhân Dân ngay từ đầu năm, anh không cho, nói tiền ấy để xây dựng tượng đài, kế hoạch duyệt rồi. Bây giờ lấy đâu bao cát, sọt đá mà ngăn! Dân kêu trời... không biết làm sao cứu tài sản...

- Trời ơi! - Ông thét quay cuồng trong máy - Không phải dân kêu mà tôi kêu đây này... tìm mọi cách ngăn dòng nước ấy lại, không sẽ thiệt hại lớn lắm, tổn thất lớn lắm, không có gì bù đắp được đâu...

- Giá như anh ở nhà trực tiếp chỉ đạo thì tốt biết mấy. Còn bây giờ... anh em đã rất cố gắng, nhưng tình hình nguy khốn này, phải cứu dân trước đã...

Nghe chúng nó nói vậy, ông càng tức. Ông nói còn hơn "bị lộn ruột":

- Không ngăn được dòng nước ấy, không cứu được tài sản, tôi về, sẽ cho đi tù hết.

Ông nói và ông làm.

...Trước mặt ông là cả một vùng mênh mông nước, kể cả mấy ngọn đồi phía xa, giờ cũng chìm trong biển nước. Nhiều ngôi nhà của dân ngập sâu, chỉ ngoi lên trên mặt nước chơ vơ chóp nóc . Gần ông là những khuôn mặt thất thần của người dân với ánh mắt vô hồn ngơ ngác không biết sau trận lụt sẽ sống ra sao? Rồi những xác trâu, bò ,lợn... nổi lềnh bềnh, gia tài gần như mất hết, ngươi dân không biết bấu víu vào cái gì mà sống...

Nhìn những cảnh đó, nét mặt ông rất tức giận.

Những thằng "đệ" làm quan đứng quanh ông, nét mặt thằng nào cũng có vẻ lo sợ, khi thấy trách nhiệm của mình không làm tròn khi để cả vùng mất trắng dưới cơn nước lũ quá lớn.

Bây giờ, ông đã về, thì chúng nó "chết".

Đúng như suy nghĩ của chúng nó, ông nói như "chém đinh, chặt sắt" dứt khoát không khoan nhượng:

- Tôi đi công tác nước ngoài, trước khi đi, đã phân công cụ thể, chu đáo, hết sức tỷ mỉ cho các anh ở nhà phải làm việc gì? Thế mà các anh lại để tình hình diễn ra tồi tệ như thế này!

- Thưa anh ...!

- Không thưa gửi gì ở đây! Các anh phải đi tù hết... dứt khoát... để tổn thất lớn như thế này là phải đi tù...

Lần này, với giọng nói đó, liệu ông có làm thật không?

Ông sẽ làm thật.

Vì bọn nó không có biện pháp ngăn được dòng lũ, để dòng nước lũ nhấn chìm bao nhiêu tài sản. Trong đó có cái biệt thự đầu tư gần trăm tỷ đồng, ông đang cho người xây dang dở, biệt thự đó nằm cạnh một ngọn đồi rộng cả trăm hét ta đầy cây xanh, đứng tên đứa cháu ruột.

Giờ tất cả chìm sâu trong biển nước.

Với ông, tổn thất thật quá lớn.

Ông phải cho mấy thằng này: "Đi tù hết!".

VỖ TAY!

Hơn ba chục năm ông làm nghề chuyên nói chuyện tiểu sử lãnh tụ, quán triệt nghị quyết, phổ biến tình hình thời sự trong và ngoài nước, trao cờ thi đua, khen thưởng nên phải đi, phải gặp gỡ... Bây giờ làm Trưởng một ban " to", ông lại càng đi nhiều, gặp nhiều hơn, nói nhiều hơn.

Nhưng càng đi, càng gặp, càng nói thì ông càng... buồn.

CHẲNG BIẾT ĐÂU MÀ LẦN

Nỗi buồn bắt nguồn từ tiếng vỗ tay.

Có lần ông nói về tiểu sử lãnh tụ, đây là "thế mạnh" của ông, hiếm có người nào dám so sánh. Trước bao nhiêu người, đủ mọi tầng lớp, giọng của ông cố lên bổng xuống trầm, khóc khi lãnh tù bị tù, vui khi lãnh tụ nghe tin chiến thắng, cười thân ái khi lãnh tụ gặp nữ dân quân đẹp gái... Ấy vậy bên dưới, không có một tiếng vỗ tay. Kết thúc buổi nói chuyện chỉ vài tiếng vỗ tay gọi là có...

Lại lần khác, ông nói chuyên thời sự về sự khủng hoảng ghê gớm, sắp chết của chủ nghĩa tư bản. Người nghe toàn trí thức, sinh viên... Ông vung tay, giọng mạnh mẽ nói thế đi lên, không ai có thể cản nổi của lực lượng cách mạng, tiến bộ... Giọng ông ai oán, nói về nỗi thống khổ của người dân sống trong xã hội nhơ nhớp mà giai cấp tư sản mại bản đang lãnh đạo. Ông khẳng định rất to, người dân các nước ấy sẽ vùng lên lật đổ chế độ thối nát đó ... Sau buổi nói chuyện đó, ngồi ngẫm nghĩ, ông tự nhận, buổi nói chuyện hay không thể tưởng!!! Thế mà ... bên dưới không một tiếng vỗ tay, lại có người lấy tay che miệng cười... trông không ra làm sao!

Nhưng có một lần, có tiếng vỗ tay làm cho ông điên tiết.

...Lần ấy, ông họp toàn Ban lại, tổng kết cuối năm, có đại biểu cấp trên dự. Ông vừa phát biểu "Trong năm vừa qua... "bên dưới đã vỗ tay rào rào, có tiếng xuýt xoa "Anh nói hay quá!". Ông phát biểu tiếp " Ban của chúng ta nỗ lực... "Mới thế thôi, lại vỗ tay, tiếng vỗ tay ran khắp khán phòng, vẫn có tiếng xuýt xoa: "Anh nói tuyệt vời!"... Cứ thế bài phát biểu ông bị ngắt quãng liên tục bởi tiếng vỗ tay và tiếng xuýt xoa... Ông rất bực, đi tìm nguyên nhân vì sao có tiếng vỗ tay quá "chướng" và tiếng xuýt xoa "khen đểu" kia! Hóa ra đây là chủ trương của thằng phó Ban, một thằng đang sợ bị thuyên giảm biên chế theo chủ trương cấp trên. Nó là thằng siêu "bợ đỡ", siêu "nịnh". Biết ông thích nghe tiếng vỗ tay, thích khen... nó yêu cầu toàn bộ chuyên viên, cán bộ... trong Ban khi đến dự buổi tổng kết do ông chủ trì, ông nói câu nào, phải vỗ tay câu đó. Câu nói nào của ông cũng phải khen, phải xuýt xoa...

"Vỗ tay" và "khen" như thế, có khác nào "giết" ông khi có đại biểu cấp trên dự!

Thằng phó Ban khóc lóc, xin lỗi, ông vẫn tức giận, kiên quyết đề nghị cấp trên thuyên giảm, cho nó đi cơ quan khác, phù hợp hơn. Nhìn cái mặt đêu đểu của thằng này, ông thấy ghét!

Ở đây ông muốn nghe tiếng vỗ tay thực, khen thực... để chứng tỏ năng lực "thực" của ông.

Tiếng vỗ tay thực, mới chứng tỏ uy tín, sức hút của ông lớn như thế nào!

... Xã L...Huyện C... được công nhận là một xã điển hình về trật tự, văn hoá mới, nhất là cách cư xử trong xã của toàn dân rất văn hoá, lành mạnh. Tiếng tốt này lan ra rất xa, cả nước biết. Lãnh đạo xã L... thường thấy ông trên ti vi, hay nói chuyện lãnh tụ, thời sự... có nhã ý mời ông về địa phương , nói chuyện với toàn dân.

Nhận được lời mời, không đắn đo, ông nhận lời ngay.

Cũng một lần thay đổi không khí, nói chuyện mãi ở thành thị rồi, toàn bọn không biết vỗ tay, hoặc vỗ tay đểu... Biết đâu, ở buổi nói chuyện này, có những tiếng vỗ tay đẹp, hay, đúng chỗ... sẽ làm ông vừa lòng.

Với phong cảnh, khẩu hiệu, sự tiếp khách có phần thật thà của lãnh đạo xã L... càng khẳng định suy nghĩ của ông là đúng.

Phong cảnh của xã này thật đẹp, đường xá sạch bong, nhà cửa ngăn nắp, lối đi lại ngay hàng, cây cối xanh mướt như được chăm sóc cẩn thận. Còn người dân từ lời ăn, tiếng nói đến cách giao tiếp, mới tiếp xúc ông đã thầm nhận xét, rất văn minh, lịch sự... Những điều đó gây cho ông không ít thích thú, ngạc nhiên. Nhưng ngạc nhiên nhất là ông thấy ngay từ đầu lối vào, có một khẩu hiệu rất to, rõ ràng, đi từ xa đã nhìn thấy: "NHÂN DÂN XÃ L... QUYẾT THỂ HIỆN HÀNH ĐỘNG ỨNG XỬ CÓ VĂN HÓA".

Ông hỏi tay chủ tịch xã:

- Ai hướng dẫn các anh kẻ khẩu hiệu này?

Chủ tịch xã l... xoa tay, giọng đầy hứng khởi, nói liền một hơi có phần khoe khoang:

- Chả giấu gì bác, xã chúng cháu rất tự hào là có hai nhà văn là Hội viên Hội nhà văn Việt Nam, một Hội uy danh nhất nước. Có phải xã nào trong cả nước được như xã chúng cháu đâu! Hai nhà văn này ngoài chuyện viết văn, làm thơ... còn giúp chúng cháu nhiều việc lắm. Bác thấy đường xá phong quang, người dân hành xử văn minh, nói năng lễ độ, có văn hoá ... là nhờ hai nhà văn này đấy. Đến khẩu hiệu này, cũng là nhờ sự chỉ bảo của hai nhà văn. Làm gì? Nói gì? thậm chí...có phản đối gì? Cũng hết sức văn hóa.... Văn hóa, nhất là vỗ tay, như hai nhà văn nói, dân xã L... phải đi đầu. Người dân thực hiện theo lời của hai nhà văn, nên mọi cuộc họp diễn ra rất văn minh, trật tự. Chúng cháu rất tự hào về hai nhà văn, hôi viên Hội nhà văn Việt nam lắm ạ!

Nghe vậy, ông thấy vui, hỏi:

- Tôi muốn gặp hai nhà văn đó được không?

- Chuyện này cháu cũng muốn lắm, bác mà gặp được hai nhà văn này thì vui ơi là vui. Nhưng hơi tiếc, trong thời gian này cả hai nhà văn đều đi trại sáng tác ở Đại Lải, theo giấy mời có chữ ký của anh Hữu Thỉnh.

- Anh Hữu Thỉnh thì tôi biết, anh ấy là Chủ tịch Hội nhà văn Việt Nam, là nhà thơ lớn của dân tộc, có tầm ảnh hưởng rất lớn đến nền thi ca Việt Nam hiện đại, có tài tổ chức, tôi rất kính trọng - Rồi giọng ông hạ xuống, có vẻ tiếc rẻ - Tiếc nhỉ, hai nhà văn lại đi vắng, tôi không được gặp những con người đẹp nhất, tốt nhất, giỏi nhất trong giới trí thức xã hội chủ nghĩa....

Nói xong, ông bước vào hội trường của xã.

Mọi người tụ tập đông đủ, ăn mặc lịch sự, ngồi ngay hành, thẳng lối, rất nghiêm chỉnh. Phía sau bục ông phát biểu, nói chuyện trang trí nền nã, lịch thiệp với với hàng chữ: "Nhiệt liệt chào mừng đồng chí ..... Ủy viên...Trưởng ban... về gặp mặt và nói chuyện với nhân dân xã L...". Nhìn thế, ông rất vừa lòng.

Sau lời giới thiệu của Chủ tịch xã, ông bước lên bục, nở một nụ cười, giơ hai tay lên cao chào mọi người rồi bắt đầu nói:

- Thưa bà con! Chúng tôi, là cán bộ lãnh đạo, nhưng cũng là đầy tớ của dân, phải phục vụ nhân dân tận tâm, dân nói gì cũng phải nghe và thực hiện, không để dân oán than, trách móc.... Chúng tôi đang thực hiện đúng điều đó, trên cả nước...

Bên dưới mọi người vỗ tay.

Ông bắt đầu thấy sướng, nói tiếp:

-...Cán bộ phải gần dân, không quan liêu. Tôi đã chứng kiến, nhiều cán bộ lãnh đạo từ trung ương đến địa phương không quản ngại gian khổ, bỏ hết mọi tiện nghi để ba cùng với người dân. Họ đã ở cùng dân, ăn cùng dân, Cùng suy nghĩ với người dân, không tơ hào một cây kim, sợi chỉ của dân. Họ ở đâu cũng được dân mến, dân yêu, dân thương, dân quý...

Bên dưới vỗ tay to hơn lúc nãy.

Tiếng vỗ tay ông nghe thấy to hơn. Điều đó làm ông thực sự cảm động, nói lớn hơn lúc nãy. Ông muốn tiếng nói của ông ở tận hang cùng, ngõ hẻm, chỗ nào cũng nghe được:

- Vì thế, tôi biết bà con vẫn tin vào chúng tôi, những người đang nắm vai trò lãnh đạo sẽ đưa đất nước sẽ tiến nhanh ,tiến mạnh lên chủ nghĩa xã hội. Để cho bà con giữ vững lòng tin đó, chúng tôi đang nghĩ, làm thế nào chỉ trong vòng ba đến năm năm nữa, đất nước của chúng ta phải tiếp kịp, thậm chí phải vượt Singapore. Bảy năm nữa, thời gian đang đến gần, đuổi kịp và vượt Nhật Bản, lúc đó Thái Lan, Malaixia có chạy đuổi theo cũng không kịp ...cho toàn dân sung sướng...

Ông mới nói đến đó thôi, tiếng vỗ tay của mọi người ngồi bên dưới nổ to, kéo dài... còn hơn tiếng " đạn liên thanh", như không dứt...

Ôi! Tiếng vỗ tay...lâu lắm rồi...ông mới nghe được những tiếng vỗ tay đồng đều, nhiệt liệt như vậy... ông lại vung tay, tiếp tục nói.

Ông nói như chưa bao giờ được nói.

Hơn một tiếng, buổi nói chuyện của ông với bà con xã L... kết thúc.

Qua tiếng vỗ tay của người nghe, liên tục, vang to... ông nghĩ, buổi nói chuyện thành công ngoài sự mong đợi. Đúng là một xã rất văn minh, rất văn hóa.

Bây giờ ông mới thực sự thừa nhận, vai trò của nhà văn rất lớn, rất quan trọng, nhất là nhà văn Hội viên hội nhà văn Việt Nam...

Nhưng có một điều làm ông ngạc nhiên, không giống như các buổi nói chuyện, báo cáo khác, là ở đây, sau buổi nói chuyện, không một người nghe nào lên bắt tay, xin đứng chụp ảnh cùng ông làm lưu niệm mà nét mặt người nào người nấy trông có vẻ ... khó chịu. Đến ngay Chủ tịch xã , chỉ hơn tuổi thằng cả con ông một tý, giờ cũng không tươi cười, nói chuyện với ông có vẻ chiếu lệ. Thấy vậy, ông thắc mắc:

- Này anh! Tôi thấy mọi người có vẻ rất thích buổi nói chuyện của tôi, thông qua tiếng vỗ tay không ngớt. Nhưng sao sau buổi nói chuyên, nét mặt mọi người có vẻ không vui, không ai muốn bắt tay tôi, hay chụp hình làm kỷ niệm, kể cả anh nữa!

Chủ tịch xã nhìn ông có vẻ lúng túng. Ông lại giục:

- Anh nói đi!

Chủ tịch xã không dám nhìn thẳng vào ông, nói ngắt ngứ:

- Bác cho cháu nói thật... đừng giận... cháu mới... dám nói!

- Anh cứ nói! Tôi cho phép.

- Chả là thế này ! - Tay chủ tịch xã L... trình bày - Hai anh nhà văn ở xã cháu được đi dự mấy kỳ Đại hội nhà văn Việt Nam tổ chức ở Hà Nội. Theo như hai nhà văn này kể, ở các kỳ Đại hội ấy các nhà văn hay phát biểu, đọc tham luận lắm. Ai phát biểu, đọc tham luận dở, là các đại biểu bên dưới vỗ tay mời xuống...

- Nếu họ không xuống, vẫn phát biểu ? - Ông hỏi tiếp.

- Thì bên dưới, như hai anh nhà văn kể, đại biểu tiếp tục vỗ tay, vỗ tay thật to, mời xuống. Hai anh nhà văn mang kinh nghiệm đó về phổ biến cho người dân toàn xã... Hễ ai phát biểu...dở...là vỗ tay... mời xuống... họ không xuống, phải vỗ tay thật to, liên tục ... đó là việc phản đối văn minh, lịch sự... dân xã L... nghe theo và thực hiện nghiêm túc...

Nghe chủ tịch xã L... nói vậy, mặt ông tự nhiên đổ chàm. Ông chửi thầm trong đầu: "Hữu Thỉnh rất dở, toàn tổ chức đại hội nhưl... Tổ sư mấy thằng nhà văn mất dạy, toàn đi xúi bậy...!".

Hội An 3/2017

"CUỘC GIAO BAN" ĐẶC BIỆT

Vào đây, so với mấy người cùng phòng, nó là cấp thấp nhất, ít tuổi nhất nên làm chân " điếu đóm". Với "chức" ấy, nó không phàn nàn, chấp nhận một cách tự giác. Lại nhớ, cũng hồi ấy, mỗi lần mấy ông này đến tham quan hay kiểm tra "đột xuất" tổng công ty mà nó làm Tổng giám đốc, nó cúc cung tận tụy phục vụ hết lòng , các ông ấy thích gì cũng chiều, rồi những cú "lại quả" cho các ông ấy đúng nơi, đúng chỗ. Chẳng thế nhiều chuyến đi "công tác" lớn ở nước ngoài mà các ông ấy ở vị trí trưởng đoàn bao giờ tên của nó cũng nằm trong danh sách "thành viên chính thức".

Nó trung thành theo các ông cho đến tận... cuộc "giao ban" đặc biệt này.

Vì sao gọi là cuộc "giao ban" đặc biệt?

Vì đây là lần đầu tiên nó thấy có một cuộc "giao ban" có đại diện đầy đủ các ban ngành, đầy đủ các thành phần, công an, quân đội, y tế, dân sự... từ trung ương xuống địa phương, người nào cũng đủ các văn bằng: Tiến sỹ, Giáo sư, trường đảng cao cấp.... Đặc biệt nữa, cách xưng hô cũng thay đổi, cứ "ông", " tôi"... bình đẳng mà nó chưa từng thấy. Lại nữa, tranh nhau nói, tranh nhau cười, nói rất thật, không e dè phải ngó trước, nhìn sau, không khúm na, khúm núm, không phân biệt ngôi thứ... nói đủ đề tài, không giới hạn thời gian

Nhưng đó là phút ban đầu của cuộc "giao ban" khi ông có vị trí to trong "thường vụ cao nhất" nổi hứng, y như thời ông còn là cán bộ đoàn, cách đây hơn hai chục năm, e hèm:

- Quá vui! Quá đã! Dễ gì mà được triệu tập đầy đủ như thế này. Hôm nay chúng ta làm cuộc "giao ban" không theo kế hoạch hàng ngày, hàng tháng mà ngẫu hứng, ai thích gì, cứ nói, cứ khoe... xả "trét" đi!

Mọi người trong phòng "ồ" lên hưởng ứng. Thế là bao nhiêu chuyện "trên giời, dưới biển" qua mỗi lần được đi "công tác" ở nước ngoài được mọi người thi nhau kể. Nào là cảnh đẹp ở quần đảo Ha Oai ăn đứt Địa Trung Hải, nhưng gái ở Địa Trung Hải đẹp hơn Ha Oai, nào là đi "phượt" với bồ ở Nam Mỹ sướng hơn ở Nam Phi, tậu nhà đẹp ở Mỹ là nhất... Vừa nói, vừa cười, vừa khoe, không ai chịu ai. Đang như vậy, tự nhiên một ông lãnh đạo hàng thành phố, buông ngay một câu:

- Nói thật với các anh, tôi đi nước ngoài nhiều mà vẫn còn ngu. Chơi gái không đâu bằng Thái Lan với

Lào. Vừa đẹp ,vừa xinh ,vửa rẻ, căng lắm cũng chỉ một ngàn đô là tới bến luôn, thế mà vừa rồi "chơi" con "hoa hậu", chưa là gì cả, thằng "đệ" tôi đưa cho nó hai mươi lăm nghìn đô, tiếc đứt ruột!

Mọi người ngồi nghe ông lãnh đạo hàng thành phố nói vậy đưa mắt nhìn nhau. Một người chặc lưỡi:

- Kinh hè! Sướng "con cu" có vài phút, mà mất đứt hơn năm trăm triệu đồng, tiền in nhiều như lá rừng cũng không đủ với ông!

Một người ngồi cạnh nói ngay:

- Là gì với lão này! Riêng đoạn lừa dân nói " bản đồ quy hoạch" bị mất ở bán đảo Thủ Địa lấy không của dân mấy trăm ha đã là bao nhiêu tiền, rồi chỉ định thầu bốn con đường nhựa có mấy ki lô mét mà lão " ăn" cả mấy nghìn tỷ đồng, tiền kia chỉ là "muỗi"! - Nói xong người đó nhe răng cười rất khiêu khích.

Chạm nọc, ông lãnh đạo hàng thành phố nóng mặt, đứng bật dậy, lấy tay chỉ thẳng vào mặt người đó:

- Đang cuộc vui, ông không nên đưa những chuyện đó ra. Mà tôi nói thật nhá, ông sờ tay lên trán xem trán của mình có dính bùn không? Ông từng lãnh đạo ngành khai thác dầu khí, ai chẳng biết, ông dùng tàu chở dầu, trốn thuế, trốn hải quan, trốn sự quản lý pháp luật bán bao nhiêu dầu thô trên vùng biển quốc tế để lấy tiền riêng đút túi. Chưa kể, khai thác dầu khí lại đi xây khách sạn, làm sân gôn, dựng ngân hàng... để ăn tiền chênh lệch. Ông có cần tôi " huỵch toẹt" số tiền ông lấy ra đây không! Tiền của tôi so với ông, " con chuột đứng cạnh con voi". Tởm! - Nói xong, ông lãnh đạo hàng thành phố nhổ ngay một bãi nước bọt xuống sàn nhà, biểu hiện sự khinh bỉ.

Ông lãnh đạo ngành dầu khí cười gằn, lấy hai tay thủ thế, nhìn ông lãnh đạo hành thành phố với ánh mắt căm thù, nói rõ từng từ một:

- Ông "vuốt mặt phải nể mũi", ông đang ngồi với người có vị trí cao trong "thường vụ cao nhất" nhé! - Ánh mắt ông lãnh đạo ngành khai thác dầu khí đánh sang ngang như hàm chỉ ông có vị trí cao "thường vụ cao nhất" ngồi kia. Ông ta có vị trí cao trong "thường vụ cao nhất" nét mặt tròn, tóc húi cao, nét mặt vẫn bình tĩnh như thường thấy trong mỗi cuộc họp quan trọng. Ông lãnh đạo khai thác ngành dầu khí nói tiếp -Tôi làm bất cứ việc gì cũng phải có ý kiến của anh ấy. Kể cả ông nữa, tuy lãnh đạo thành phố, "vua một cõi" cũng không dám "tự tung tự tác", làm việc gì cũng phải có ý kiến của các anh trong "thường vụ cao nhất". Ông phải hiểu điều đó, đừng nói hồ đồ.

Ông lãnh đạo hàng thành phố nhìn ông có vị trí cao trong "thường vụ cao nhất" ngao ngán, lắc đầu:

- Tôi lạ gì ông này mà phải nể! Hồi lãnh đạo ngành " Cho phương tiện cơ khí chạy", ông ấy đẻ ra hàng chục cái "bốt" BOT để "chặt cổ, bóp dái" nhà xe lấy tiền một cách dã man. Chỗ nào cũng có, dân tài xế kêu trời không thấu. Rồi ông ấy về lãnh đạo cao nhất hàng thành phố chỉ "giỏi ăn tục nói phét" một tấc đến trời, được cái gì đâu! Nếu ông này có giỏi là giỏi hát caraoke và uống rượu, không ai quên bữa sinh nhật của ông ấy, riêng tiền rượu ngoại đã mấy tỷ đồng...

Ông có vị trí cao trong "thường vụ cao nhất" nghe

vậy, nét mặt đang bình tĩnh ,tái dần, đập mạnh tay xuống mặt bàn gỗ để trước mặt:

- Anh đừng láo! Hồi ấy, không có anh bí thư Hợi Béo "chống lưng" tôi đề nghị bên công an, Viện kiểm sát bắt anh rồi. Có anh Phó Cảnh sát "cao nhất" ngồi kia, chứng nhận cho tôi chuyện đó! Anh là thằng vừa "dốt" , vừa "tham", vừa "thủ đoạn", bây giờ, trong cuộc " giao ban" này, tôi thấy anh là loại người "ăn cháo, đá bát" lại còn đểu giả nữa. Báo cho anh biết, thằng cựu bí thư Hợi Béo cũng sắp vào "khám" rồi...

Ông phó cảnh sát "cao nhất" nghe ông trong "thường vụ cao nhất" nhắc tên vội xua tay:

- Không nên nói như vậy mà nên giữ uy tín cho nhau, vì dù sao chúng ta cũng là người lãnh đạo, trong cuộc "giao ban" này nói những chuyện đó ra đây, nếu lộ ra ngoài, rất dễ bị " bọn phản động và các thế lực thù địch" lợi dụng, nên chú ý điều đó để cẩn trọng lời nói.

Nghe ông Phó cảnh sát "cao nhất" nói vậy thì nó cười thầm trong bụng, đã thế này mà còn sợ "bọn phản động và thế lực thù địch" lợi dụng!!! Xin các ông, chỉ có các ông "lợi dụng" lẫn nhau, lúc có quyền có thế thì kết bè, kết nhóm, đẻ ra một loạt nghị định, quy chế thậm chí cả luật nữa để cố bòn rút, lấy được nhiều tiền trong ngân sách nhà nước, chia nhau. Còn đến lúc sa cơ, thất thế thì chửi nhau không khác gì "Chó " với "mèo"... Nhưng cuộc "giao ban "đang vui, mà sao lại rơi vào cảnh bi hài này? Nó thẽ thọt góp ý kiến:

- Em xin các anh! Chúng ta, như anh có vị trí trong "thường vụ cao nhất" lúc ban đầu đề xuất:

Chúng ta có đủ thành phần lãnh đạo cao nhất các ngành, thành phố, tỉnh... hôm nay tổ chức họp "giao ban" đặc biệt, kể lại những kỷ niệm sung sướng trong đời, để cuộc sống thật vui, nhìn tương lai lạc quan cho quên đi cảnh"cá chậu, chim lồng"... Các anh đã đồng ý, mà sao bây giờ lại diễn ra thế này... theo em...

Nó chỉ vừa nói đến đó, mọi người đã quát nó, rồi quát lẫn nhau:

- Mày câm mồm, không phải dạy khôn chúng tao. Cùng một giuộc cả!

- "Vui" gì khi ở trong này nhìn thấy thằng mặt l... này!

- À! Mày nói tao thế à! Thằng khốn nạn. Lãnh đạo "cảnh sát" gì mày mà bảo kê chơi bạc tiền tấn! Chưa xử tử là may...

...

Cứ thế cuộc "giao ban" biến thành một cuộc cãi nhau còn hơn "mổ bò" bất phân thắng bại, chửi tục, chửi thế, hết cả từ bậy để "vả" vào mặt nhau, náo loạn, khiến cho cán bộ quản giáo chạy vào, nói nghiêm khắc:

- Tôi đề nghị các anh im hết, không cãi nhau nữa. Đã vào đây làm thằng tù không thấy nhục sao!

Nghe vậy, tất cả im thin thít.

Vừa tan cuộc "giao ban"

Hội An 5/2021

CHỢ CHIỀU

Với ai không biết, riêng tôi, tôi mang ơn ông ấy.

Về hưu, lương còm cõi, để thêm thu nhập, tôi làm xe ôm.

Tối khuya, tôi đậu xe ở một ngã tư, chờ khách. Một chiếc xe phân khối lớn phóng tốc độ rất nhanh, người lái xe không kịp xử lý, chiếc xe ấy đâm vào lan can bên đường. Người lái xe là một thanh niên bị thương rất nặng. Tôi vội lấy chiếc honđa cùng một người nữa đưa gấp người lái xe bị nạn đó vào bệnh viện.

Người thanh niên đó được cứu sống, như người bác sỹ trực nói với gia đình người thanh niên này: "Rất may, chỉ đưa anh ấy chậm độ mười lăm phút thôi, là mạng khó toàn.".

Bố của người thanh niên là một ông chức rất "to" đến tận nhà tôi đưa một bọc tiền và ngỏ lời cảm ơn. Tiền tôi không nhận vì nghĩ mình làm phúc để lại cái đức cho con cháu, ông "to" đến cảm ơn là được rồi. Thấy tôi không nhận tiền lại nhìn gia cảnh của tôi, ông "to" nhận xét:

- Anh là người tốt - Biết tôi về hưu chạy xe ôm, ông nói - Anh bỏ nghề chạy xe ôm đi, đến làm bảo vệ kiêm luôn chăm sóc cây cảnh, bể cá cho gia đình tôi. Một tháng tôi trả lương cho anh là mười triệu. Anh thấy thế nào ?

Quả nằm mơ tôi cũng không nghĩ đến việc này. Mười triệu đồng, đối với tôi lớn lắm. Không chút đắn đo, tôi cảm ơn ông "to" và nhận lời...

Trước khi tôi đến nhận việc, ông "to" dặn:

- Anh làm việc ở nhà tôi, tôi chỉ có một yêu cầu là, anh phải im lặng, không tò mò, tôi nói gì anh cứ thực hiện đúng như thế...

Thực hiện đúng lời dặn đó, tôi gọi ông "to" là "ông" xưng "con" cần mẫn trong công việc, không thóc mách, tò mò, im lặng làm việc, chỉ khi nào ông "to" hỏi, tôi mới trả lời. Tuy nhiên tôi vẫn lặng lẽ quan sát, nhận xét thầm trong đầu. Ông này quá giầu, có căn biệt thự rộng mấy trăm mét vuông, còn vườn cây cảnh, bể cá ... tính thành tiền, giá phải lên vài chục tỷ không ít. Quyền uy của ông"to" thì khủng khiếp, ngày tết, ngày lễ , xe ô tô sang xếp thành hàng dài, quà mừng nhiều vô kể. Tôi chú ý đến một doanh nghiệp trẻ, độ hơn bốn mươi, anh ấy với ông "to" cực thân, như người nhà. Doanh nghiệp trẻ này giúp cho con trai cả của ông "to" từ đường học vấn có bằng đại học nước ngoài đến cả chuyện lấy vợ, vợ anh ấy là cô hoa hậu nổi tiếng, rồi đương sự nghiệp nữa, mới ngày nào, con trai cả chỉ là cán bộ cấp thấp trong sở, giờ đã là giám đốc một cơ quan có "cỡ". Ngày giỗ mẹ của ông "to", từ việc đón rước khách từ sân bay đến việc tổ chức yến tiệc trong nhà, anh doanh nghiệp trẻ lo hết, chu đáo, tận tâm.

Một lần, có lẽ cũng rất hãn hữu, ông "to" nhận xét về doanh nghiệp trẻ này với tôi, khi doanh nghiệp trẻ giúp ông thành công một "phi vụ "lớn:

- Cậu ấy trẻ tuổi, nhưng trí lớn, mưu cao nên thành đạt, nhưng rất trung thành với tôi. Con tôi phải học cậu này rất nhiều..."

Tôi chỉ biết vâng ...dạ... không dám bàn tán gì...

Ông "to" về hưu.

Con trai cả của ông vẫn vênh vang trong chức lớn, quyền nhiều, đi xe sang, xuất hiện liên tục cùng với vợ trên ti vi, báo, đài...

Doanh nghiệp trẻ kia vẫn lấy chỗ nhà ông là lối đi về. Phòng khách đặc biệt phía sau, tôi không được phép bén mảng tới, là nơi ông , cậu cả và doanh nghiệp trẻ kia làm nơi bàn công việc. Những công việc, có lúc tôi thấy họ đi ra, nét mặt hỉ hả, cười lớn, hai bàn tay xoa xoa vào nhau như bất chợt trúng số độc đắc. Nhưng cũng có lúc đi ra nét mặt người nào người nấy căng thẳng, ông "to" phải vỗ vai doanh nghiệp trẻ:

- Mọi việc hết sức bình tĩnh! Nó không làm gì được em đâu, anh có đủ bằng chứng, nếu nó hại em, anh đưa ra, nó sẽ chết trước. Nó ngồi được ở chức đấy là do anh...

Rồi đài, báo, ti vi... đưa tin con trai cả của ông "to" sử dụng bằng giả, lạm dụng chức quyền can thiệp sâu vào những công việc không phải chuyên môn của mình, gây phản ứng xấu trong cơ quan, dư luận xã hội, lại còn nhận biệt thư đắt tiền của doanh nghiệp trẻ kia, giúp doanh nghiệp trẻ đó trốn thuế. Trước những bằng chứng không thể chối cãi, dư luận lên án, thanh tra vào cuộc con trai cả của ông "to" bị kỷ luật cách chức, khai trừ ra khỏi đảng. Không còn bình tĩnh nữa, ông "to" nổi cáu, chửi tất cả. Ông cáu hơn, tuy về hưu, nhưng vẫn bị kỷ luật do những khuyết điểm hồi đương chức, nhất là "tội" tham ô, tham ô quá lớn. Ông bị cách chức toàn bộ chức vụ hồi đương chức đã có, khai trừ ra khỏi đảng, thành dân thường, nghe đâu sẽ bị khởi tố, chờ ngày ra toà.

Ông cho tôi nghỉ việc, như ông nói: "Giờ cũng không có việc gì để cậu làm". Không hề trách cứ, nghỉ việc cũng là bình thường vì những tháng ngày ở nhà ông, tôi đã lĩnh tiền lương đầy đủ, ăn uống thừa mứa, lại còn tiết kiệm được chút ít giúp cho gia đình. Tôi biết ơn ông không hết...

Nay nghe tin bố của ông "to" mất, nghĩ lại những ngày, tháng sống trong gia đình ông, mình không thể không đến viếng, dù có khi ông "to" quên hoặc không cần. Tôi mua một vòng hoa, ít hương đèn đến nhà ông.

Đến gần cổng nhà ông "to", tôi ngạc nhiên, sao lại vắng lặng như thế này, không thấy những dãy ô tô đỗ hàng dài như ngày ông "to" đương chức làm giỗ mẹ. Lúc ấy người ra, kẻ vào tấp nập, thế mà bây giờ phía trước, phía sau trống hơ, trống hoắc, chỉ có mấy lá cờ tang ủ rủ treo trước cổng. Bên trong thưa bóng người, mấy cây nhang đặt trên bàn thờ đang cháy dở, khói bay la đà, uốn éo, mệt mỏi trước tấm ảnh chụp chân dung người quá cố. Nhạc phật kèm lời tụng kinh ỉ ôi, khoan nhặt, dai dẳng phát ra từ chiếc loa gắn bên trong nhà càng làm tăng thêm không khí buồn nản. Tôi có cảm giác đám tang của bố ông trông hiu hắt hơn đám tang của người nghèo nơi tôi ở .

Sao ông "to" tổ chức đám tang của bố đơn giản thế?

Đón tôi, lại ngược với suy nghĩ ban đầu của tôi, ông "to" ôm tôi rất tình cảm, nói trong nước mắt:

- Tôi cảm ơn anh đã đến viếng. Cảm ơn nhiều lắm!

Nghe ông "to" nói vậy làm tôi ngạc nhiên, không những thế, tôi đi từ ngạc nhiên này đến hết ngạc nhiên khác. Tôi chưa bao giờ nghĩ, sẽ có lúc tôi được ông "to" ôm thân mật như thế này đâu. Mình là người giúp việc cho ông mà! Hồi còn làm công ở đây, được ông gọi, cho chút quà, tôi cũng còn sợ, nói chi ông "to" nói lời "cảm ơn" tôi. Tiếp đến, sau khi tôi thắp hương cúi lạy trước bàn thờ của bố ông "to", ông "to" lại ngồi tâm sự với tôi như một người thân thiết, một điều chưa từng có:

- Anh có tin không? Khi tôi về hưu và bị cách hết mọi chức vụ, không ai đến viếng bố tôi cả, kể cả những kẻ tôi tưởng thân cận, được tôi nâng đỡ. Duy nhất chỉ có anh, vì thế tôi cảm ơn anh nhiều lắm.

- Thưa ông, anh con trai cả đâu, con không thấy?

- Nó cũng bị kỷ luật, khai trừ ra khỏi đảng, mất hết chức vụ, Chán nản, sau khi rời cơ quan, nó đưa vợ tôi và vợ con của nó ra nước ngoài theo diện góp vốn để có thẻ xanh định cư từ trước rồi. Điện báo tin ông nội mất, nó lấy cớ "khó mua vé máy bay cho gia đình" nên không về được...

- Còn ông doanh nghiêp trẻ thường ngày hay đến với ông..?

- Nó cũng trốn rồi, hiện có lệnh truy nã, không biết có trốn thoát được không? Cũng lạy trời cho nó trốn thoát, chứ bắt được , nó khai ra, tôi chết... - Nói xong, ông "to" nhìn quanh.

Trong đám tang của bố ông "to", đúng lúc chiều muộn, ngồi đây chỉ có tôi và ông "to", ông "to" khóc thiểu não, như quên tôi đang ngồi đó:

- Sao đời khốn nạn thế này, bố ơi!

TRÚNG RỒI!

... Ông đang căng đầu óc, gồng mình như nín thở chờ kết quả kiểm phiếu.

Một giây bây giờ đối với ông bằng một giờ, rất sốt ruột, thế mà thằng thư ký hình như không biết điều ấy, chạy vào, ghé vào tai ông nói nhỏ:

- Chị điện cho anh, anh lại tắt máy, buộc chị điện cho em, nói em phải vào ngay, báo cho anh biết. Hiện bệnh tình của ông nặng lắm, bỏ dây truyền dịch ra là ...

Ông tức mình, quay lại, gìm giọng, mắng thằng thư ký:

- Anh biết rồi, lúc này tuyệt đối em không được nói chuyện này cho ai biết...!

Bố của ông bệnh rất nặng, vào nằm viện đến bây giờ hết thuốc chữa, đang hấp hối, biết vậy nhưng để không phân tâm, ông tắt điện thoại dồn tập trung theo dõi... Chuyện "nước sôi lửa bỏng" như thế này, mọi chuyện phải bỏ ra ngoài hết.

Ông đang lắng nghe mọi tiếng động phía sau phòng kiểm phiếu kia!

Ông lo chứ, tiền "thúc" chỗ này, "ấn" chỗ kia, nếu tính bằng "cân" phải đến cả "tạ", cả "tấn", chỗ nào "cần" là ông "chi", đủ cả! Ơn huệ để " mưa móc" trả ơn, ông hứa, không phải chỉ bằng tiền mà cả bằng lời nói còn hơn "dao chém đá": "Chú ủng hộ anh, anh sẽ bố trí con của chú ở chức này...". "Tìm mọi cách gạt thằng đó ra, chú sẽ được anh đề nghị tổ chức bố trí vào chức... Anh hứa!". Không lẽ cắt máu để làm tin, nhưng lời hứa ông, ông cố thể hiện không phải "hứa cuội", mà bằng hành động cụ thể, chỉ có ông và thằng đó biết. Mấy thằng"đệ" trung thành đều thề, bằng mọi cách, chúng sẽ làm cho số phiếu bầu của ông trúng ở tỷ lệ cao nhất. Chúng nó nói là như thế, hứa là như thế, nhưng ông không thể tin được! Bao nhiêu vụ, tưởng đã yên bề, chắc còn hơn "đá tảng" thế mà vẫn trượt, như một ông tưởng đã vào vị trí "Tổng..." mười mươi, ai ngờ... "trượt", uất quá, đột quỵ mà chết. Gương tày liếp như thế, biết đâu chỉ cần ông vắng mặt ở đây một giây thôi... kết quả sẽ khác. Ông phải ở đây, ít nhất với cái "uy" của ông đang trực tiếp chứng kiến, chúng không dám làm "phản".

... Thằng thư ký lại chạy vào nói nhỏ :

- Anh ơi! Chị lại điện cho em... chân của ông lạnh lắm rồi...

Nghe vậy, ông trừng mắt nhìn thằng thư ký, nói sát vào tai nó, giọng nhỏ nhưng sắc hơn dao:

- Em nói với chị là anh biết... chờ chút nữa anh về ngay...

Nói xong ông lại hướng mắt vào trong. Sao chúng nó kiểm phiếu bằng máy điện tử mà lâu thế nhỉ ? Ông xem đồng hồ, quái lạ, chiếc đồng hồ của ông là loại đắt gần như nhất, rất tốt mà sao kim giây lại chạy như "rùa bò" thế này?

... Thằng thư ký vừa chạy ra, giờ lại chạy vào nhìn ông, định nói gì đó nhưng thấy ông chỉ tập trung vào phòng kiểm phiếu, nó ngập ngừng... nửa muốn chạy ra, nửa muốn chạy vào...

Còn ông!

Khi bảng điện tử trước phòng kiểm phiếu bật lên,họ, tên của ông trúng với số phiếu gần như cao nhất, chín mươi chín, phẩy tám phần trăm, tim như bật ra khỏi lồng ngực: "Phải thế chứ!" - Ông thầm reo.

Thấy thằng thư ký chạy vào, nó chưa kịp nói gì ông đã nói với nó, trong đầu vẫn còn lâng lâng, người nhẹ nhõm hẳn:

- Thôi, em không phải nói nữa, Anh về ngay.... bây giờ... anh thương bố quá!

Hội An 4/2021

CHUYỆN CON DÂU, BỐ CHỒNG

Ông thuộc vào đội ngũ "lớp kế cận chiến lược", qua bao nhiêu "phong ba bão táp" mà các đối thủ "tấn công", ông vẫn trụ vững và chuẩn bị đại hội tới, nhiều người lo sốt vó, chạy chỗ này, chỗ kia, chi những khoản "ngoài kế hoạch" rất lớn... thì riêng ông, "thế" vẫn vững như bàn thạch, vào Thường vụ gần như chắc chắn, "uy" tiếp tục trùm thiên hạ.

Đại hội sắp tiến hành, chưa bầu nhưng dư luận đã đồn thổi râm ran... người người đến chúc tụng ông, những cái bắt tay thân ái, tiếng "thưa, dạ!" lễ độ luôn luôn vang cạnh. Lẽ ra, như người khác, ông sẽ rất vui, xuống ô tô vươn vai sảng khoái, lên ô tô dáng thư thái. Nhưng không, chính lúc này ông lại đang mất ăn, mất ngủ, suy nghĩ điên cả đầu, đến độ "tầng suất giao ban" trồi sụt kém hẳn so với bao lần ông cùng con dâu đi "công tác" nước ngoài.

Giá như không có chuyện ấy, rồi nỗi nghi ngờ ngày càng lớn thì chuyện "giao ban" với con dâu sẽ làm tăng độ hưng phấn. Con dâu ông rất sành sỏi chuyện này, nó làm cho ông như trẻ hơn tuổi, tinh thần phấn chấn, thăng hoa. Hình như tuổi ngoài năm mươi, sinh lực đến ngưỡng "bùng phát" lại gặp sự mơn trớn, ve vuốt, cái lưỡi uốn éo đầy "ma thuật" của con dâu làm cho những "tinh binh" của ông có tinh thần "liều chết ra trận tiền, bất chấp mọi trở lực". Nhiều "trận chiến giao hoan" dù ông gồng hết mình, cố kìm mà chúng vẫn "phọt" ra không thể kiềm chế, văng tung tóe trong tiếng nói mãn nguyện của con dâu: "Ba khỏe thế ! Bao lần như thế này rồi... để con chụp lại làm kỷ niệm...".

Thế mà lần này... chịu ... không thể "lên" được!

Nguyên nhân do đâu?

...Ông có hai đứa con. Đứa con gái đầu lấy chồng người ngoại quốc, rồi nó "phắn" theo chồng ra nước ngoài, nhập quốc tịch, mở công ty, vợ chồng ông ở trong nước hỗ trợ tài chính, không nói làm gì. Còn thằng con thứ hai, mắc bệnh tự kỷ sớm, hơn hai mươi tuổi mà tính tình gần như chỉ hơn đứa "trẻ trâu" mười hai tuổi. Ông đưa con đi khắp nơi, gặp nhiều bác sỹ giỏi, thuốc "tiên" không thiếu... bệnh của thằng con chỉ bớt được một ít. Nghĩa là có đôi chút tỉnh táo, nói chuyện được, thậm chí thằng bé cũng có vẻ thích... gái. Một người bạn thân đến thăm nhà thấy vậy, khuyên : " Anh cứ cho thằng này lấy vợ, lấy một con biết chiều chồng, biết làm tình có khi bệnh của nó khỏi ".

Nghe lời bạn khuyên, ngay lúc ấy ông đã có một suy nghĩ.

...Vợ của ông là con một ông có chức rất "to", dưới chỉ vài người, trên cả "ức", chính quyền uy của bố vợ là bệ đỡ cho ông "phóng" với tốc độ "tên lửa". Mới đó, là anh cán bộ đoàn một xí nghiệp, chỉ trong vòng có hơn chục năm, chưa kịp kê mông ngồi vào vị trí lãnh đạo này, thậm chí cũng không kịp quan sát cửa ra vào của phòng làm việc nằm bên trái hay bên phải, thì loáng một cái, ông lên chức to hơn. Rồi cũng chưa kịp đặt lại bàn tiếp khách, ông lại lên chức lãnh đạo kia. Chức lãnh đạo cũ, chỉ to bằng "cái rổ" thì chức lãnh đạo mới ông nhận, to bằng " mấy trăm cái thúng ghép lại"... vù vù...

Lên chức, có tiền, có lộc... nhưng về sinh lý, ông rất buồn vì mấy nhẽ.

Vợ của ông về hình thức, xấu đã đành, nhưng " khoản kia", đối với bà, có vẻ không hứng thú lắm. sinh cho ông hai đứa con vừa gái, vừa trai, đủ "nếp, tẻ" coi như "hoàn thành nhiệm vụ", lúc này niềm vui duy nhất đối với bà là xây vi la, biệt thự, đếm tiền, ngắm tiền, ngủ với tiền. Xong! Thế thì còn nước non mẹ gì, khi sinh lực của ông vẫn tràn đầy. Đã vậy, phận của ông là con rể, nên bố vợ luôn luôn dặn: "Con ở chức vụ này phải hết sức cảnh giác đề phòng, cẩn thận, cân nhắc từng lời ăn, tiếng nói, từng hành động, cử chỉ nhỏ nhất. Vị trí của con mà không có ba, nhiều thằng sẽ giết con, chúng nó giết thật chứ không thèm đe dọa. Vì vậy, mọi sinh hoạt của con phải hết sức mẫu mực. Trước hết, nói gì thì nói, chung thủy vợ chồng là điều kiện tiên quyết, không được làm bất cứ điều gì để cho vợ chồng bất hoà rồi thiên hạ biết, lấy "cớ" dèm pha. Điều thứ hai, tuyệt đối tránh chuyện trai gái, ai mời, cũng từ chối, thấy gái đẹp lơi lả, mời chào, cũng không để ý, nhiều lãnh đạo "to" chết vì chuyện này, gương nhãn tiền, con đừng giẫm vào "vết bùn đen" đó. "Chết" vì chuyện đó, ba không thể nào cứu được.". Bố vợ đã nói như thế, ông nghiến răng chịu đựng, thẳng thừng từ chối những lời mời mọc "rất sướng", kể cả lúc đi công tác ngoài nước. Có nhiều người khen ông về chuyện này. Còn ông không nói ra, nhưng có lúc nghĩ đến lại thèm, rồi tự mình vào phòng vệ sinh "giải tỏa".

Tự "giải tỏa" xong nghĩ lại, ông vẫn thấy tức, không lẽ bạn bè, chúng thỏa sức ăn chơi, còn mình, thừa đủ điều kiện, lại chịu cảnh này!!!

Bây giờ nghe thằng bạn thân khuyên, trong đầu ông đã nảy ra một ý.

Ông có thằng bạn, thằng này có đứa con gái, mấy lần đến nhà bạn chơi, ông hay để ý. Dáng con bé phổng phao, ngực nở đầy đặn, làn da trắng, môi đỏ, mắt lúng liếng, lả lơi. Mấy lần đến nhà bạn đàm đạo, con bé ra mời nước, nó cố sán lại gần, cổ áo rộng trễ xuống, như phơi ngực cho ông thấy. Hương thơm người đàn bà pha phất rất dễ làm cho ông nghiện. Bạn nói với ông:" Đang cần tìm việc làm phù hợp cho con gái, chứ cứ để thế này đến khổ. Học xong đại học ngoại ngữ, biết tiếng Anh mà nó bỏ đấy, sáng cà phê, chiều đi tập "gym", đánh "gôn", tối đi nhảy... Con gái lớn rồi mà chưa chồng, cứ vậy làm cho vợ chồng tôi lo lắm..." . Bạn nhờ ông giúp đỡ. Nghe vậy ông ướm thử con gái của bạn: "Hay là... cháu có thích làm con dâu của chú không? Làm con dâu của chú, vừa là có chỗ cháu làm việc đúng chuyên môn, chuyện lương lậu không phải lo. Điều nữa, nếu chăm sóc tốt con trai của chú, mọi yêu cầu của cháu, chú sẽ đáp ứng !". Bạn của ông nghe vậy, thì cười sảng khoái: "Được như vậy thì còn gì bằng, tôi ưng lắm.". Nhưng con gái của bạn thì tỏ vẻ e lệ, nói như có phần tính toán: "Chú để con suy nghĩ đã... Hơn nữa, có biết anh ấy thích con không?". Mày giả vờ - ông nghĩ - thích bỏ mẹ còn ra vẻ... Mấy lần đến nhà ông chơi, nó cứ trầm trồ, sao nhà chú to thế, xe ô tô đẹp thế, đồ dùng sang thế, ai làm con dâu của chú thì sướng phải biết! Nó cũng thừa biết thằng con của ông, nói quan ba cũng "Ừ", nói quan tư cũng "gật", bây giờ lại ra vẻ đắn đo, nhấm nhẳng. Thôi, tôi xin "bà"!!!

Ông tính rồi, nếu như con trai ông, mà chắn chắn là như thế, không làm gì được, thì "phần đó" thuộc về ông.

Quá tuyệt!

Vừa đẹp ngất ngây, vừa sạch sẽ, lại vừa thỏa mái, lúc nào cũng được, bất kể sáng, trưa, chiều, tối... Con này đang ham giàu mà!

Mọi tính toán của ông thật khớp, giống y như "then cửa cài lỗ hộc", không sai đến một ly. Con gái của bạn về làm con dâu gia đình ông, rất tử tế. Tối nào, nếu như ở nhà, cũng "ngủ chung" với chồng. Còn với mẹ chồng, con dâu một "thưa", hai "gửi" rất đoan trang, đúng lễ giáo. Với cơ quan, là một " cán bộ mẫn cán, giỏi ngoại ngữ, có chuyên môn" trong phòng đối ngoại, ông không thấy ai "trách cứ"con dâu một điều gì!!!

Tất cả những điều đó là "tấm màn nhung lớn" che chỗ khuất bên trong, chỉ ông và con dâu biết.

Ông đi công tác nước ngoài, con dâu là "cán bộ mẫn cán, giỏi ngoại ngữ, có chuyên môn", nên luôn phải đi tháp tùng. Và như thế... tài đến như "Tôn Ngộ Không" cũng không thể nhìn thấy con dâu và ông đang làm gì, lúc chỉ còn có hai người. Những buổi truy hoan gần giống như phim "con heo" giữa bố chồng với nàng dâu diễn ra trong một biệt thự sang trọng, kín đáo ông bí mật thuê trước đó. Rồi cả trên bãi biển vắng ở một hòn đảo hoang sơ, trong vùng biển Caribe, vốn là điểm du lịch lý tưởng của những đôi đến hưởng tuần trăng mật, ông và con dâu trần truồng lăn lộn chỉ có mênh mông của cát, nước, ánh trăng... chứng kiến. Còn ở trong nước, " màn kịch" con dâu ngủ với bố chồng luôn hoàn hảo, bí mật, không để lộ đến một "milimét da thịt" lại diễn ra ở một biệt thự ngoại ô kín cổng, cao tường, xung quanh toàn gắn camera "xịn" để cảnh giới, đề phòng!!!

Sau mỗi cuộc truy hoan, con dâu lại cười, thỏ thẻ: "Con chịu ba, "làm việc" hơn chồng con cả vạn lần. Con chỉ cho chồng con đến tận nơi mà anh ấy vẫn ngơ ngơ, ngác ngác như bò đội nón. Còn ba, khiếp thật! ba cho con chụp một tấm hình làm kỷ niệm.". Nhìn con dâu cười và có hành động như vậy, ông nghĩ, có khi con dâu yêu ông còn còn hơn yêu chồng. Chẳng thế khi con dâu báo tin có thai, rồi sau chín tháng, mười ngày đẻ một đứa bé trai bụ bẫm, tinh lanh... làm cho ông mừng hết lớn. Thằng bé sẽ là cái "neo" buộc chặt con dâu vào với ông, ông với con dâu vẫn sẽ có những tháng, những ngày, những giờ... tuyệt đỉnh của sự sung sướng, trong khi uy tín của ông với tổ chức không hề suy suyển một "miligam" nào. Còn ngoài xã hội, chuyện con dâu của ông đẻ con trai, thậm chí đến cả vợ vẫn nghĩ đây là cháu nội của ông, không ai đàm tiếu, bàn tán ...Nhưng sự tính toán của ông, té ra, không phải là những đáp số đúng , thậm chí, còn dồn ông vào ngõ cụt, gần như không lối thoát.

Thằng bé trai "cháu nội", ông vẫn nghĩ là con của ông, càng lớn, có những biểu hiện bên ngoài càng nhìn, càng thấy khác. Da ông ngăm ngăm đen, thì da thằng bé lại trắng, tóc của ông thẳng, không hiểu sao tóc của thắng bé lại hơi xoăn, ánh mắt cũng không giống... nhìn kỹ là thấy rõ ngay. Lại nữa, mỗi lần ông bồng bế, hôn hít thằng bé, đứa "cháu nội cưng" thì ánh mắt con dâu có vẻ khó chịu, không đồng ý.

Vậy là sao ???

Nỗi nghi ngờ mỗi ngày một lớn lên, khi gần đây con dâu có những biểu hiện, khiến ông phải đặt dấu hỏi, nhất là trong cơ quan có tiếng đồn âm ỉ đến tai ông, ngày một nhiều: "con dâu ông có bồ!", mặc dù ông hỏi, thì con dâu khóc tấm tức: "Ba tin con hay tin những lời đồn ác ý, gây chia rẽ gia đình ta đó. Không lẽ... con là con dâu của ba, cùng ba vượt qua bao nhiêu thử thách, khó khăn, đến giờ ba vẫn không tin con!!!". Cô ả lại khóc., khóc to hơn.

Con dâu của ông có khóc thế, chứ khóc hơn thế vẫn không thể xóa được nỗi nghi ngờ.

Vì nghi ngờ thằng bé không phải con mình, nên con dâu gần ông, thực hiện đủ phương cách còn hơn cả phim sex Nhật, không còn khiến ông hứng thú. Gần đây ông đọc một tin trên một tờ báo: Một cô bí thư đoàn huyện Y... bị kỷ luật, cho thôi chức, nguyên nhân do chồng viết đơn gửi lên cấp trên, tố cáo "tội", trong ba đứa con, hai đứa sinh đôi, không phải con của ông chồng, sau khi thử ADN. Ông lẳng lặng bí mật bắt chước. Ông khéo léo không cho con dâu biết, nhổ tóc thằng bé rồi lấy tóc ông, cả thằng con trai của ông nữa... Biết đâu, không phải con của ông thì của con trai. Ông le lói hy vọng!!! Ông mang những mẫu vật tóc đó đến cơ quan giám định gen. Kết quả không làm ông bất ngờ, nỗi nghi ngờ của ông đúng sự thật, giập tắt mọi hy vọng, dẫu hy vọng đó chỉ le lói. Thằng bé không phải con của ông, tất nhiên lại càng không phải của thằng con trai ông. Thằng bé là con của "thằng của nợ" nào đó, mà con dâu từ trước đến nay , vẫn giấu ông.

Ông phải tìm cho ra sự thật!

Chứ không lẽ ông và thằng con trai đều là những thằng "đổ vỏ".

Trong căn biệt thự bí mật ngoại ô, nơi cách đây không lâu là những giờ phút trên cả "mặn nồng" giữa ông và con dâu thì bây giờ lại trở thành một trận đấu khẩu ác liệt, không còn tình nghĩa.

- Cô nói đi, kết quả đây, không trùng ADN của tôi và thằng chồng cô, vậy đứa bé này là con của ai? Cô là con đĩ đốn mạt, lừa dối tôi. Hóa ra những lời đường mật trong những lần tôi cùng cô đi nước ngoài để... là những màn kịch giả dối hòng giúp cô qua mặt tôi, rồi hú hí với thằng khác - Ông gầm lên trong tức tối - Nó là thằng nào? Cô là đồ lừa đảo, tôi không tha cho cô đâu!

Con dâu của ông vẫn giữ nét mặt bình tĩnh, coi như chuyện đó không có vấn đề gì, giọng rất từ tốn:

- Ba nói xong chưa, để con nói...

Nghe vậy, ông nhổ ngay một bãi nước bọt xuống sàn biệt thự, nhìn con dâu với ánh mắt khinh bỉ:

- Đến lúc này cô không phải con của tôi, chấm dứt ngay việc cô gọi tôi là "ba". Tôi không có đứa con nào khốn nạn như cô!

Con dâu ông cười, vẫn nói nhẹ nhàng:

- Đó là yêu cầu của ông nhé, tôi đồng ý. Bây giờ ông nghe tôi nói đây. Tôi yêu cầu ông không được gọi tôi là đồ "lừa đảo". Ông mới gọi là đồ "lừa đảo". Trong gia đình, ông lừa con trai, lừa vợ của ông để chiếm đoạt tôi. Ngoài xã hội ông tỏ vẻ liêm chính, đạo đức, chứ thực ra chỉ là một "đực rựa" máu gái, lấy tiền nhà nước đi nước ngoài cung phụng tôi...

Không cho cô ả nói tiếp, ông sấn xổ đến, nói như muốn vỡ lồng ngực:

- Im mồm, con đĩ! Mày muốn tao tát vào mặt của mày không?

Cô ả không tỏ ra sợ hãi, nhìn ông, lắc đầu:

- Ông không đánh được tôi đâu, ông đánh tôi "một", có người đập lại ông "mười", ngay bây giờ! Khôn ngoan, đừng làm gì cả, ông hãy bình tĩnh nghe tôi nói... Ông đồng ý chứ !

Ông im lặng, nén tức giận, nhìn cô ả, thở hổn hển. Cô ả nói tiếp:

- Đúng, thằng bé đó không phải con của ông, cũng không phải con của con trai ông mà là con của người yêu tôi...

Ông chỉ ngay ra cửa:

- Vậy mày phải cút ngay ra khỏi ngôi biệt thự này!

- Không dễ dàng như thế - Cô ả vẫn giữ nguyên giọng, nói rõ từng từ cho ông nghe - Trước hết, ngôi biệt thự này ông phải sang tên cho tôi, trước khi tôi làm đơn ly dị với con trai ông. Sau nữa, ông phải đưa cho tôi mười tỷ, đó là số tiền mà tôi đã vì ông hy sinh đời con gái, cung phụng ông suốt gần hai năm qua...

- Tao không đưa, còn lâu nhé! - Ông cười có vẻ khinh bỉ.

- Ông không đưa, không được. Những tấm ảnh chụp ông với tôi truy hoan, tôi còn giữ, ông có cần xem lại không ? Ngoài ra còn có những cuốn phim tôi bí mật quay những buổi truy hoan đó, ông không biết. Những cuốn phim, băng vedio lộ ra, tố cáo cho toàn xã hội, toàn dư luận biết chuyện ông "đi lại" với con dâu thì uy tín của ông sẽ tụt xuống đâu, chắc ông hiểu hơn tôi. Đó là chưa kể chuyện vào "thường vụ" mà ông chắc sẽ có sau đại hội này, không lẽ ông không tính đến - Cô ả nói trơn tuột, như đã chuẩn bị câu nói này cả năm nay, giờ mới phát - Tôi rất mong ông tỉnh táo, bình tĩnh nghe theo lời của tôi. Ông không chấp nhận hoặc có hành động trả thù tôi thì ông sẽ bị thiệt hại rất nhiều... - Rồi cô ả đổi giọng, đến gần ông nói có vẻ thương cảm - Thôi ba ạ, ba đừng làm khổ ba, ba cứ nghe và theo đúng như con yêu cầu, con sẽ giữ uy tín cho ba. Ba có uy tín với tổ chức, với xã hội, trong đại hội sắp tới, trúng cử vào thường vụ. Với chức vụ ấy, ba có thể xây mười cái biệt thự như thế này, mười tỷ chỉ là cái "đinh". Còn con, sau khi nhận giấy tờ sang tên biệt thự này cùng mười tỷ, con sẽ đưa hết cho ba những tấm ảnh, cuốn phim, băng vedio có ba và con, con không giữ lại một tấm hình, tấm phim nào. Con thề trong danh dự! Sau khi ly hôn với chồng của con, con sẽ bế đứa bé đi. Ba yên tâm, không để lại một tý dấu vết. Con cho ba một ngày để suy nghĩ, quyết định. - Ả gọi với vào trong - Anh ơi, ra đi !

Từ trong ngách một căn phòng của biệt thư, cửa mở.

Một thằng đàn ông trông dáng vẻ cao to, lực lưỡng, trắng trẻo, tóc hơi xoăn đi ra. Cô ả vội đến khoác vai thằng đàn ông đó, rồi nói với ông:

- Đây mới là bố của thằng bé. Còn ba, tự nhìn xem, nước da của ba thế kia, dáng không đẹp, lúc chơi, chưa kịp... đã "tung tóe", làm sao là bố của thằng bé! Đấy, con cho ba một ngày suy nghĩ rồi trả lời, con với anh ấy đi đây!

Ả với thằng bồ đi qua còn vỗ vai ông một cái như nhắc nhở...

Gục xuống, chết lặng, bây giờ ông mới thấm thía lời dặn của bố vợ.

Mồ hôi trên mặt ông đổ ra đầm đìa...

11/2017

TRẦN KỲ TRUNG

SAI LẦM CHẾT NGƯỜI

Đón được nhà thơ Lớn về nhà tá túc, nó hãnh diện, phấn khởi lắm. Dễ gì có một nhà thơ Lớn cấp trung ương, có thơ in trong sách giáo khoa, lại hiện diện trong nhà một nhà thơ bình dân như nó.

Chẳng là...

Nhà thơ Lớn có cuộc đi bộ dọc đất nước, đi đến đâu nhà thơ Lớn đọc thơ đến đấy. Lúc ở hội trường, lúc trong trường học, lúc ngoài công viên... giọng đọc hùng hồn, lôi cuốn, dáng của nhà thơ Lớn trông rất bặm bụi, vô sản, nét mặt phớt đời làm cho người nghe, trong đó có nó, háo hức, cảm phục. Thấy nhà thơ Lớn ở trong một khách sạn trông không được sang trọng cho lắm, tỏ lòng ngưỡng mộ, nó mời nhà thơ Lớn về nhà tá túc trong thời gian ở lại đây.

Nhà thơ Lớn nhận lời.

Nhà thơ Lớn ở nhà nó, nói: "Anh chỉ ở nhà em dăm ba bữa" nhưng, có vẻ nhà thơ Lớn ham ở lại, chưa biết lúc nào đi!!! Cũng vì thế mà mọi chuyện ở nhà nó đang yên lành bỗng thay đổi. Đầu tiên là nó, nó được nhà thơ Lớn bá vai, bá cổ, như thân thiết từ rất lâu. Đọc có hai bài thơ của nó được in trong "Sổ tay thông tin Phường" nhà thơ Lớn đã khen: "Chỉ cần hai bài thơ này thôi, anh thấy trong em có nhân tố của một nhà thơ đích thực". Quá sướng, dễ gì được một nhà thơ Lớn khen, vì thế, bỏ hết mọi công việc nhà, nhà thơ Lớn cần gì, lập tức nó giúp. Vợ của nó thấy vậy, hết "nhăn" lại" nhó": "Anh cứ đi với ông ấy suốt cả ngày thế này, ai ở nhà đi lấy giò để em bán bún?". Không để ý lời vợ nhăn nhó, nó cứ lấy xe máy chở nhà thơ Lớn thăm thú những nơi nhà thơ Lớn thích, thậm chí bỏ hẳn chuyện chở con đến trường mỗi sáng, cũng vì thế mà sém chút là thằng bé bị xe tông!

Cả ngày, hết đi thăm thú, ăn nhậu với bạn bè, người hâm mộ, nhà thơ Lớn về nhà nó, trừ những lúc ăn, ngủ, vệ sinh... hai người lại đàm đạo thơ rất rôm rả. Nó định bình một bài thơ của nhà thơ Lớn, lập túc nhà thơ Lớn khoác tay:

- Thơ của anh là chân lý, là tuyệt đối, là đỉnh cao của ngôn từ, của tư tưởng, em miễn bình. Chỉ có anh mới có quyền phê bình thơ của anh. Để anh bình thơ em...

Nhà thơ Lớn khen thơ nó sáng tác hết lời, bài nào cũng khen, kể cả những bài nó viết trong lúc đơi lấy giò heo cho vợ bán bún làm cho nó "chuyển trạng thái thần kinh": "Mình đúng là nhà thơ thật rồi!". Lập tức, dáng đi cũng khác, nhìn đời cũng khác, cách ăn nói của nó cũng khác. Thằng con trai nhìn thế, phải nói với vợ của nó:" Bố dạo này làm sao ấy mẹ ạ! Nhiều lúc trông như ông tâm thần.".

Cũng vì lời khen của nhà thơ Lớn về thơ mà nó là "tác giả", nó phục vụ nhà thơ Lớn vô điều kiện đến độ... tiền trong nhà" đội nón ra đi không một lời giã biệt"...

Vợ điên lắm, nói với nó: "Anh cứ nuôi ông ấy thế này, cả nhà chết mất. Tôi đuổi ông ấy đấy!". Nghe vợ nói vậy, nó gắt lên: "Cô nói vậy là xúc phạm ông ấy, xúc phạm cả tôi. Đồ vô văn hóa!".

Nhưng...

Cuối cùng "Vô văn hóa!" lại là ông nhà thơ Lớn.

Vợ của nó tắm, không có nó ở nhà, nhà thơ Lớn lén nhìn trộm. Thằng con trai bắt được la toán lên: "Ối giời ơi! Ông nhà thơ già đi nhìn trộm đàn bà tắm kìa.".

Ở lại xấu hổ, tự nhà thơ Lớn phải rời nhà nó. Rồi nó lại nghe nhà thơ Lớn "mamg tiếng đi bộ dọc đất nước" nhưng toàn đi xe ô tô, chỉ đến gần nơi cần đến là ông ấy xuống đi bộ, còn nợ tiền nhiều nơi. Biết vậy, nó ngẫm nghĩ:

- Bố khỉ! Lão ấy là nhà thơ Lớn mà sao đểu thế nhỉ! Cũng chỉ lừa mình một lần. Lần sau... chẳng dại!

Cũng từ đấy không thấy nó làm thơ nữa.

Hội An 12/2019

TỰ ĐỘNG HỌC

Nếu nói về đường học vấn, hồi học phổ thông, nó đều đứng đầu lớp. Ghê gớm hơn, không bao giờ học lý thuyết suông mà nó thích lý thuyết đó, nhất là môn vật lý, phải áp dụng vào thực tế. Lúc ấy, nó đã nghĩ chuyện gieo giống tự động, hay đưa nước lên cao khỏi phải dùng phương pháp thủ công, hoặc như phun thuốc trừ sâu điều khiển từ xa...Có cái thành công, có cái không thành công, nhưng không thể phủ nhận, nó là thằng thông minh. Nên thế, mọi người không gọi tên thật, mà gọi nó là thằng "Phát Minh".

Du học nước ngoài học nghề "Tự động học", đỗ loại xuất sắc, về nước, không hiểu nó "đi" cửa nào mà trở thành trợ lý cho một sếp rất to. Phát huy ngành mình đã học, "Phát Minh" biến phòng tiếp khách của sếp tự động hóa hoàn toàn. Từ việc đón khách, mời nước, sắp xếp bàn ghế, tủ... Khách đến gặp sếp của nó, đi từ ngạc nhiên này đến ngạc nhiên khác, khen hết lời. Đó là chưa kể, phòng làm việc của sếp, "Phát Minh" thiết kế lại, cũng hoàn toàn tự động. Lúc có khách, đó là nơi sang trọng, nghiêm cẩn. Lúc sếp cần việc "riêng" lập tức phòng làm việc thành nơi "tâm sự" riêng tư, người đứng ngoài không thể biết...

Một việc gần đây, tôi đã nghe, tưởng là khó như "đội đá vá trời" vì yêu cầu quá cao. Thế mà nó cũng làm được, nghe đâu được sếp khen.

Tôi là bạn thân của "Phát Minh" nên thơm lây, nhất là sếp hứa, mọi việc xong xuôi, sẽ được thưởng cho nó một chuyến du lịch nước ngoài thật hoành tráng. Nó dự định rủ tôi đi cùng. Tôi háo hức chờ đợi.

Nhưng rồi, đợi mãi, thời gian cứ trôi qua, không thấy "Phát Minh" nhắc chuyện đó, tôi phải gặp hỏi cho ra ngọn nguồn.

Lần lữa mãi, "Phát Minh" mới chịu gặp tôi. Gặp nhau ở một chỗ kín đáo, nó thổ lộ:

- Cũng chết vì cái ngành "tự động học" của tôi. Khổ quá ông ạ!

- Sao ông lại nói thế?

- Ông là bạn thân, chuyện này tôi kể ông nghe, "sống để dạ, chết mang theo". Đừng kể cho người khác biết!

- Tôi hứa!

"Phát Minh" nhìn quanh, đảo mắt một lần nữa như xem có ai nghe lóm không? Thấy an toàn, nó uống một hớp nước, rồi kể:

- Ông biết sơ chuyện đó rồi, bây giờ tôi kể chi tiết cho ông nghe. Sếp đi hội đàm nước ngoài, ở một phòng khách dành cho khách VIP trong một khách san sang trọng. Trong phòng khách ấy, văn minh hiện đại nhất là phòng "toa lét". Phòng "toa lét" thiết kế hoàn toàn tự động. Đi "xia" xong, bấm nút, một cánh tay như tay người "tự động" thò ra, lau chùi, xịt nước. Xong mọi việc, bấm nút, cánh tay đó thụt vào...

- Ghê hỉ! - Tôi thán phục - Hèn chi đứng gần mấy bố "to" người nước ngoài, "ngửi" cứ thấy thơm phức...

"Phát Minh" gần như không để ý lời của tôi nói, nó nói tiếp:

- Sau khi về lại Việt Nam, sếp yêu cầu tôi phải thiết kế và làm bằng được một cái "toa lét" đúng như thế để ông ấy tiếp khách, vì hai tháng sau khách sẽ sang lại, đáp lễ.

- Đúng ngành nghề ông học rồi còn gì nữa. Ông thiết kế cái đó dễ òm! - Tôi đế vào.

- Ông nói đúng - " Phát Minh" thừa nhận - Nhưng quan trọng là thời gian. Sếp yêu cầu tôi vừa thiết kế, vừa xây dựng phải hoàn thành trong vòng một tháng. Thời gian gấp như thế, đến cụ nội tôi sống dậy cũng chịu, chứ đừng nói là tôi...

- Nhưng... theo tôi biết, nếu ông làm được, Sếp khen, dự định thưởng cho một chuyến du lịch nước ngoài...

- Đó, đó! Cái đó mới nên chuyện. Tôi nói thẳng với Sếp là việc này cần thời gian, một tháng là khó, em chưa thể làm được. Sếp cáu, cậu là thằng tôi tin tưởng, giỏi tay nghề, một việc nhỏ như thế mà không làm được là sao? Tôi suy nghĩ mụ cả đầu, với thời gian như thế là không thể. Sếp càng điên, quát nhặng lên, không có "toa lét" hiện đại trong phòng khách là tôi nhục, nhục cả quốc thể! - "Phát Minh" kể đến đó, không nói nữa, im lặng một cách khó hiểu.

- Rồi sau đó thế nào? - Tôi giục nó kể tiếp.

"Phát Minh" vẫn im lặng, tôi càng tò mò:

- Ông kể tiếp đi! Tôi đang "hóng" đây!

"Phát Minh" hít một hơi như lấy đà, ngẩn lên, nhìn tôi:

- Cuối cùng, tôi không thể nghĩ ra sáng kiến làm được một cái toa lét có cánh tay tự động "dọn dẹp" như bên tây, thế mà sếp lại nghĩ ra , ông thấy có "sợ" không?

Nghe "Phát minh" nói như vậy, tôi hết sức ngạc nhiên:

-Tôi biết sếp của ông chỉ có bằng tiến sỹ, giáo sư bộ môn: "Xây dựng liên minh công nông" không có dính líu một "miligam"nào về khoa học kỹ thuật mà lại có phát minh "ghê gớm" như thế?

-Thế mới phục, phục không để đâu cho hết, cái bằng "tự động học" tôi đỗ xuất sắc, kiếm được ở nước ngoài, trong trường hợp này là vứt đi, coi như tôi chỉ là học trò của sếp - Rồi "Phát Minh" kể cho tôi nghe thật chi tiết - Sếp chỉ cho tôi cách xây dựng "toa lét" đó. Yêu cầu tôi thực hiện ngay... Nghe sếp nói xong, tôi thấy có lý quá, không lẽ lúc ấy mình chắp tay lạy sếp ba vái y như "Tôn Ngộ Không" lạy "Đường Tăng", không ngờ sếp thông minh vượt chuẩn đến như vậy! Chỉ có điều , sếp yêu cầu - Đến đây, giọng

"Phát Minh" buồn hẳn lại - Sếp bắt tôi viết một bản thiết kế chi tiết kèm hợp đồng đứng tên tôi khi xây dựng toa lét này . Ông biết vì sao sếp nói tôi làm việc này không? - Tôi lắc đầu, "Phát Minh" cười ruồi, nói cho tôi hiểu - Có thế mà ông cũng không nghĩ ra, vì có bản thiết kế, kèm hợp đồng thì mới có tiền chứ ! Mà tiền đó có phải một mình tôi hưởng đâu? Tôi nói thế ông nghĩ ra chưa? Nhưng thực ra sếp bắt tôi vẽ bản thiết kế ký tên kèm hợp đồng, ngoài việc ông ấy có tiền mà không ai biết, còn có một việc khác. Chuyện đó tôi sẽ kể cho ông nghe sau...

Thế là chuyện của "Phát Minh" kể cho tôi nghe, hoá ra có nhiều điều hay. Hay nhất, là sếp của "Phát Minh" dù có bận "trăn công, nghìn việc" vẫn có thể nghĩ ra được một "toa lét" tự động học y như bên Tây, nơi có nền khoa học tiên tiến. Rõ ràng, ai nói, Việt Nam toàn bằng Tiến sỹ, Giáo sư "đểu" thì qua chuyện này, phải suy nghĩ lại.

"Phát Minh" thấy tôi nhìn có vẻ háo hức, bình tĩnh kể tiếp câu chuyện:

-Khi bản thiết kế được sếp "duyệt", hợp đồng đã có, tôi tiến hành thực hiện xây dựng ngay. Thời gian làm nhanh kinh khủng, chỉ trong vòng mười lăm ngày. Ông ngạc nhiên không ? Sếp đến kiển tra lần cuối cùng, xoa tay, rất hoan hỷ, còn khen tôi: "Cậu rất khá! Rất khá! Làm đúng theo yêu cầu của tôi". Tôi cũng mừng, mừng cực lớn và yên tâm, việc đón khách, nếu khách có yêu cầu vào "toa lét" này, thì mọi việc sẽ hoàn hảo. Khách sẽ phục trí tuệ của người Việt Nam vô cùng. Người Việt Nam cũng thông minh, khéo léo không thua gì các nhà khoa học bên nước họ. Hôm đoàn khách đến, ông trưởng đoàn, một VIP lớn dẫn theo một phu nhân. Bà ấy rất đẹp, dáng cao, da trắng ngần, mặc áo hở cổ, lộ cả ngực. Hội đàm xong, sếp tôi mời đoàn khách dự tiệc khoản đãi. Sau bữa tiệc, phu nhân của ông trưởng đoàn có yêu cầu đi "toa lét". Thấy phu nhân của ông trưởng đoàn khách nước ngoài bước vào "toa lét", tôi đã tưởng tượng ra ánh mắt bà ấy sẽ ngạc nhiên, thán phục khi thấy toa lét bên Việt Nam đẹp, hiện đại, văn minh không khác gì "toa lét" bên nước của bà, nhất là hai cánh tay "tự động" luôn ở tư thế "sẵn sàng". Có ai ngờ!

Nói đến đấy, tự nhiên "Phát Minh" ôm mặt khóc tu... tu... khiến cho tôi hốt hoảng:

- Chuyên đang hay, ông thiết kế toa lét đúng theo bản thiết kế của sếp mà sao lại khóc đau đớn thế?

"Phát minh" gạt nước mắt, kể trong giọng nghẹn ngào:

- Một lúc sau, cỡ độ mười lăm phút thì mọi người ở bên ngoài nghe thấy tiếng phu nhân của ông trưởng đoàn khách VIP la hét thất thanh trong phòng toa lét. Tiếng la hét ấy dịch ra tiếng Việt có nghĩa là: " Ối giời ơi! Mọi người vào cứu tôi... nhanh lên ...cứu tôi... có người đang sờ ..." Thế là mấy người vệ sỹ to lớn làm bảo vệ cho đoàn khách nước ngoài rút súng vội lao vào. Họ tóm sống, lôi từ phòng "toa lét" của Việt Nam ra một thằng thanh niên, mà hai tay của nó vẫn nắm một nhúm lông đen đen, vàng vàng... theo yêu cầu của mấy ông vệ sỹ người nước ngoài, giữ lại làm bằng chứng. Ông biết vì sao có chuyện đó không? - " Phát Minh " hỏi tôi, rồi không đợi tôi trả lời, "Phát Minh " giải thích - Tôi thực hiện đúng bản "thiết kế" mà sếp chỉ cho tôi. Việc này chỉ có tôi và sếp biết. Đằng sau chỗ ngồi "toa lét" hiện đại, có nút bấm, xây một phòng nhỏ, thật bí mật, đủ chỗ một người đứng. Khi khách đi vệ sinh xong, lúc bấm nút, thì cũng có một "cánh tay" thò ra, lau chùi xịt nước. Xong việc, khách bấm nút, "cánh tay" đó thu vào. Mà "cánh tay" ấy thì ông biết của ai rồi... Lúc này, như sếp nói, phải làm như thế đã, để chứng tỏ cho khách biết, nền "khoa học tiên tiến của Việt Nam" không thua bất cứ nước nào trên thế giới!!! Để bảo đảm an toàn, giữ uy tín cho Việt Nam, sếp đặt ra một yêu cầu ngặt nghèo, chọn một người có lý lịch thật trong trong sạch, đảng viên càng tốt, coi đây là nhiệm vụ chính trị đặc biệt, phải làm cho tròn, không được để bất cứ một sơ hở nhỏ nào. Tôi chọn một thằng thanh niên đúng theo yêu cầu đó. Nó viết bản cam đoan rồi giơ tay thề trước cờ đảng, cờ tổ quốc, "Quyết tâm hoàn thành thật tốt công việc mà đảng, nhân dân phân công - Xin thề !" làm tôi yên tâm. Nhưng cuối cùng, hóa ra, nó là thằng mất dạy! Sau đó thì... tôi bị sếp nghiêm khắc "phê bình" do mất cảnh giác để "một tên phản động của thế lực thù địch" lọt vào có hành động bôi xấu hình ảnh Việt Nam. Cũng vì thế, chi bộ khai trừ tôi ra khỏi đảng, cách mọi chức vụ. Tôi mất việc vì bản "thiết kế" toa lét đó đứng tên tôi...

Kể xong câu chuyện "Phát Minh" lại khóc tu...tu...

Hội An 3/2018

BÉ CÁI LẦM!

Dạo này sếp của tôi cảnh giác cao độ. Như một lần, nhân có chuyện tỉnh Y... một "đệ" là cấp dưới vác súng vào phòng làm việc của mấy "sếp" bắn chết mấy người gây rúng động, sếp nói với tôi: "Các thế lực phản động, thù địch, chống phá chế độ, chúng không từ bất cứ một thủ đoạn nào để làm cho xã hội ta mất ổn định mà một trong những thủ đoạn ghê tởm nhất là ám sát cán bộ lãnh đạo. Chúng ta phải hết sức cảnh giác.

Bây giờ từ chuyện ăn, uống, đến cả ngủ đêm... sếp đêù săm soi, tính toán rất kỹ, thay đổi chỗ liên tục. Phục vụ nhu cầu đi lại, bảo vệ, sếp chỉ tin mỗi một mình tôi. Đi đâu, bất kể thời gian, ngày đêm, sếp cũng bắt tôi đi theo. Đi công tác dài ngày, ngủ ở đâu sếp cũng bắt tôi ngủ ngay cạnh bên, luôn phải gài thắt lưng cây gậy điện gây tê, phòng bất trắc. Sếp uống cà phê, tôi cũng phải ngồi gần quan sát xung quanh, canh chừng. Thậm chí, sếp đi vệ sinh, tôi phải đứng ngoài, ngăn không cho ai đến gần. Điện thoại tuyệt đối tôi không được nghe, khi đó là số lạ...

Điều đó, làm cho tôi, thư ký kiêm lái xe bây giờ là kiêm luôn bảo vệ cho sếp, rất mệt.

Cũng vì thế mà mọi việc bình thường ở nhà của tôi cũng bị đảo lộn. Chẳng là, ngoài giờ làm việc, tôi thường lái xe chở hàng, hoặc gặp gỡ khách hàng, rồi thủ quỹ, thủ kho... đỡ đần cho vợ. Thế mà nay, chỉ vì tôi thực hiện yêu cầu của sếp mà vợ nhăn nhó:

- Anh cứ đi cả ngày, cả đêm thế này, không giúp mà một mình em làm thì làm sao cho hết việc. Tùy anh đấy!

Tôi ở thế "đi cũng khổ, mà ở cũng không xong" đành đăng một thông báo nhỏ trên báo tìm một người biết lái xe, thủ quỹ, quản lý... đến làm , khi tôi vắng nhà. Lương, tiền thưởng, ngày nghỉ, đóng bảo hiểm xã hội ... cho người ấy, tôi sẽ lo đầy đủ.

Nói thật với các bạn, nói "rút gan, rút ruột", lúc này tôi rất căm thù thằng " phản động, thế lực thù địch". Tôi mà bắt được nó, không xẻo chim, móc mắt, tôi làm con chó!

Vì nó mà tôi khổ...

Hôm ấy, tôi đang ngồi canh chừng cho sếp để sếp "nói chuyện" với một em chân dài, "thư ký" một đối tác "rất lớn" trong góc kín của một nhà hàng cà phê quen thuộc, sang trọng...

Đang như vây, sếp đứng dậy, bỏ em "thư ký" chân dài, đến chỗ tôi, mặt tái dại, chỉ cho tôi thấy qua lớp kính dày, một người trung niên, đầu đội mũ cối, ăn vận bình thường, đeo kính đen, ngồi trên chiếc xe hon đa đứng bên kia đường, đang ngó nghiêng sang bên này. Giọng của sếp không còn bình tĩnh nữa:

- Anh có nhìn thấy thằng kia không? Tôi để ý, tại sao nó chọn chỗ ấy để đứng? Tại sao nó đứng lâu thế mà không di chuyển? Nó không hỏi ai, mà cứ nhìn chăm chú vào đây như đang theo dõi tôi. Chỉ có "thế lực thù địch, phản động" mới có hành động khuất tất như vậy, không loại trừ chúng định ám sát tôi... - Sếp bàn với tôi trong hơi thở hổn hển sợ hãi - Thế này nhé ! Anh ra gặp ngay thằng đó, bằng mọi cách giữ nó lại, còn tôi bí mật rời khỏi chỗ này, trước mắt an toàn cái đã. Sau đó tôi sẽ gọi điện cho công an đến tóm sống nó. Gặp nó, anh phải tạo mọi lý do để giữ nó càng lâu, càng tốt...

Tôi gật đầu, thực hiện ngay lời của sếp. Tôi nhìn sếp đang nắm tay cô thư ký "chân dài" cúi thấp người, len lén nhón chân cứ như bước đi của mấy thằng ăn trộm, hai người vội ra cửa sau của nhà hàng cà phê sang trọng mà trong bụng thầm cảm phục: "Sếp tinh thật! Mình cũng nhìn ra ngoài mà lại không để ý!".

Thấy tôi đi đến, nét mặt sát khí đằng đằng, một bên tay thủ thế cây gậy điện gây tê, người đàn ông trung niên ây không một chút hoảng sợ hay dao động. Anh ta tháo vội cặp kính đen ra, để lộ một con mắt bị hỏng, nét mặt tỏ vẻ mừng rỡ, giơ một tay lên định bắt tay tôi:

- Ôi may quá! Không biết làm cách nào để gặp anh vì biết anh bận. Nay anh lại ra đây...

Tôi không bắt tay với anh ta, nói sẵn giọng:

- Anh gặp tôi có việc gì?

Giọng anh ta xoắn xít:

- Chẳng là thế này, tôi có thằng con vừa tốt nghiệp trung cấp tài chính, biết lái xe, có sức khỏe, đang thất nghiệp. Tôi là thương binh, chạy xe ôm, thân cô, thế cô, kinh tế quá nghèo, không có tiền, không thể xin việc cho cháu ở đâu. Thấy anh đăng trên báo, thông báo tuyển người làm, tôi có đến nhà gặp vợ anh, vợ anh cho số điện thoai của anh và nói nên gặp trực tiếp anh mà trình bày, chứ vợ anh không quyết được. Tôi điện thoại cho anh mấy lần mà không thấy bắt máy, gặp anh cũng khó quá! Hôm nay tình cờ phát hiện anh với sếp vào nhà hàng này, tôi quyết đợi anh. Thật mừng, anh ra đây, mong anh giúp tôi, nhận cháu...

Thế mà cứ tưởng...

Tôi thở ra nhè nhẹ mà lại buồn cười.

Nhưng không dám cười to!

Hội An 3/2015

BÓI RĂNG

Theo như lời mẹ của ông kể, lúc sinh ông, đúng lúc tiết trời sớm, ánh bình minh rạng nhanh một góc trời, mấy cây đại trước cổng trổ hoa trắng muốt, hương toả nhẹ dập dìu, tinh khiết. Giờ "đẹp", ngày "đẹp", tháng "đẹp", đã vậy, ông là đích tôn, trưởng tộc của dòng họ "Lưu"...

Cả dòng họ đều mừng về "sự kiện" trong đại này.

Kể thế để biết giờ sinh, tháng đẻ của ông là thuận lợi, nhưng khốn nạn, sức khỏe của ông ở cái tuổi này dù có "đắp" sâm, "tống" yến mà... nhiều lúc "muốn cũng chẳng được" nhất là "chuyện ấy". Còn đường quan trường, tưởng là "bố tướng" nhất thiên hạ, giờ lại dính bao nhiêu "phốt"...

Đầu tiên là chuyện ngôi biệt thự và chiếc xe ô tô loại sang do một doanh nghiệp biếu cho ông. Báo chí, rồi dư luận "khui" ra thằng doanh nghiệp này thuộc loại "lưu manh", một "thế lực ngầm" lũng đoạn từ kinh tế đến xã hội, ông ưu ái nó, nó lợi dụng ông. Chưa xong chuyện đó lại đến chuyện xã hội, các trang "mạng" đồn ông có "bồ". Không biết bọn báo chí, chúng nó moi ở đâu nhiều tư liệu kèm theo ảnh, cho thiên hạ biết "bồ" của ông, ban đầu chỉ là đứa làm hợp đồng, bằng cấp không có, được ông nâng đỡ cho đi học tại chức, kết nạp đảng, bây giờ chuẩn bị lên chức trưởng phòng ngoại vụ của một Sở quan trọng mà không cân thi tuyển công chức!!! Đểu giả hơn nữa, có thằng nhà báo đến gặp ông muốn tống tiền: "Chúng tôi còn nhiều ảnh với tư liệu nữa, chắc chắn nếu đưa ra công khai, ông sẽ không còn ở chức vụ này. Việc này tuỳ ông định liệu!". Thằng nhà báo cho ông xem một trong những bức ảnh, nó có. Trong bức ảnh đó chụp ông với con bồ đang hú hí ở nước ngoài, nhân một chuyến ông đi "công tác", ông cười hết cỡ, phô cả hàm răng trắng nhởn, ôm con bồ mặc "bikini" phơi hết da thịt, đùi ... Đó là chưa kể chuyện gia đình, vợ ông cậy thế chồng, bắt các doanh nghiệp cung phụng lúc nghỉ khách sạn sang nọ, lúc đi nước ngoài kia... Bây giờ "hợp đồng" đổ vỡ, chúng vào hùa tố cáo. Còn mấy đứa con, hết dốt, ngu về đường học hành, lại phá về đường tiền bạc, hút sách...

Ông quá lo về vận hạn, , chạy đủ "cửa", bất cứ chùa chiềng nào có tiếng, ông đều đến bái lạy, cúng, dâng, bao nhiêu là tiền mà hình như vẫn chưa thoát "hạn".

Vợ của ông cũng lo.

Rồi một hôm bà chạy vội về nhà, nói với ông:

- Em gặp được một thầy tướng nổi tiếng, anh nên đến gặp ngay để thầy giải hạn cho. Thầy nói với em về anh, thấy cái gì cũng đúng - Vợ ông giục - Anh đi ngay đi!

- Thầy nổi tiếng lắm à! - Ông hỏi

- Rất nổi tiếng, chỉ cần nhìn nhân tướng, thầy biết cả hậu vận, tiền vận. Rồi bày cách giải - Vợ lại giục.

...Nghe vây, ông và vợ đến gặp thầy tướng.

Sau khi tiếp lễ, biết được yêu cầu, ông thầy tướng có dáng người gầy, mắt sâu, nói với vợ của ông:

- Chị ngồi đây đợi anh ấy.,Còn anh đi với tôi vào trong kia...

- Để làm gì ạ! - Ông hơi ngạc nhiên, tưởng sẽ đứng trước điện thờ thầy phán, ai ngờ ông thầy tướng lại chỉ vào phòng kín bên hông điện thờ...

- Có những chuyện chỉ có tôi với anh biết... - Rồi không đợi ông có đồng ý hay không? Thầy tướng đi vào, ông lập tức theo sau như thể có ai đang đẩy đằng sau lưng.

Vào phòng, ông thầy tướng yêu cầu ông phải cởi hết quần áo, kể cả quần đùi, xi líp... coi như "trần như nhộng" từ trên xuống dưới . Nghe thầy tướng yêu cầu như vậy, ông có vẻ lúng túng, ngượng ngùng. Thầy tướng nhìn cười, phán ngay:

- Tôi xin ông, chỉ có tôi với ông việc gì mà ngại. Chẳng bao lần vào phòng khách sạn, ông một mực yêu cầu con bồ cởi truồng cùng ông khi đi tắm còn gì! Quen rồi có gì mà lúng túng.

Ông giật mình, Sao "lão" thấy tướng nói đúng thế, ông vội lập cập cởi hết quần áo. Nhìn thân thể của ông, ông thầy tướng lắc đầu:

- Cái tướng của ông, hồi trẻ đường học hành không hanh thông, thậm chí dốt, vai thấp lại hơi gù, không phải người giỏi nịnh bợ thì cũng quen luồn cúi...Xấu quá!

Nghe thầy phán như vậy, ông toát mồ hôi, ông ấy nói như "thần". Ông vội hỏi:

- Cái dáng như thế này, thì "chữa" như thế nào để đứng thẳng, trông cho nó "đẹp",người ta nhìn được. Thưa thầy!

Ông thầy tướng nhìn ông một hồi, lắc đầu:

- Ông luồn cúi quen rồi, thì làm sao mà đòi đứng thẳng được. Khó lắm! Thôi, để tôi xem nốt ruồi ...

Ông thầy tướng bắt ông xoay lưng để xem nốt ruồi. Ông thầy tướng tìm từng nốt ruồi trên lưng ông, rờ rẫm, xem chăm chú, rồi thở dài thườn thượt:

- Nốt ruồi ở lưng xếp theo chữ "tử" như thế này thì cũng biết tâm tính của ông!

- Tâm tính của tôi làm sao, thưa thầy!

- Tâm tính lúc nào cũng có trạng thái nghi ngờ, không bao giờ thành thật, ông bị nhiều người ghét. Đã vậy, ông chỉ thích "nịnh", không thích chê. Lẽ thế, vây quanh ông toàn những kẻ đểu giả, dốt nát có tài "nịnh" kiếm lợi cho chúng nó, làm hại ông, mà ông không biết. Chính chúng đẩy ông vào chỗ chết.

Nghe vậy, ông hoảng sợ thực sự:

- Thầy cố giải cho tôi xem thế nào? Giả như... tẩy mấy nốt ruồi đó đi.

- Nốt ruồi của ông đã thành "chai" trên lưng, tẩy thế nào được. Tẩy được thì phải tẩy từ lúc ông còn trẻ, chứ bây giờ quá muộn.Tôi thấy ông từ dáng cho đến nốt ruồi, cái gì cũng xấu - ông thầy tướng nói có vẻ chán nản - Không lẽ ...không có cái gì sửa được sao? - Ông thầy tướng bắt ông xoay người lại - Ông há miệng ra cho tôi xem hai hàm răng của ông?

- Xem răng cũng biết hậu vận, tiền vận sao thầy ?

- Bói răng rất chính xác. Răng biểu hiện của việc ăn uống, nét đẹp, văn minh - Ông thầy bói giảng giải - Răng xô lệch, biểu hiện ăn tạp, vô độ. Răng có màu vàng biểu hiện sự tham lam. Còn răng cái lên, cái xuống, biểu hiện sự bất minh, không thành thật... Nào, ông há miệng ra cho tôi xem.

Nghe vậy, đứng lùi một quãng, ông há miệng cho ông thầy tướng xem. Ông thấy tướng xem hai hàm răng của ông, ngạc nhiên:

- May cho ông, hai hàm răng trắng, đều kéo lại được thế đứng, "giải" được các điểm xấu của nốt ruồi. Nghĩa là trong ông vẫn có điều tốt cứu vãn được tình thế. Chỉ trong tháng sau ông có "lộc", mấy "hạn" lớn sẽ giải hết, chứ giả như hàm răng của ông xô lệch, vàng xỉn, cái lên, cái xuống thì... tâm tính ông, thế của ông không ai cứu được. - Giong nói của ông thầy tướng có vẻ hoan hỷ.

Thầy tướng phán như vậy, tưởng ông sẽ vui, ai ngờ ông lại càng lo hơn, càng sợ hơn.

Hai hàm răng của ông đúng như thế, tâm tính của ông cũng đúng như thế. Thầy tướng phán không sai đến nửa câu.

Chỉ có điều. hai hàm răng "trắng, đều" mà thầy tướng đang xem tưởng giải được hạn lại là hai hàm răng giả, ông mới làm lại cách đây không lâu, tốn một đống tiền, trong một lần chuẩn bị "du hý" với con bồ ở nước ngoài, vì sợ nó chê ông xấu.

Mà đã là răng giả thì làm sao mà giải được hạn!

BỨC TƯỢNG CỔ

Đi vào giữa thập điện, Thầy Tít sững người khi thấy bức tượng "Linh Khai" biến mất, chỉ còn cái bệ thờ. Bức tượng "Linh Khai", như Sư thầy nói: "...Thờ vị khai quốc công thần của vùng này, có từ mấy trăm năm về trước. Bức tượng này rất thiêng...". Bức tượng "Linh Khai" đặt uy nghi giữa điện thờ, to hơn cả tượng "Thiên Lôi", giờ đây không có cánh mà bay! Giời ạ, bọn lấy cắp đồ cổ, chúng nó chẳng từ một thứ gì. Thầy Tít nghĩ thế, rất đau khổ lấy hai tay ôm lấy đầu.

Mất bức tượng "Linh Khai" mất đi cái cảnh Sư Thầy đêm đêm ngồi thành kính dưới chân bức tượng gõ mõ, tụng kinh K ma K le K mo K ho... Rồi mất luôn cả cảnh cứ ngày rằm, mùng một thiện nam, tín nữ khắp trong vùng kéo về đây dâng hương, khấn vái, cầu lộc. Lộc ấy, chùa ăn cả tháng không hết!

Cảnh đó sẽ không còn, đau đớn quá !

Thực ra việc bị mất tượng cũng do thầy Tít chủ quan. Chẳng là thế này. Khoảng gần mười giờ tối qua, Sư Thầy tự nhiên lại đến gần buồng của thầy Tít gọi nho nhỏ, như thăm dò: "Thầy Tít ngủ chưa nhẩy?". Lúc đó thầy Tít vẫn chưa ngủ, nhưng cũng chẳng dại thưa, " Bố ấy gọi lúc này lại bắt mình đấm lưng thì chết!". Nghĩ thế, thầy Tít giả vờ ngủ say, không thưa lại. Sư Thầy gọi thêm đôi ba câu nữa, thầy Tít vẫn nhắm mắt, nằm bất động. Nghĩ rằng thầy Tít đã ngủ rất say, thử lại một lần nữa, Sư Thầy giẫm chân đành đạch, phát ra những tiếng thật to, thầy Tít vẫn nằm im, không cục cựa. Sư Thầy yên tâm, len lén đi ra cổng. Chỉ chờ có thế, thầy Tít nhón nhén đi theo xem Sư Thầy đi đâu? Có ai ngờ, Sư Thầy mò vào nhà của mụ Cả Thẹo, con mụ chết chồng, dâm có tiếng trong làng. Từ đó phát ra những tiếng thở hổn hển, tiếng cười cấu véo nhau... Yên tâm rồi, cứ thế này Sư Thầy phải đến sáng mới về. Lấy được ít tiền trong hòm " công đức", thầy Tít vội đến nhà Hai Vâu đánh tổ tôm ăn tiền, cũng gần sáng mới về...

Mất tượng Linh Khai, cả một việc hệ trọng không thể tưởng tượng nổi đến hậu quả xấu của việc này. Thầy Tít vội chạy ra gian ngoài của chùa xem thầy Đọn gác sách thế nào mà để trộm vào rinh cả một bức tượng lớn như thế, mà cả chùa không ai biết? Than ôi ! Thầy Đọn cũng chẳng hơn gì thầy Tít. Giữa tấm phản bằng gỗ mít đặt ở gian ngoài của chùa, thầy Đọn dạng hai chân, phơi cả...vẫn còn nằm ngủ, ngáy như sấm, nước giãi chảy thành vệt ở mép mồm, trông bẩn không thể tưởng. Chẳng riêng thầy Tít biết việc Sư Thầy đến nhà mụ Cả Thẹo, thầy Đọn cũng biết, cũng nghĩ y như thầy Tít. Nhưng khác thầy Tít, thầy Đọn trốn chùa, len lén sang làng bên, đánh một bữa thịt chó thật no say rồi mới về lại chùa... ngủ ngáy như "kéo gỗ". Thấy thầy Đọn ngủ như vậy, thầy Tít tức mình, thu hết sức bình sinh, kéo mạnh chân thầy Đọn, gào ầm lên:

- Dậy! Dậy đi thầy Đọn ơi! Mất mẹ tượng thần Linh Khai rồi...dậy đi...

Thầy Đọn ngồi dậy, lấy hai tay dụi mắt:

- Cái gì! Thầy bảo mất cái gì?

- Mất bức tượng cổ Linh Khai rồi!

Chỉ nghe có mấy câu nói đó thôi mà thầy Đọn tỉnh hẳn ngủ. Thầy Đọn nhìn quanh quất, nét mặt kinh hãi như không tin vào điều thầy Tít nói:

- Thầy bảo mất bức tượng thần Linh Khai?

- Mất mẹ nó rồi - Thầy Tít nói mếu máo - Ai bảo tối qua thầy đi ăn thịt chó, nốc cho lắm rượu vào làm gì, nó mới nên cơ sự này...

- Thầy cũng chẳng hơn gì tôi - Thầy Đọn cự nự lại - Thế tối qua thầy không đi đánh tổ tôm cho tới sáng, cứ ngồi canh chùa thì chắc gì bức tượng đã mất - Nói xong, thầy Đọn lấy tay chùi nước miếng dính mép, buộc lại giải rút quần, nói với thầy Tít - Thôi, tôi với thầy đừng có trách cứ nhau nữa. chuyện này lọt ra ngoài chẳng hay ho gì. Sư Thầy về bây giờ chết cả đám. Thế thầy phát hiện tượng Linh Khai bị mất từ bao giờ?

- Vừa xong, tôi vào điện thờ không thấy bức tượng đâu nữa .

Thầy Đọn nghe vậy, nét mặt có vẻ trầm ngâm:

- Bức tượng to như thế, nặng như thế làm sao bọn trộm lại khiêng được nhỉ? - Thầy đi đi, lại lại trán nhíu lại trông có vẻ suy tư lắm. Chợt, mắt thầy sáng lên - À! Tối qua, tôi nghe phía nhà bà Cả Hoè có tiếng chó sủa nhặng cả lên.Có thể bọn ăn cắp khiêng bức tượng cổ đi về phía ấy. Biết đâu bức tượng nặng quá, chúng giấu đâu đấy, để tối nay đến khiêng đi tiếp...

- Liệu có còn không mà đi tìm? - Thầy Tít nói ngập ngừng, bán tín, bán nghi.

- Thì tôi với thầy cứ đi tìm đã, còn nước, còn tát, biết đâu đấy - Thầy Đọn động viên thầy Tít.

Thầy Tít thấy cũng có lý, gật đầu. Hai thầy lặng lẽ khép cửa chùa đi về hướng nhà bà Cả Hoè. Thực ra thâm tâm của hai thầy lúc này chứa đầy một bụng thắc mắc. Không hiểu sao bức tượng Linh Khai, như Sư Thầy nói, nó nặng lắm, đã ngự ở đấy vài trăm năm rồi. Chưa bao giờ hai thầy dám dùng tay sờ vào, duy nhất trong chùa chỉ có Sư Thầy là dám động tay vào bệ thờ bức tượng. Như Sư Thầy nói: "Sư đã tu bên Ấn Độ mấy chục năm, mới được như thế. Còn ai không đi tu như Sư Thầy, động vào tượng là không cụt tay cũng mất giò". Ai nghe Sư Thầy nói thế đều sợ, thế mà lũ trộm, chúng không còn coi "trời cao, đất dày " là gì nữa, dám vào chùa khiêng trộm bức tượng nặng cả tấn qua một bức tường cao của nhà chùa, đưa ra ngoài. Liệu chúng có đưa bức tượng đi theo hướng nhà bà Cả Hoè không? Hai thầy vừa tìm, vừa cố hy vọng là lũ trộm chưa khiêng bức tượng Linh Khai đi xa. Hai thầy vừa ngó nghiêng tìm kiếm, vừa đọc kinh, mong các thánh phù hộ...

Quả là sự phán đoán của thầy Đọn không lầm, hướng về nhà Cả Hoà chi chít vết chân người đi, sương đêm chưa xoá hết được. Hướng dấu chân in thành một vệt dài... đưa các thầy đến một hố bùn pha lẫn nhiều chất bẩn sau nhà bà Cả Hoè. Mới sáng mà cái hố này bốc mùi rất khó chịu, hai thầy nhăn mũi, nhổ nước bọt liên tục. Đi thêm vài bước nữa, nhìn ra xung quanh kể cả những lùm cây bên đường, hai thầy vẫn chưa thấy gì. Nhưng vết chân vẫn chưa mất, hai thầy lại lần theo...

Chợt... - Thầy Đọn giơ hai tay lên trời, gào lên, giọng thảm thiết - Thầy Tít ơi ! đau đớn quá, sao nỡ nào bọn trộm lại hành hạ "ngài" thế kia...

Theo hướng tay thậy Đọn chỉ, thầy Tít thấy bức tượng thần Linh Khai ngập trong nước bùn, không còn oai phong như lúc "ngài" còn ngự trên bệ đá trong chùa. Đầu bức tượng lở lói, nham nhở, hai hốc mắt của "ngài" nhìn hai thầy như cầu cứu... Thầy Đọn và thầy Tít đưa mắt nhìn nhau, nước mắt của hai thầy rơi lã chã. Sao trời không đánh chết những kẻ dám báng bổ thánh thần, đưa "ngài" xuống hố bùn. Thương "ngài" quá, thầy Tít gạt lệ đang rơi, nói với thầy Đọn:

- Tôi với thầy xuống đưa "ngài "lên thôi.

Thế chẳng đừng, thầy Đọn miễn cưỡng gật đầu. Dẫu thế, thầy Đọn vẫn còn ái ngại:

- Tôi sợ "ngài" nặng như thế, tôi với thầy có khiêng được không ? Hay là ta đi gọi dân làng?

- Không được - Thầy Tít vội ngăn - Gọi dân làng ra đây là chết, họ nhìn thấy "ngài" bẩn thế kia, còn ai dám thờ cúng nữa. Bọn trộm khiêng bức tượng ra đây được, thì tôi với thầy khiêng về được.

Thầy Đọn đồng ý với ý kiến của thầy Tít, cả hai thầy vội cởi áo quần, lội xuống hố bùn, chuẩn bị gân cốt khiêng "ngài" lên bờ...

Sự đời cũng có lắm điều lạ! hai thầy tưởng đã hiểu hết mọi ngóc ngách trong chùa, ấy vậy vẫn bất ngờ...

Bất ngờ thứ nhất.

Từ trước đến nay hai thầy vẫn nghĩ, như lời của Sư Thầy nói "bức tượng được tạc bằng đá đen lấy từ núi Thái Sơn bên Nê Pan" quý lắm, giá trị tính đến cả "triệu đô", nhưng hai thầy xuống hố bùn, khiêng bức tượng này lại thấy nhẹ bỗng, nhẹ đến nỗi, chẳng phải mất một tý sức nào. Những mảng sơn bóng như "đá đen " phủ bên ngoài bức tượng thấm nước bùn, bong từng mảng...

Bất ngờ thứ hai.

Bất ngờ này không biết hai thầy nên cười hay nên khóc.

Hai thầy khiêng "ngài" ra sau chùa rửa để bớt đi những đám bùn bám vào. Khổ thân cho "ngài", hai thầy dội nước đến đâu, người của "ngài" bục ra đến đó. Lẽ ra các thầy bình tĩnh đừng dội nước nữa, lấy khăn ướt lau, thì không xảy ra cơ sự ấy. Đằng này, đầu óc của hai thầy hình như đo được chỉ... "to hơn óc gián" một chút, hai thấy cứ tiếp tục múc nước dội ào ào vào bức tượng. Được đà, từng đám đất bám trên "ngài" trôi thuột luột. Đến lúc ấy thì hai thầy đã hiểu, bức tượng thần Linh Khai đâu phải được tạc "bằng đá đen lấy từ núi Thái Sơn bên Nê Pan", thực ra đây là bức tượng được đắp bằng đất, phủ bên ngoài một nước sơn đen rất khéo để người ta lầm tưởng... Từ trước đến giờ thờ một bức tượng bằng đất thế mà cả làng, cả Phủ, cả Tổng cứ nghĩ đang thờ một bức tượng bằng "đá đen quý hiếm". Khổ không cơ chứ!

Đến lúc bức tượng lở lói, bong ra từng mảng, loang lổ, hai thầy hoảng, vội tìm đất đắp vào. Nhưng hai thầy đâu có kỹ thuật đắp tượng, trông bức tượng càng nham nhở hơn. Hai thầy đứng, cùng thở dài ngao ngán.

Bất ngờ thứ ba.

Hai thầy đang ở thế "tiến thoái lưỡng nan" thì bất ngờ Sư Thầy về. Nghe thấy tiếng Sư Thầy ngoài cổng. cả hai thầy đang cởi truồng tồng ngồng run như giẽ, nét mặt biến sắc, không biết phải ăn nói với Sư Thầy như thế nào?

Sư Thầy chống gậy lọ mọ đi vào, thấy hai thầy cởi truồng phơi hết cả những "cái cần giấu", Sư Thầy bực mình lắm, nói gắt:

- Mới sáng sớm, sao các thầy không dọn dẹp nhà chùa lại ra giếng đứng tồng ngồng thế kia. Trông không ra làm sao cả, ô uế hết cả chùa. - Sư Thầy vội tụng kinh - K ma K le K mo K ho ...

Hai thầy nghe Sư Thầy nói như vậy càng lúng túng, cứ lấy che ... thì lại hở bức tượng. Lấy tay che bức tượng, lại hở.... Sư Thầy thấy hai thầy không trả lời, mà động tác trông... không ra làm sao cả. Sư Thầy bực mình :

- Sao hai thầy không trả lời tôi ? Hai thầy cứ che che, đậy đậy cái gì thế kia? - Phát hiện ra bức tượng Linh Khai đang "trần truồng", Sư Thầy trợn mắt, hoảng hốt- Sao các thầy lại mang tượng ra đây "tắm"? Chết tôi rồi... Ai bảo các thầy làm việc này?

Không còn cách nào khác, hai thầy phải nói ra sự thật. Nói xong, hai thầy im lặng, nhẫn nhục, giơ mông ra chờ đợi cơn thịnh nộ của Sư Thầy... Nhưng hai thầy lại lầm, tưởng Sư Thầy tức giận, thì ngược lại, khi nghe xong câu chuyện của hai thầy kể, mặt Sư Thầy tái như chàm đổ, cả người run bắn lên, đánh rơi cả chiếc gậy đang cầm trên tay. Sư Thầy hỏi, giọng lập bập:

- Có ai ngoài hai thầy biết chuyện này không ?

- Dạ, không ạ!Chỉ có hai con biết thôi ạ!

- Thế thì được - Sư Thầy thở phào nhẹ nhõm, lấy tay chỉ ra cổng - Các thầy mau ra cổng đóng hết tất cả các cửa ra vào, không cho ai vào viếng chùa nữa. Rồi các thầy mang đất lại đây tôi dạy cho cách đắp tượng thật giống...Á chà! - Sư Thầy lại đọc kinh - Kma K le K mo K ho...

Sư Thầy xắn vội tay áo, vo vội ống quần, lấy đất đắp vào bức tượng rất thành thục nhanh nhẹn chứ không phải run rẩy như dáng ban đầu. Ối giời ơi! Sư Thầy nghệ sỹ đắp tượng và diễn viên đóng kịch "siêu hạng", bây giờ thầy Đọn và thầy Tít bây giờ mới phát hiện ra. Ba thầy trò, chỉ trong vòng có một tiếng, đã đắp xong bức tượng Linh Khai. Sau đó, ba thầy trò khệ nệ khiêng bức tượng đem ra sau sân chùa phơi cho thật khô. Tiếp đến Sư Thầy lại lấy sơn đen phủ đều từ trên xuống dưới bức tượng. Sau đó, Sư Thầy lấy nước rau lang hoà với nước nõn chuối bôi lên. Bức tượng trở lại màu "Đá Đen" như trước đây "Có như vậy người ta mới tin, mới lấy được tiền của thiên hạ!". Sư Thầy dạy hai đệ Đọn và Tít... Suốt mấy ngày đó, cửa ra vào chùa đống kín mít, ai có hỏi, hai thầy đều trả lời: Sư Thầy đang luyện "kinh K ma K le K mo K ho..." không tiếp ai. Còn nét mặt hai thầy lúc ấy, cứ như đang chuẩn bị đánh giặc ngoại xâm, trông trang nghiêm lắm.

Bức tượng, sau khi được "tu chỉnh" lại trở về đúng vị trí cũ, đặt ở giữa điện thờ. Trong ánh nến lung linh mờ ảo, bức tượng "đồng đen" ánh lên, uy nghi, linh thiêng. Mọi người thì thụp khấn vái, thành kính.

Đứng hai bên bức tượng là thầy Tít và thầy Đọn, nét mặt thật ưu tư, như chịu mọi lẽ thiệt trong đời không một chút than van.

Còn Sư Thầy vẫn ngồi khoanh chân, hai tay chắp trước ngực, tụng kinh K ma K le K mo K ho... mong trong đời, mọi người sống khoan dung, thật thà, không giả dối...

Hội An 4/1998

GIỮ THUẦN PHONG MỸ TỤC

Trong kỳ họp hội đồng nhân dân được truyền hình trực tiếp ngày mai, em nghĩ, sẽ có đại biểu hỏi anh, vụ con Trinh Nguyên, không ai cử, thế mà nó tự động đến Đại hội thi "Dáng Đẹp Quốc Tế "tổ chức ở nước Caanta. Anh chuẩn bị nội dung trả lời chưa?

Ông nhìn thằng Chánh văn phòng, nói hết sức bình tĩnh, tự tin:

- Anh không phải nhắc, tôi chuẩn bị đây rồi - Ông lấy tay chỉ chiếc cặp để trên bàn, rồi chỉ vào đầu - Đây nữa, tôi có hết trong này. Tôi coi đây là một vụ án lớn của tỉnh. Thằng Cả nhà tôi cho biết, bọn "phây" lên án ghê lắm, chửi suốt ngày về "tội" chúng ta buông lỏng quản lý để cho con bé ấy "bôi xấu" văn hoá dân tộc trước bàn dân thiên hạ.

Nét mặt của tay Chánh văn phòng có vẻ ngạc nhiên:

- Anh nói thế nhưng em lại nghĩ, cô ấy đi với tư cách cá nhân, tự bỏ tiền túi, chẳng đại diện cho ai. Nhiều nước trên thế giới, họ có để ý chuyện này đâu. Hơn nữa chuyện cô ấy ăn mặc như vậy, có thể có ý cho các phóng viên, đạo diễn chú ý sau này thuê cô ấy làm diễn viên hoặc người mẫu. Hay biết đâu, cô ấy ăn mặc như vậy là do một hãng thời trang nào đó muốn nhờ cô ấy khoác bộ váy lưới để quảng cáo, ta nên tìm hiểu kỹ. Dư luận quốc tế không lên án, thì mình lên án cô ấy làm gì. Hơn nữa, cô này thì anh biết rồi, ở trong nước, có lúc cô ấy ăn mặc đi dự kiện văn hoá lớn còn hở hang hơn thế chứ. Cô ấy từng được báo chí gọi "Nữ hoàng sex", vì cô ấy đẹp. Có lần em thấy anh khen cô ấy, gọi lên gặp riêng cơ mà . Theo em, nếu có đại biểu trong cuộc họp hội đồng nhân dân hỏi, anh nên giải thích như thế.

Nghe thằng Chánh văn phòng nói vậy, tự nhiên ông cáu, nét mặt thay đổi, đỏ tía nổi gân, mắt long sòng sọc, giọng gầm lên:

- Anh nói thế mà nghe được à! Tỉnh ta là "chiếc nôi văn hóa" có bao nhiêu khu "văn hóa tâm linh", sự thanh tao, tinh khiết cần bảo tồn gìn giữ, phải phát huy thế mà nó ăn mặc phô phang hở cả "bướm" trước một rừng phóng viên quốc tế thì còn gì là bộ mặt văn hóa của tỉnh. Phải trừng trị, phải lôi nó ra tòa, có án, phải lấy đây là bài học để giữ "thuần phong mỹ tục" trong tỉnh, rộng ra là cả nước. Tôi là người lãnh đạo cao nhất, có văn hóa nhất tỉnh, không chấp nhận chuyện này....

... Cuộc họp thường kỳ của Hội đồng nhân dân Tỉnh... được truyền hình trực tiếp diễn ra trong khí căng thẳng, có máy điều hòa mà vẫn thấy nóng hầm hập. Ông là chủ tịch đoàn, đồng thời cũng là người chịu trách nhiệm trả lời chính những câu hỏi của đại biểu ngồi phía dưới. Các đại biểu xoay ông cùng lãnh đạo các Ban, Sở đủ vấn đề. Từ chuyện ô nhiễm môi trường, đến vụ " chạy điểm" vào trường công rồi cả vụ lấy đất lấp sông làm thay đổi dòng chảy, cả vụ bán xăng lậu mà báo chí vừa phanh phui... Ông yêu cầu các giám đốc Sở trả lời từng câu chất vấn, chỗ nào chưa rõ hoặc còn thiếu, ông bổ xung. Nhưng có một điều ngạc nhiên, ông không thấy đại biểu nào nên câu hỏi vụ con Trinh Nguyên "phơi bướm" ở Đại hội thi "Dáng đẹp quốc tế" mà ông đã trù liệu những câu trả lời...

Cũng lạ thật!

À, ông nghĩ ra rồi, "vụ" này báo giấy có đăng, nhưng giống ông, có lẽ mấy "ông" mấy "bà" ngồi đây ít khi đọc. Còn lũ mặt giặc "phây" lên án ầm ầm, thì lại y như ông thôi, "bọn đang ngồi đây" có sử dụng đâu mà biết!!! May có thằng con trai, làm phó phòng ngoại vụ biết vi tính, thông báo, ông mới biết, chứ không...?

Sau khi giải đáp hết thắc mắc của các đại biểu, cũng gần đến giờ kết thúc hội nghị , mọi người ngồi dưới bắt đầu ồn ào, có người toan đứng dậy, thì với nét mặt quan trọng, ông giơ tay ra hiệu cho mọi người im lặng. Các đại biểu bên dưới liền trật tự, nhìn ông, nét mặt ai cũng căng thẳng. Ông nhìn mọi người rồi nói:

- Vừa rồi tỉnh ta có xảy ra một chuyện, về thiệt hại kinh tế không lớn lắm, nhưng về văn hóa thì tổn thất hết sức lớn lao, không thể nào bù đắp được. Nó làm ô uế một nền văn hóa mới mà tỉnh ta phấn đấu không biết bao nhiêu năm mới xây dựng được. Sự kiện đó - Ông nhấn mạnh - nó "bôi tro trát chấu" không phải riêng một thế hệ thanh niên có văn hóa, mà còn cho tất cả những người đang ngồi đây, kể cả tôi. Các ông, các bà có biết chuyện gì không?

Mọi người đưa mắt nhìn nhau, có tiếng thì thầm trao đổi:

- Chuyện gì thế nhỉ?

- Tôi không biết!

- Lạc hậu thật, có lẽ có đưa tin trên báo mà mình không để ý!

...

Dừng lại quan sát, im lặng một lúc, ông nói tiếp:

- Tôi biết nhiều người chưa biết chuyện này, vậy tôi xin thông báo. Vừa rồi, tại đại hội thi "Dáng đẹp Quốc Tế" tổ chức ở nước Caanta, cô Trinh Nguyên ở tỉnh ta mà báo chí hay gọi "Nữ hoàng sex" mặc một chiếc váy lưới, lỗ to y như lỗ lưới đánh cá biển, bên trong không mặc quần lót, hở cả trong lẫn ngoài, phô phang ra tất cả, trước một "rừng" máy ảnh, máy quay phim ... của các phóng viên nước ngoài. Chuyện này đều được báo, đài, ti vi quốc tế đưa tin. Họ nêu đích danh quê quán của cô này là sinh ra ở tỉnh ta, trưởng thành cũng ở tỉnh ta và ... các ông các bà biết không ? Họ không nói ra , tôi thừa biết họ đánh giá đó là bộ mặt văn hóa của tỉnh ta. Quá nhục nhã - Ông giằng mạnh giọng - Các ông , các bà nghĩ thế nào về chuyện này?

Bên dưới tiếng ồn ào, bàn tán râm ran nổi lên, ông khoác mạnh hai tay, nói tiếp:

- Mọi người im lặng! Đây là vụ việc hết sức nghiêm trọng, không thể để chìm xuống. Ý kiến chỉ đạo của tôi, đề nghị bên Công an, Viện kiểm sát, Hội đồng nhân dân cần khởi tố cô này ngay về tội "Không giữ thuần phong mỹ tục, tuyên truyền văn hoá trụy lạc, xúc phạm danh dự đất nước" rồi đưa ra tòa xét xử công khai, làm gương cho thanh niên. Nếu chúng ta làm không nghiêm, tôi báo động, sẽ có lúc thanh niên nước ta sẽ bắt chước, rồi chỗ nào cũng hở, chỗ nào cũng khiêu dâm, lúc đó là loạn. Loạn to! Còn đâu là bộ mặt văn hóa tỉnh, một tỉnh sinh ra bao nhiều danh nhân, tướng tài, sinh viên giỏi ... - Ông nhìn bao quát, ánh mắt có vẻ dọa dẫm như có ý bắt buộc - Mọi người có nhất trí với ý kiến của tôi không? Nếu tán thành, tôi đề nghị mọi người giơ tay, sẽ cho công an bắt ngay khi cô ấy vừa xuống sân bay. Ai không giơ tay là ủng hộ văn hóa đồi trụy, là đồng lõa với tội ác, là tác nhân đẩy nền văn hoá của tỉnh ta nói riêng, cả nước nói chung vào chỗ suy vong không thể cứu vãn...

Giọng nhấn mạnh, hai tay vung mạnh, nói liên tục đến độ hai cục nước bọt to như hòn bi trắng bám hai bên mép sùi ra, ông không thèm để ý. Ông biết, nói như vậy, tất cả sẽ phải giơ tay tán thành ý kiến ông. Hơn nữa, cũng gần đúng "ngọ", ai cũng mệt mỏi, đói bụng, cái đám "Đại biểu gật, trên bảo gì cũng đồng ý" còn hơi đâu mà thảo luận ,tranh cãi.

Không giơ tay có mà ... điên!

Thế là "Nữ hoàng sex" nhất định sẽ bị bắt! Đúng với ý muốn của ông!

Về đến nhà, nghĩ lại, ông thở phào khoan khoái.

Có thế chứ! Mày định làm "cao" với tao à!

Ông gọi nó lên phòng làm việc, rồi đóng cửa lại. Ông mới khen nó dáng đẹp, định ôm vào lòng, hôn một cái thì nó không cho, còn đẩy ông ra, nói thẳng: "Chú làm cái trò gì vậy? Chú không được động vào cháu. Chú mà sàm sỡ là cháu hét lên đấy". Nó là gì mà cao giá với ông. Nó phải biết ông là ai chứ! ông định lao vào lần nữa thì nó đẩy ông ngã bổ chửng, rồi ra khỏi phòng, không thèm ngoái đầu lại...

Ông căm lắm, nhưng không làm gì được vì thấy nó cứ cặp kè với các đại gia cực lắm tiền, tiền hơn ông rất nhiều, thậm chí còn chụp ảnh chung đứng khép nép, cười chúm chím với mấy ông rất "to" mà chức của các ông ấy, ông phải gọi là "bố" trong những buổi dạ hội lớn. Điều đó càng làm ông uất, nghĩ mọi cách để trả thù, nhưng không biết làm cách nào?

May lần này!

Mày sẽ "chết" với tao, con ạ! - Ông hả hê.

MA

Hồi sơ tán tránh máy bay Mỹ ném bom, ở miền bắc, trước năm 1973, chúng tôi về một vùng làng quê...

Làng quê này biệt lập với xung quanh, bạn cùng lứa với chúng tôi trong làng phần đông mù chữ, thấy chúng tôi kể chuyện thành phố chúng cứ ngơ ngác như không hiểu, cứ hỏi đi, hỏi lại, rồi hỉ hả: "Thế a... thế a... hay quá nhỉ...". Xung quanh làng là ruộng với tre, đầu làng một cây đa già vài trăm tuổi, rễ phủ xuống đầy mặt đất, cạnh đấy là một cái miếu. Nói là miếu nhưng cũng to, bên trong có mấy bức tượng, tối âm u... Ban ngày từ ngoài nhìn vào mờ mờ ,ảo ảo. chứ chưa nói ban đêm. Anh Lãng, người cao, nét mặt trông có vẻ khôn, chỉ huy đội dân quân ở đây, nói với chúng tôi:

- Miếu ấy thiêng lắm! Dân ở đây ai cũng sợ, bọn trẻ con trong làng không dám đến gần, ngày rằm, mùng một đều phải cúng, các em có biết vì sao không? - Thấy chúng tôi nhìn anh với ánh mắt tò mò, giọng anh nhỏ hẳn xuống như có ý doạ - Nửa đêm, ma hay về. Các em cũng không nên đến gần...

Chúng tôi nghe, biết vậy, chứ chẳng sợ.

Một tối...

Chúng tôi chơi trốn tìm ở gần miếu, đang núp sau một mô đất, bọn tôi thấy có hai bóng người xuất hiện, chân nhón đi thật khẽ, đầu quay trước, quay sau quan sát. Bọn tôi nín thở theo dõi.

Nhìn kỹ, té ra anh Lãng đang dắt díu một chị vào miếu...

Mấy thằng chúng tôi lặng lẽ bò vào...

Sau bệ miếu chúng tôi nghe thấy tiếng thở mạnh, hổn hển của hai người.

Thế mà anh Lãng nói: "Miếu này thiêng lắm!". " Miếu thiêng" phai nhạt dần trong chúng tôi.

... Ngày rằm, buổi chiều dân làng có mang ít đồ cúng để trên bệ thờ trong miếu. Đồ cúng không có nhiều, chỉ mấy nắm xôi, hai ba cái bánh chưng, bánh đa... Đối với chúng tôi hồi ấy, đó là "bữa tiệc" thịnh soạn! Bọn tôi chờ tối, sẽ mò vào để " thu dọn chiến lợi phẩm"...

Khuya đêm rằm ấy, biết chắc không có ai để ý, chúng tôi bí mật tiếp cận, có ai ngờ...! khi vào bệ thờ, thì đồ cúng để trên đó ai dọn sạch bách, không còn một món nào, làm cả bọn tiếc ngẩn, tiếc ngơ! Ai đã vào lấy trước chúng tôi??? Nghĩ một hồi, chỉ có anh Lãng. Anh ấy hay dọa "miếu có ma", chức thực ra là anh lợi dụng điều ấy để đưa một chị vào đây làm... cái gì đó! Bây giờ, cũng vậy, chỉ có anh Lãng lấy mấy đồ cúng ấy thôi!

Một thằng bí mật mò vào bếp nhà anh ấy, y như rằng... trong chạn,(1) chỗ để thức ăn vẫn còn mấy chiếc bánh chưng, mấy cái bánh đa, đồ cúng của mấy bà để trên bệ thờ trong miếu lúc chiều. Chúng tôi đưa mấy vật chứng đó định vạch mặt anh Lãng, thì anh ấy cười:

- Bọn chúng mày dân thành phố có tý chữ, chút hiểu biết hơn bọn trẻ ở nông thôn, chứ ở làng này, bố bảo, chúng nó cũng không dám mò vào miếu ban đêm. Thôi... thế này! Tao nói miếu có "ma" chẳng qua là chỗ để kiếm ăn...

- Không phải! - tôi phản đối - Anh nói có "ma" để không ai dám đến, tiện cho anh làm những chuyện khác nữa, bọn em biết hết. Ví như...ví như...anh dẫn chị gì ấy ra sau bệ thờ, rồi làm cái gì ấy mà thở thế này này...- tôi bắt chước tiếng thở của hai người.

Anh Lãng nhìn bọn tôi ngạc nhiên:

- Bọn thành phố chúng mày nguy thật, không lừa được, biết cả những chuyện đấy. Thôi thế này, chúng mày tuy có ít chữ, hơn hẳn bọn trẻ trong làng, nhưng về đây, trong hoàn cảnh này, cũng đói bỏ mẹ...- Anh bàn với chúng tôi, giọng thì thào - Tao với chúng mày tung tin là miếu có "ma", tất nhiên chúng mày nói hay hơn tao. Người ta sợ, sẽ cúng to hơn nữa, có khi có cả gà ấy nữa chứ! Lúc ấy, tao với chúng mày cùng ăn chung, thế có sướng hơn không?

- Như vậy miếu không có ma?

- Làm chó gì có! - Anh Lãng nói - nhưng cứ tung tin thế cho người ta sợ, phải cúng đồ nhiều thế là anh với chúng mày có cái ăn, mà chẳng mất gì. Sướng chưa! Bọn mày có chữ nhưng không "khôn" bằng anh đâu!

Bọn tôi đưa mắt nhìn nhau. Biết làm theo lời anh Lãm là không tốt, nhưng ở đây an toàn không sợ máy bay ném bom, hơn nữa, chúng tôi, dân thành phố, lao động chân tay không quen, chịu đói kém, chỉ cần doạ "ma" cũng có cái ăn, còn chỗ nào tốt hơn chỗ này. Thế thì dại gì mà chúng tôi không làm, không nghe theo lời anh Lãng!!!

- Miếu ấy có ma, trông ghê lắm! phải thờ - Ở đâu chúng tôi cũng tung tin, vào hùa với anh Lãng.

Những người dân làng quê tội nghiệp này, đã tin anh Lãng, giờ thấy chúng tôi nói theo anh Lãng như thật, còn hơn cả thật, họ càng tin hơn, cúng đồ thờ nhiều hơn.

Và chúng tôi...

Chú thích: (1)- Tủ nhỏ có mấy ngăn đóng bằng tre hay gỗ tạp để bát, đũa, đồ ăn, nồi, xoong... của đồng bào miền bắc, có nhiều ở vùng nông thôn trước năm 1975

TRẦN KỲ TRUNG

CHO MẸ CẢM ƠN NHÉ !

Anh là một Việt kiều yêu nước, có điều kiện kinh tế, thường về quê làm từ thiện giúp đồng bào nghèo vùng nông thôn . Cũng như mấy lần trước, về nước lần này, anh tham gia vào một đoàn từ thiện. Nơi đoàn đến là một ấp nhỏ, nghèo, vùng núi khó khăn, gần như bà con ở đây chưa một lần vào thành phố lớn, quẩn quanh với những thửa ruộng, vườn bắp, hái lượm củi trên rừng ... Đến từng ngôi nhà trong ấp, đoàn từ thiện giúp cho cái gì từ gói mỳ chính, áo, quần, mùng, mền, chén, bát, bao gạo... bà con nhận mà mừng tíu tít... anh cùng mọi người trong đoàn nhìn thấy rất thương, có người quay mặt đi, lén chùi nước mắt. Còn một ít tiền Việt, anh rút hết, nhờ anh trưởng đoàn tặng cho bà con...

Còn ngôi nhà cuối cùng anh và đoàn từ thiện định đến là nhà của một bà mẹ già đơn thân, nghèo, không có con cháu. Ông trưởng ấp giới thiệu với anh:

- Mẹ sống một mình, tội lắm, không muốn làm phiền ai, ai giúp cái gì mẹ cũng cảm ơn. Cách đây hơn một năm, có đoàn từ thiện của những người cựu binh Mỹ đến chỉ khám bệnh, cho thuốc, mà mẹ nhắc mãi. Bây giờ mong ước của mẹ muốn sửa lại ngôi nhà, vì ngôi nhà xuống cấp ghê quá, mà nói thật - Giọng ông trưởng ấp chùng xuống - Chúng tôi chưa có tiền...

Nghe ông trưởng ấp nói vậy, anh hỏi:

- Vậy sửa ngôi nhà đó cho mẹ hết bao nhiêu?

- Công xá thì tôi huy động trong mấy thanh niên trong ấp, không cần tiền, nhưng tiền mua nguyên, vật liệu sửa lại ngôi nhà cho mẹ độ ... hơn mười triệu đồng.

Nhẩm tính trong đầu, anh quyết định:

- Tiền Việt bây giờ tôi không còn, nhưng tôi đưa anh năm trăm đô la, quy đổi ra tiền Việt cũng bằng ngần ấy tiền, anh có thể đưa cho mẹ, để mẹ mãn nguyện.

Ông trưởng ấp nghe vậy, nét mặt có vẻ mừng, nói với anh:

- Thôi, tôi không cầm đâu, anh và cả đoàn từ thiện cùng với tôi đến gặp mẹ, anh đưa trực tiếp, nói rõ số tiền này là bao nhiêu để mẹ yên lòng. Tôi tin mẹ sẽ vui, biết ơn anh và đoàn từ thiện...

...Ngôi nhà của mẹ nằm ở cuối ấp. Anh ngó quanh, ngôi nhà có lẽ làm đã lâu, tường bằng vách nứa, long gần hết, tấm lợp mái nứt, thủng lỗ chỗ, đồ đạc trong nhà gần như không có gì. Tuổi cao, sức khỏe yếu, mẹ chống gậy bước chậm ra đón, nhưng trông vẫn còn minh mẫn...

Chào mẹ, trao quà xong, anh rút trong ví ra năm tờ một trăm đô la, đưa cho mẹ:

- Thưa mẹ, đây là số tiền con tặng để mẹ dưỡng già và cũng là thực hiện những điều mẹ muốn là sửa lại ngôi nhà này.

Mẹ cầm năm tờ một trăm đô la, ánh mắt lạ lẫm. Ông trưởng ấp cười nói nhỏ với anh:

- Mẹ chưa nhìn thấy tờ tiền này bao giờ! Để tôi nói cho mẹ biết - Ông quay sang nói với mẹ - Tiền này trông thế chứ to lắm đấy !

- Có bằng tờ có hình cụ Hồ mà cụ Hồ cho in, giúp người nghèo không ? - Mẹ hỏi.

Ông trưởng ấp giải thích với anh:

- Mẹ vẫn tin, cụ Hồ cho in tiền nên tiền mới in chân dung cụ Hồ, để giúp người nghèo - Rồi ông dặn dò mẹ - Tiền của anh này tặng mẹ to hơn nhiều. Năm tờ này bằng hai mươi tờ to nhất in hình cụ Hồ, đủ cho mẹ sửa nhà. Mẹ phải giữ cẩn thận đấy!

- Thế sao những tờ này in hình ông gì lạ thế này!

Mẹ nhìn những đồng tiền đó,thắc mắc.

Anh cười, giải thích theo ý mẹ, để mẹ hiểu:

- Tờ in hình cụ Hồ mà cụ Hồ cho in chỉ tiêu được ở Việt Nam thôi. Còn năm tờ này in hình tổng thống Mỹ vì tổng thống Mỹ cho in, tiêu được khắp nơi trên thế giới. có giá trị hơn, mẹ ạ!

Mẹ gật gật đầu như hiểu ra:

- Mẹ hiểu rồi, cụ Hồ cho in tiền có hình của cụ, có to mấy cũng chỉ giúp cho người nghèo Việt Nam thôi, còn tổng thống Mỹ in tiền có hình ông ấy là giúp cho nhiều người nghèo ở khắp nơi, cả người như mẹ. Sao ông ấy tốt thế! - Mẹ nói với anh - Con cho mẹ cảm ơn tổng thống Mỹ nhé!

MỘT TỶ ĐỒNG!

Trong phòng kín chỉ có ông và thằng con.

Nhìn cái mặt thằng con trông lỳ lỳ, lợm lợm làm ông phát ghét. Học với chả hành, chỉ còn mấy tháng nữa là tốt nghiệp mà nó chẳng lo gì cả, cứ suốt ngày hết "lượn" chỗ này lại "mò" vào chỗ khác để thoả mãn thú ăn chơi và những trò quái đản cho hết tiền. Đến độ, Hiệu trưởng một trường đại học, vốn là bạn thân, nơi có thằng con đang học, điện thoại cho ông:

- Cháu nó học không được anh ạ! Không có ý kiến của tôi chắc cháu phải thi lại mấy môn chuyên ngành, còn mấy môn chung như "lịch sử đảng", "chủ nghĩa xã hội khoa học"... tôi phải gặp riêng giáo viên phụ trách bộ môn đó, nói khó với họ, cho cháu qua. Cũng vì anh nên...

Rồi đến Chủ nhiệm Khoa đến tận nhà để gặp riêng, nói chua chát:

- Hôm lễ tổng kết kết thúc niên học, cháu được tuyên dương là "sinh viên xuất sắc toàn diện". sinh viên ngồi bên dưới có tiếng cười, em biết tiếng cười đó vì đạo đức và thực lực học của cháu nó là không xứng đáng, ai cũng biết. Nhưng em nghĩ nhiều đến anh, đến danh dự gia đình anh, nên...

Thôi, tôi xin các ông, nói có vẻ "khó" nhưng thực ra đó là kể công. Công gì!!! "Có đi, có lại mới toại lòng nhau", ông không giúp con gái của thằng Hiệu trưởng, vừa ra trường không cần thi công chức, đã có vị trí trong một cơ quan lớn ngon lành, lương cao thì làm gì có chuyện thằng ấy giúp con ông??? Lại cái thằng Chủ nhiệm khoa nữa, "tinh như cáo", biết được thóp con của ông "não phẳng", óc "nhỏ hơn hạt đậu", học có "nhét chữ" vào đầu, cũng "phọt" ra, nó tìm mọi cách "moi tiền". Con ông qua được một môn, nó tính " một giá", qua hai môn, tính "hai giá", cứ thế mà nhân lên. Từ ngày thằng con vào được đại học, học Khoa này, dấu con không cho nó biết, ông tốn không biết bao nhiều tiền với thằng Trưởng Khoa. Nhưng vì tương lai của con, cũng vì uy tín bản thân, ông chấp nhận. Nay chỉ còn mấy tháng nữa chuẩn bị thi tốt nghiệp, thằng Chủ nhiệm khoa lại đến gặp riêng, nói cho ông biết:

- Đây là những tháng cuối cùng của cả mấy năm học, anh ạ! Cháu phải đi thực tập, làm luận án và thi tốt nghiệp, một thời điểm rất quan trọng. Em nghĩ, với sức học như vậy, cháu sẽ khó vượt qua. Nhưng em hứa với anh, mọi chuyện từ đi thực tập, làm luận án, em sẽ tìm mọi phương án tốt nhất, để làm sao cho cháu "cập bến" an toàn. Nhưng còn chuyện thi viết, anh phải nói với cháu, khi vào phòng thi cố gắng viết cho được vài trang thì nhất định cháu sẽ "tốt nghiệp" loại "xuất sắc".

Tuy thằng này không nói "trắng phớ" ra, nhưng có "ẩn ý" là ông sẽ phải tốn cho nó một khoản tiền không nhỏ. Với ông, đó là chuyện lo được, cái khó làm sao, thằng con phải nghe lời...

CHẲNG BIẾT ĐÂU MÀ LẦN

Chỉ mới nghe ông nói: "Mày cần nghe lời của bố, nên chú tâm vào chuyện học hành để thi tốt nghiệp cho..." thằng con của ông phản ứng ngay:

-Thế suốt mấy năm qua, con không... chú tâm?

- "Chú tâm" gì! Mày làm như bố không biết. Thay xe ô tô như thay áo, đi nước ngoài quá đi chợ, đã vậy, còn yêu đương lung tung, nay con này, mai con khác, thời gian đâu mà mày "chú tâm" học hành?

-Thế bố không thấy thành tích học tập của con à! Còn về mặt "tu dưỡng", trong trường ai đã bằng con - Nó liệt kê cho ông thấy - Con là đảng viên, bí thư chi đoàn lớp, ủy viên đoàn trường nữa đấy!

Thằng con nói cứ " trơn tuột" y như không cần "đưa lưỡi liếm môi", như không biết mọi việc ông làm cho nó. Lúc này không cần giấu nữa, ông xổ toẹt cho nó biết:

-Bây giờ là lúc bố nói thật cho mày biết. Hồi mày thi tốt nghiệp phổ thông bố đã phải làm việc với chú V... Giám đốc Sở để chú ấy chỉ đạo cấp dưới, tìm mọi cách cho mày tốt nghiệp. Rồi đến việc thi đại học, mày xem sức học , bài thi của mày liệu có thể được điểm trung bình không ? Chứ chưa nói là "khá" với "giỏi". Thế mà bài thi của mày đạt gần như điểm tuyệt đối, đứng thứ nhì tỉnh, đỗ "thủ khoa" khi thi vào trường Đại học. Để được việc đó, bố đã phải làm việc với trưởng ban tuyển sinh, cả bên công an, hứa với họ"bao chuyện", tốn cả bao tiền, không lẽ giờ đây bố lại kể với mày! Mày phải biết, bố không ở vị trí này, còn lâu mày mới vào được đại học

Nói đến đó, giọng ông tự nhiên nghẹn ngào như sắp khóc. Thằng con nghe vậy, im lặng, hình như nó cũng nhận ra vấn đề. Ông nhìn nó, nói tiếp:

-Còn chuyện thành tích học tập, bố không "chạy" cho mày, thì bây giờ mày vẫn ở lại năm thứ nhất, con ạ! Mày là đảng viên, bí thư chi đoàn, rồi Ủy viên đoàn trường!!! Có gì mà khoe chuyện đó. Bố yêu cầu Đảng ủy và Hiêu trưởng nhà trường bằng mọi cách phải kết nạp mày vào đảng, rồi có đảng viên phải ở chức vụ bí thư chi đoàn, ủy viên đoàn trường. Chỉ như vây, sau khi tốt nghiệp đại học, bố sẽ yêu cầu tổ chức bố trí cho mày vào một chức phó phòng dễ dàng, từ đó mà đi lên tiếp. Nếu không có đảng viên, Bí thư chi đoàn, Ủy viên đoàn trường, mày ra trường chỉ "bốc ruốc", con ạ!

Thằng con của ông hình như cũng biết lỗi của mình, nó cũng hiểu vì sao có bộ môn thi vấn đáp, giảng viên toàn hỏi những câu dễ, thi viết toàn được ngồi cạnh những người giỏi, tha hồ trao đổi. Thậm chí có bộ môn, nó được người "bí mật" cho biết trước cả đề. Nghĩ thế, nó hỏi ông:

- Thế bây giờ bố muốn con chú tâm vào việc học hành, phải không ?

Nghe con hỏi vậy, thâm tâm, ông có ý mừng, thế là lúc này, chi ít nó cũng nghe lời. Ông gật đầu, thay đổi cách xưng hô:

- Đúng như thế, chỉ còn vài tháng nữa con tốt nghiệp đại học, tương lai đang rộng mở, không phải ai cũng được như con đâu?

Thằng con ông nhăn nhó, nói thật:

- Học "chú tâm "làm sao được, khi kiến thức hổng lung tung, con đang lo vào phòng thi không biết viết cái gì? Chưa nói đi thực tập, làm luận văn...

- Kết quả thực tập, làm luận văn có người lo cho con rồi, yên tâm đi - Ông chỉ ra cho nó thấy, rồi động viên - Riêng chuyện thi viết, không lẽ, con vào phòng thi để giấy trắng, cũng phải viết được chữ gì chứ!!! Con có hứa với bố làm được việc đó không? - Ông hỏi con.

- Chỉ thế thôi sao? - Thằng con hỏi.

- Đúng rồi, cố mà viết kín mấy trang giấy để chứng tỏ mình có học. Còn chuyện "tốt nghiệp xuất sắc" để đấy bố lo...

- Bố lo? -Thằng con ngạc nhiên.

- Con sẽ "Tốt nghiệp loại xuất sắc" - Ông khẳng định - Nhất định như thế! Vì sao con biết không? - Ông đến gần thằng con, nói thì thầm vào tai nó.

Nghe ông nói xong, thằng con sáng mắt:

- Được như vậy, con hứa với bố, sẽ "chú tâm", vào phòng thi cố gắng viết kín mấy trang giấy...

Nghe thằng con nói thế, trong dạ đã mừng nhưng ông vẫn chưa yên tâm, phải có chút gì làm tin. Ông lấy ra một tờ giấy trắng, một cây bút, ông đưa cho thằng con rồi nói với nó:

-Con hứa "cuội" với bố nhiều lần rồi, lần này phải có giấy trắng mực đen ghi lại lời hứa của con, để nhìn lời hứa đó, con thực hiện cho đúng...

- Con phải hứa thế nào ?

- Bố đọc cho con ghi. Con ghi đi! - Ông đọc - Con hứa sẽ thực hiện lời của bố, viết kín mấy mấy trang giấy để tốt nghiệp. Nếu không làm được điều đó, con sẽ đền cho bố 1 tỷ đồng. Số tiền mà bố đã lo cho con, để con "tốt nghiệp loại xuất sắc".

Ông bắt viết như thế để cho thằng con nhìn vào đó mà thực hiện cho tốt.

Chứ ông biết thừa, nó lấy đâu số tiền đó mà đền cho ông...

CHIẾN CÔNG CHUNG

Bài viết về một trận đánh "oai hùng" do ông chỉ huy được đăng trang trọng ở báo N ... kèm theo là bức chân dung của ông, trên ngực đeo đầy huân, chuy chương.

"... Hôm ấy, đồng chí ... chỉ huy cả một đơn vị đặc công áp sát vào căn cứ địch. Căn cứ địch được bảo vệ bằng hàng hàng, lớp lớp dây thép gai, mìn rải dầy đặc, lính tuần tra liên tục, đèn pha soi sáng từng ngọn cỏ gần như đến một con kiến cũng không chui lọt. Nhưng bằng tài thao lược quân sự, cộng với ý chí tiến công cách mạng, đồng chí ... cùng toàn thể anh em trong đơn vị lặng lẽ tiết sát tới mục tiêu mà kẻ địch không hề hay biết..." Rồi bài báo diễn giải trận đánh do ông chỉ huy. Đạn nổ, khói bay, xác địch chết như ngả rạ, máy bay, xe tăng bên đối phương bị ông cùng đồng đội phá nát như "trẻ con đập bánh đất". Sau chiến thắng vang dội, đơn vị dưới sự chỉ huy của ông đã bảo toàn lực lượng, rút lui về hậu cứ an toàn, được cấp trên khen thưởng...

Kết thúc, bài báo dẫn thêm vài dòng, đọc lên cứ như "đau từng khúc ruột": "...Giờ đây, khi tuổi đã ngoài bát tuần, bao danh hiệu đều có cả, huân, huy chương cao quý của nhà nước, cũng được tặng nhưng đồng chí vẫn đau đáu một điều: Làm sao những đồng đội xưa kia, cùng chung một chiến hào, cùng đổ mồ hôi, trí tuệ trong một trận đánh, được gặp lại, cùng ôn lại những năm tháng hào hùng đó. Chiều nào, sau bữa cơm, đồng chí lại ngồi trước bàn, tư lự nhớ những đồng đội cũ của mình...".

Ông không phải đợi lâu. Bài báo đăng được vài ngày, có một cựu binh, trên ngực áo cũng đeo đầy, huân huy chương, tuổi cũng gần bằng ông, đến gặp. Người cựu binh ấy ôm hôn ông thắm thiết, nói với giọng không thể hồ hởi hơn:

- Đọc bài báo mới biết anh còn sống, em sướng quá, đến gặp anh ngay. Anh còn nhớ em không ? Trong trận đánh ấy, em nằm cách anh không xa, khi anh giơ khẩu súng lục lên hô "xung phong", em lao theo tiếng hô của anh liền. Lúc ấy, anh còn quay lại vỗ vai, khen em: "Đồng chí rất dũng cảm!"...

Nghe người cựu binh nói vậy, ông vui lắm, khoe cả nhà rồi yêu cầu thằng con cả phải làm một bữa thịnh soan, đãi bạn. Trong bữa ăn, ông cựu binh vừa ăn, vừa uống kể lại bao nhiêu kỷ niệm ghê gớm hơn nữa trong trận đánh ngày ấy cho cả nhà ông nghe...

Rồi lại mấy người khác, cũng cựu binh, đến gặp ông, nhắc lại trận đánh đó. Người thì... Bò sát lỗ châu mai, nghe hiệu lệnh của anh, em bỏ nhẹ nhàng vào đó mấy quả lựu đạn, anh khen em trước mặt bao nhiêu người "... Đồng chí đánh địch như thế là rất hiệu quả!". Người nữa: "... Một thằng địch định lao vào em, anh rút súng lục bắn thằng đó đúng một phát, nó nát óc, chết tốt, bao nhiên người vỗ tay hoan hô. Em biết ơn anh...".

Lại mấy bữa tiệc thịnh soạn, do con ông đãi, chuyện trận đánh ấy nổ vang trời, tiếng cười, tiếng nói ngập suốt bàn tiệc, ai cũng hoan hỉ, vui vẻ, ăn uống như không ... biết mệt!

Chỉ non một tháng, sau bài báo đăng, ông tiếp không dưới chục cựu binh đến nói với ông trận đánh đó. Rồi một ý kiến đề nghị:

- Em đề nghị anh, nên có một cuộc gặp mặt tất cả những người trong trận đánh đó, nếu anh quên, em và các đồng đội cũ của anh sẽ tìm, tất cả đến một nhà hàng sang trọng, cùng ôn lại một kỷ niệm thiêng liêng, đầy hào hùng, không dễ gì quên, lịch sử quân sự nên ghi lại để các thế hệ sau phải nhớ, phải biết mà học tập, phát huy, nhất là những đứa con của anh tự hào...

Một ý kiến rất hay, ông liền đề xuất với thằng con cả, một doanh nghiệp lớn, rất thương ông, có "uy" trong xã hội, những gì ông yêu cầu, nó đều đáp ứng. Ai ngờ... lần này thì nó nóng mặt:

- Bố muốn xác nhận là đảng viên, huân huy chương kiểu gì, con lo được, thậm chí cả "Anh hùng thời kỳ đổi mới", bố mới đề xuất, con cũng lo được, cả "chiến công vĩ đại trong cuộc kháng chiến" mà con biết bố không hề có, được ghi vào "biên niên sử quân sự" con cũng lo cho bố được vì con có tiền, không tiếc để cho bố có điều đó. Nhưng đến khoản yêu cầu này của bố , con nói với bố: cần chấm dứt. Một trận đánh bố "bịa", con nhờ thằng bạn thân là tổng biên tập báo N... cử một phóng viên giỏi đến viết, để bố vui, khoe với bạn bè. Có gì mà hay! Mấy ông gọi là "cựu chiến binh" đến gặp bố "hồ hởi", đó toàn phường nói "láo", đến nhà "khen" bố để được bố đãi, ăn không mất tiền, bố cũng a dua... người nhà mình biết cả, không ai nói, còn giữ kín được. Lần này bố tổ chức ở nhà hàng, khách ra vào đông, biết đâu, có người biết mấy ông "cựu chiến binh " kia là giả, họ chụp ảnh, đưa lên mạng, lên facebook... lộ hết, lúc đó, thiên hạ biết "chiến công" của bố là giả, chết cả nút! Con xin lỗi bố, bố nên dừng lại, "bịa " thế là đủ lắm rồi!

THẰNG PHƠ... PHỚ ...

Nghe tin nó được phong hàm một chức "danh" lớn, tôi ngạc nhiên.

Tôi với nó chơi thân, thân từ hồi tóc còn để chỏm, quần thủng đít, thời còn giành nhau một khúc mía. Chơi thân nữa, lên phổ thông rồi học đại học, hai thằng vẫn ngồi gần, trao đổi bài cho nhau, còn xa một chút là thư từ liên tục, không mất liên lạc. Nên vậy, tôi với nó hiểu nhau từ lời ăn, tiếng nói, biết cả tính xấu lẫn tính tốt, lúc tâm sự cứ "toạc móng heo" không giận nhau bao giờ. Thôi thì, tôi nghĩ, "xấu" bỏ qua, "tốt" phát huy. Nay nghe tin nó có chức "danh" lớn, nhân lúc chỉ có hai thằng, tôi hỏi:

- Mày giỏi! Thế nào mà có chức "danh" đó? Chứ đường học hành của mày, tao còn lạ gì... cứ phơ... phớ...

Chẳng là, khi đạt được một điều gì đó, nó không giấu được niềm sung sướng bằng tiếng cười "phơ... phớ..." chẳng lẫn vào với ai. Cứ khoái lên là nó cười phơ...phớ... như thổ lộ hết cả nỗi lòng của mình để mọi người biết.

Nghe tôi hỏi như vậy, nó nghiêm nét mặt:

- Ơ! Tao hơi ngạc nhiên là mày lại hỏi tao câu đó. Một thằng bạn tri kỷ, hiểu nhau từ chân tơ, đến kẽ tóc, lẽ ra mày không nên hỏi tao câu hỏi đó. Nhưng thôi, ai hỏi tao câu ấy, tao không trả lời, nhưng với mày tao không giấu...

Tôi ngồi nghiêm túc, lắng nghe. Nó nói:

- Mày biết chức vụ hiện nay của tao rồi, tao là Viện phó...

Nghe vậy, tôi cười, vặc lại ngay:

- Viện phó đ...gì mày. Toàn nịnh chỗ này, bợ chỗ kia, báu gì chức vụ đó mà khoe với tao. Khoe cái khác đi!

Như đã nói, tôi với nó chơi thân, cứ bỗ bã như vậy nhưng nó chẳng bao giờ giận tôi. Mà giận thế nào được, vì những điều đó, khi hai thằng nằm, trước khi ngủ, cạ mông vào nhau, nó nói thật hết cho tôi nghe. Nghe câu hỏi của tôi, nó gật đầu:

- Ừ thì thôi, tao không nói với mày chuyện đó. Nhưng những công trình tao đã công bố khi Hội đồng khoa học xét duyệt đều tán thành một trăm phần trăm tao ở cái chức "danh" đó. Mày đừng có đùa! - Nó nói có vẻ tự hào.

Tôi điên tiết, chỉ cho nó thấy:

-Ở đây chỉ có tao với mày, tao nói thật. "Con" xin "bố", mày xem bao nhiêu công trình mày "đạo" của người khác, với tao, mày nói thật đi. Trình độ của mày, tao biết thừa, làm gì mày biết tiếng Anh, tiếng Tây Ban Nha "khoe" là nói, dịch thành thạo!!! Còn công trình khoa học, chính sinh viên, học trò của mày tố bằng văn bản là mày là "đạo' của em ấy. Thôi, dừng lại đi "bố" ơi!

Độ "trơ" của thằng bạn mà tôi coi còn hơn "đá mài dao", nó nói thẳng tưng:

- Thì nó là học sinh của tao, nhờ tao, nó mới tốt nghiệp. Như vậy, kiến thức của nó cũng là của tao, bây giờ tao "lấy lại", tại sao mày lại nói là "đạo" chỗ này. Rõ thật tầm phào! - Nó lại cười phơ ...phớ...

- Ừ! Thì cứ cho như thế đi! Tao là bạn mày, mày có thể nói như vậy. Nhưng cả Hội đồng khoa học xét duyệt chức danh cho mày, nhiều người biết mày "đạo" sao họ lại cho qua? Phải có người bỏ phiếu "chống" hay phiếu "trắng" chứ! - Tôi muốn nó nói sự thật, liền vặn vẹo.

- Ơ, Cái thằng! mày ở "cung trăng" đấy à! - Nó nhìn tôi, ngạc nhiên - Bao thằng có chức, chưa tốt nghiệp phổ thông, chỉ mấy năm mà tốt nghiệp đại học, rồi trường "đảng chính trị cao cấp", lại tiếp nữa, chỉ hai, ba năm sau có bằng "tiến sỹ". " Vèo" một phát lên phó giáo sư, giáo sư, các vi dít, hoặc mấy bài báo do thư ký viết mấy thằng ấy đứng tên toàn ghi "giáo sư, tiến sỹ ", mày không hỏi mấy thằng cha đó lại đi hỏi tao, một thằng tốt nghiệp đại học nghiêm chỉnh. Còn vì sao tao có có cái chức" danh" đó? Có một nguyên nhân rất chính đáng mà nhiều thằng không có. Tao đố mày biết đấy?

Nó im lặng nhìn tôi, đợi tôi trả lời. Tôi nhìn nó quả thực cũng không biết trả lời như thế nào. Nó liền giải thích:

- Mày đã biết thằng con đầu của tao, là chủ một doanh nghiệp nắm trong tay số lượng bất động sản lớn như thế nào? Với nó, tiền nhiều như thế thì để có cái chức " danh" ấy cho bố của nó, chỉ là chuyện nhỏ. Còn thằng con thứ hai của tao, mày cũng biết, với "chức vụ " đó trong trong chính quyền, thì bố chúng nó, là tao, ở cái chức "danh" này là chuyện quá bình thường, không ai có thể kiện cáo được - Nói xong nó cười phơ... phớ...

Ối giời ơi! Càng nói chuyện với thằng bạn càng thấy cái chức "danh" mà bao nền khoa học thế giới trọng vọng, thì ở nước ta nó bẩn hơn "c...", nát còn hơn "tương", xấu hơn "hủi" thế mà lắm kẻ vênh váo, khoe khoang.

Tôi quá chán nản.

Nhưng chợt! một suy nghĩ lóe trong đầu, ông Chủ tịch Hội đồng khoa học xét duyệt cái chức " danh" đó, tóc luôn láng mượt, miệng nói tròn xoe, áo quần luôn chỉnh tề, thường hay xuất hiện trên ti vi để trả lời phỏng vấn, rồi trước nghị trường luôn trả lời những câu chất vấn của ông nghị, bà nghị... chỉ mỗi tội ông ấy nói hơi "ngọng". Tôi tin ông này không bao giờ ăn của "đút", cũng chẳng phải "sợ" mấy thằng con của thằng này vì "uy" ông lớn, chức cũng "to". Tôi hỏi nó:

- Chẳng lẽ Hội đồng khoa học như mày nói lại "thối" hết cả à! Cũng phải có người tốt chứ, ví như ông N... Chủ tịch hội đồng khoa học. Ông ấy tuy nói hơi "ngọng" một tý, nhưng chắc học thuật nghiêm chỉnh, đạo đức tốt. Mày không bao giờ dám hối lộ, xin xỏ cho ông này. Đúng không?

Nó gật đầu ngay:

- Mày nói đúng, với ông này tao không làm điều đó. Thề danh dự!

Tôi thở phào nhẹ nhõm:

- Ờ! Ít ra cũng phải thế chứ! Dù chỉ là một phầm trăm của sự trong sạch, cũng lấy lại ở tao một tia hy vọng.

Nghe vậy, nó chắp tay lạy tôi:

- Lần này thì "con" lạy "ông". Lão ấy không ăn hối lộ của tao thì lại "đạo văn". "Đạo" một cách khốn nạn...

- "Đạo" của ai? - Tôi ngạc nhiên.

- Của tao chứ của ai! - Nó khẳng định - Những công trình khoa học mà ông ấy công bố, nhiều trang, nhiều đoạn ông ấy trích nguyên văn không thèm chú thích từ công trình của tao. Tởm! - Nó nhổ một bãi nước bọt, rồi nói tiếp - Có hôm ông ấy gọi tao lại, nói: "Có người tố cáo anh đạo văn của sinh viên, tôi đề nghị Hội đồng khoa học xét lại chức" danh "của anh" Tao đập lại ngay:

- Anh mà làm việc đó, tôi cũng sẽ tố anh đã "đạo" văn của tôi. Tôi có đầy đủ chứng cứ để làm việc này. Nghe vậy, mặt lão ấy tím ngắt, rồi buông một câu: "Ừ nhỉ!".

Rồi thằng bạn thân của tôi cười phơ... phớ...

7/2023

MẶT LỢN

Nó có nhiều tiền, nhiều như "cát sông Hồng". Căn nguyên nó có nhiều tiền, rất đơn giản, nói "toạc móng heo" là do tham ô, gian lận. Ở vị trí "lớn" trong tỉnh, nó có quyền sai mấy thằng "đệ" bảo kê cho các nhóm đánh bạc, buôn xăng lậu, thậm chí bảo kê cho bọn lâm tặc phá rừng lấy gỗ, bọn buôn hàng quốc cấm... để có "hoa hồng". Nhờ thế mà nó có nhiều tiền, cân lên phải đến "tấn"!!! Đã vậy có uy của chị ruột, lúc đó làm chủ tịch tỉnh, nên không ai dám động đến "lông chân" của nó.

Giờ chị của nó lên trung ương, chức to hơn chủ tịch tỉnh, uy "lớn" hơn vạn quả đồi. Dựa vào uy của chị, nó dựng lên dự án " Phá núi lấy đá làm đường xây dựng nông thôn mới" mà thực chất là liên kết với một doanh nghiệp tư nhân khai thác kim loại quý hiếm bán qua biên giới, chưa kể trước đó, nó cùng một doanh nghiệp tư nhân khác vẽ ra dự án thủy điện mà thực chất phá rừng lấy gỗ...

Tiền tiếp tục chảy vào nhà của nó, không khéo không có chỗ mà đựng. Sướng! Nó xây biệt phủ to nhất vùng...

Có tiền, phải ăn chơi, phải tân trang dung nhan cho đúng với vóc dáng, nét mặt đại gia, nó nghe bên kia biên giới có một ông bác sỹ giỏi thuốc, chữa bệnh tài như thần. Đặc biệt, ông có một loại thuốc, uống vào, làm "biến đổi gien", cứ nghĩ thế nào, hình hài bên ngoài, nhất là nét mặt sẽ tựa tựa như thế...

Nó tìm đến ông bác sỹ đó, nó muốn mặt phải đẹp như mấy diễn viên điện ảnh Lý Hùng, Chánh Tín, Thế Anh... thời trẻ. Mất một khoản tiền lớn, ông bác sỹ cho nó thang thuốc quý, dặn rất kỹ càng:

- Anh uống thuốc này vào, cứ nghĩ đến nét mặt của ai, thật chăm chú, thật sâu, càng lâu, càng tốt... một thời gian sau, nét mặt của anh trông sẽ gần giống với nét mặt của người ấy. Nhớ lời tôi dặn nhé, phải nghĩ nhiều, thật lâu, thật sâu...

Lời ông bác sỹ quá tuyệt vời, nó uống thuốc của ông, quả nhiên một thời gian sau, ai cũng bảo trông nó trẻ ra, đẹp ra, nhất là vào phòng hát caraoke, mấy em chân dài ôm nó, khen nức nở: "Không ai đẹp bằng anh!".

CHẲNG BIẾT ĐÂU MÀ LẦN

Tưởng đường "sướng" của nó hanh thông, ai ngờ...

Báo chí vào cuộc, rồi thanh tra, rồi dư luận... nhất là thằng "Phây buốc" phanh phui tất tần tật tội ác của nó, được bà chị nâng đỡ. Chị em nó chạy như kiến trong chảo nóng, sợ vãi linh hồn. Làm sao chứng minh được khối tài sản khủng mà nó có, nhất là khu biệt phủ nằm án ngữ nửa quả đồi???

Nửa đêm, chị nó đánh xe, chạy đến nói ngay:

-Tao nghĩ ra rồi, chỉ có phương sách này mới cứu được mày. Nếu ai hỏi: "Vì sao anh lại có số tiền lớn như thế? Trong khi lương ở chức này ... có hơn mười triệu, một tháng.". Mày phải trả lời đó là tiền do tôi nuôi lợn. Tôi nuôi lợn đến thối cả móng tay, mới nên cơ ngơi này...

- Nhưng em có biết nuôi lợn đâu!

- Ngu! Giờ thì... mày phải đến mấy trang trại mà học cách họ nuôi lợn, rồi giở sách chăn nuôi ra mà nghiền ngẫm, suy nghĩ, lúc nào cũng nghĩ về con lợn như một người biết nuôi lợn thực sự rồi bắt chước người ta, cho xây phía sau biệt phủ một chuồng lợn, chiều tối, sáng sớm trèo ra, trèo vào... để chứng tỏ là mày biết nuôi lợn! Nghe tao đi, thằng ngu ạ.

Nó làm theo lời của chị bày, mà nó vẫn tự hào "Khổng Minh cái giáng thế". Suốt ngày chỉ nghĩ về lợn, từ cách nuôi, chăm sóc, xẻ thịt, thậm chí tiếng lợn kêu như thế nào nó cũng cố bắt chước...

Hôm họp báo ,giải trình về việc xây biệt phủ to, nó đứng dậy, nói hùng hồn, xung quanh phóng viên các báo lớn bu đen, bu đỏ, đèn chớp lia lịa:

- Cơ ngơi ấy, là do tôi nuôi lợn mà có. Lợn đối với tôi như hơi thở, như không khí, ngủ, ăn, cho đến lúc đi với bạn bè... tôi chỉ nghĩ về lợn - Nó giơ bàn tay lên - Mọi người hãy nhìn đây, bài tay thái chuối, băm bèo...làm thức ăn cho lợn, đã chai sạn - Rồi nó kéo ống quần lên cho mọi người thấy - Bàn chân của tôi, vẫn còn mùi phân lợn. Không lao động cần cù như thế, lấy tiền đâu để xây nhà...

Bên dưới, có nhiều phóng viên lấy tay che miệng cười. Có người nói với người bên cạnh:

- Ờ ! ờ cứ nghĩ về lợn nên cái mặt ông này trông cũng giống mặt lợn thật!

Lời nói ấy đến tai nó.

Nó về nhà soi gương, nhìn lại mặt, ngẫm nghĩ: "...Hay là lời của ông bác sỹ có thuốc" biến đổi gien "linh nghiệm. Suốt ngày chỉ nghĩ về lợn nên mặt mình trông giống mặt lợn!!!".

8/2022

THỐI MỒM!

Ông rất điên tiết.

Trước đây ông nói chuyện, báo cáo, giao giảng nghị quyết... tất cả ngồi im, bây giờ lại khác.

Thôi thì, nếu ông đứng trên cao, nhìn xuống không thấy đã đành, nay đứng gần nói chuyện với thuộc hạ, chúng cứ lấy cớ lảng tránh gần hết. Thậm chí có thằng, tưởng ông không nhìn thấy, quay mặt đi hướng khác, nhăn nhó rồi nhổ nước bọt xuống đất.

Ở cơ quan, ngoài xã hội là vậy, về nhà cũng không hơn.

Thời gian trước đây, gia đình hay đợi ông về ăn cơm cho vui cửa, vui nhà thì bây giờ ngược lại, Lúc thì vợ lấy cớ, điện cho ông: "Em có việc về nhà muộn, anh cứ ăn cơm trước, đừng đợi!" . Còn thằng con, cứ nhè gần đến bữa cơm lại tìm "cớ" để không cùng ngồi ăn. Vì những lý do như thế, thường trong bữa cơm gia đình, ông hay ngồi ăn một mình. Đó là chưa kể, dạo này không hiểu sao, hình như vợ, con ít trò chuyện với ông mà có thì như gượng gạo như muốn nhanh chóng kết thúc...

Nghĩ thế , ông rất bực mình, phải tìm ra nguyên nhân.

Ông là quyền uy, là bố thiên hạ, nói nhất mực mọi người phải nghe mà tại sao bây giờ cả cơ quan, cả xã hội, cả gia đình đều có thái độ phản ứng xấu tìm cách lánh ông?

Đúng rồi , chúng nó nhiễm phải bả của những kẻ xấu, của "thế lực thù địch", của những kẻ hay gây chia rẽ, muốn phá vỡ sự ổn định của xã hội, của gia đình ... nên có thái độ như vậy!!!

Ông sẽ giáo dục bằng phương pháp mạnh.

Trong cơ quan , ông bắt mọi người học tập những nghị quyết, báo cáo nói về đạo đức con người. Mọi người phải thảo luận, viết thu hoạch, tự đánh giá lời nói, tác phong... có gần lãnh đạo hay không?

Ở nhà, ông bắt cả vợ, cả con, dù có đói, có bận... cũng phải đợi ông về ăn cơm.

Dẫu vậy, tình hình vẫn không thay đổi mà có vẻ lại nặng nề hơn.

Một hôm.

CHẲNG BIẾT ĐÂU MÀ LẦN

Trong nhà chỉ có ông và bà giúp việc. Bà giúp việc sợ ông hơn sợ cọp, nhưng được cái đức thật thà, nói thật. Ông hỏi bà về thắc mắc của mình. Bà ấy rụt rè thưa:

- Ông cho con nói thật, con mới dám nói!

- Bà nói đi, tôi cho phép!

Bà giúp việc nói thẽ thọt:

- Mọi người không dám đứng gần, không dám nói chuyện với ông vì...vì... ông có bệnh ... thối mồm!

- Bà nói sao? Tôi ...bị bệnh...thối mồm... - Ông ngạc nhiên.

Bà giúp việc gật đầu:

- Dạ, thưa! Đúng thế, mỗi khi ông nói chuyện, hơi thối trong miệng bay ra, mọi người đều sợ, họ không dám đứng gần hoặc lảng tránh...

- Nhưng sao... tôi không ngửi thấy... mà mọi người...

- Cái đấy thì con chịu. Ông nên đi đến bác sỹ. Mọi người sợ ông, không ai dám nói. Còn con, ông cho phép, nên con nói thật!

Ông đến gặp bác sỹ. Bác sỹ khám tổng quát rất kỹ rồi kết luận:

- Đúng là ông bị bệnh thối mồm.

- Nhưng sao tôi lại không ngửi thấy? - Ông thắc mắc.

Ông bác sỹ giải thích:

- Người bị thối mồm, thường không biết bệnh của mình, cứ tưởng mồm mình thơm, nên nói thoả mái. Chỉ người đứng xung quanh mới biết điều đó, hơi thối từ miệng của ông toả ra, vì sợ "uy' của ông, họ không nói mà lảng tránh.

- Nhưng trước đây tôi có bị thế đâu?

Ông bác sỹ lắc đầu:

- Mầm bệnh này có từ lâu rồi, có điều ông không biết. Mọi người đều biết cả, như tôi đã nói, vì họ sợ ông nên không nói. Giờ mồm ông thối quá, thối quá sức chịu đựng, người nghe chịu không được, mới phản ứng... - Ông bác sỹ nói xong câu đó cũng nhăn mặt, kín đáo lấy tay vuốt sống mũi, như đẩy hơi thối từ miệng ông vừa bám vào.

Ông hoảng sợ:

- Vậy, liệu có cách nào để chữa bệnh này không?

Ông bác sỹ nhìn ông hồi lâu, lắc đầu:

- Bệnh của ông thành mãn tính rồi, rất khó chữa. Hiện tại để bệnh không phát nặng và cũng để người đứng gần hay đứng xung quanh tạm chấp nhận ông nên ít nói. Nhưng tôi nghĩ, điều đó rất khó vì ông làm cái nghề phải nói nhiều, đã vậy có tính hay suy diễn, nghi ngờ, cố chứng minh mình nói đúng ông càng phải nói nhiều. Mà càng nói nhiều mồm của ông lại càng thối, người ta càng phải tránh. Đến nước này dù bác sỹ có giỏi đến mấy cũng bó tay, không thể nào chữa được bệnh này!

\---------------

4/2021

KHÔNG PHẢI TAO

Nó đọc bài phóng sự ấy trên một tờ báo lớn mà giật mình, đọc đến đâu, toát mồ hôi đến đấy. Nó rất thắc mắc, tại sao thằng nhà báo lại biết tường tận sự việc đến như vậy?

Ngay dòng đầu của bài phóng sự, thằng nhà báo chỉ thẳng :

"... Hắn có tên, tôi tạm thời đặt là K... ở một Vụ của Bộ C... Sau khi dùng tiền và nhiều mánh lới bẩn thỉu K... được điều về làm Vụ trưởng, Vụ quản lý và xuất, nhập.... Với chức vụ béo bở đó, ngay khi mới nhận chức K...đã nghĩ ngay những cách làm như thế nào ôm trọn Vụ này để khống chế giá ... Nếu được như vậy, chẳng mấy chốc sẽ giầu to..."

K ... dù có viết tắt thì mọi người ở Bộ này đều biết đó là tên của nó. Không biết lấy tư liệu ở đâu mà thằng phóng viên viết được những dòng chữ như chính suy nghĩ của nó, rõ từng "chân tơ, kẽ tóc".

"...K...gặp em chồng của "sếp" lớn nhất Bộ đề nghị cùng hợp tác, với dụng ý, qua em chồng của "sếp", dễ dàng được duyệt và cho qua những lô hàng giả mà ở nước ngoài, họ bán giá rất rẻ, nhập vào trong nước, dán mác lại, "sơn phết" bên ngoài thành hàng "thật", trốn thuế, bán giá cao vô tội vạ, lời gấp hàng ngàn lần. K... khôn khéo, để em chồng của "sếp" vào một chức vụ "hữu danh vô thực" trong Vụ, nhưng "quyền" và "lợi" thì lớn vô cùng. Đặc biệt sau khi K... chi mấy chục tỷ làm nhà cho con trai "sếp" lớn thì gần như "sếp" lớn làm ngơ những chuyện K...bị báo chí, dư luận tố cáo tham nhũng còn ban thanh tra của Bộ bị K... vô hiệu hóa hoàn toàn..."

Thằng nhà báo không "bịa" hay "thêm, bớt" một chút chi tiết nào, viết đúng mới chết chứ! Nó hình dung ra trước mặt khi bị Công an, Viện kiểm sát đọc lệnh khởi tố, rồi tiếp theo là còng số tám, vành móng ngựa, mặc áo tù, bị áp giải. Hình ảnh ấy bây giờ là tưởng tượng, nhưng chỉ nay mai, rất gần, khi cả nước, mọi người đọc bài phóng sự này, họ căm thù, nguyền rủa nó thì hình ảnh "tưởng tượng" kia sẽ thành ngay hiện thực.

Đời thế là xong! Không lẽ bao nhiêu sức lực, của cải, thậm chí có những lúc ôm tiền " tấn" đi cung phụng "ông trên, bà dưới" bây giờ nó sẽ "tan gia, bại sản"!

Nó tin chắc thế vì đoan sau, bài báo viết:

"... Việc mua hàng giả, bán như hàng thật với giá trên trời, lại trốn được thuế, K... đang làm cho những người nghèo, người lao động tận cùng khốn khổ, khốn khổ hơn, kinh tế hỗn loạn càng hỗn loạn hơn, xã hội trì trệ, bất an, càng trì trệ, bất an hơn, tài chính nhà nước thâm thủng nghiêm trọng. Tội ác của K... không thể dung thứ, cần để pháp luật trừng trị ..."

Bài phóng sự còn vạch trán, chỉ mặt những trò "chơi" khốn nạn mà nó đã từng:

"... K...tuổi trung niên nhưng chuyện "chơi", "phò" gái trẻ lại có hạng. Dưới danh nghĩa tìm kiếm thị trường, tìm nguồn hàng chiến lược... K đi nước ngoài liên tục . Một năm, theo thống kê của của cơ quan xuất, nhập cảnh K... đi phải đến vài chục lần. Trên thực tế, sẵn có tiền "tấn" trong tay, đó là những chuyến tổ chức "ăn chơi" cùng đám chân dài trong nước mà K... dẫn theo, tận cùng của sự trác táng".

Những cuộc ăn chơi ấy nó tổ chức rất kín đáo, thậm chí, không bao giờ để lộ tung tích. Mỗi lần như vây, một mình nó đi trước ba, bốn ngày, quan sát, tìm hiểu, thám thính thấy thật an toàn sau đó mới báo cho đám chân dài biết để đến sau. Địa điểm tụ tập thường là một trong những khách sạn sang trọng tọa lạc ở một hòn đảo vùng Địa Trung Hải hay Caribê rất ít người biết. Đã giữ bí mật như thế mà sao thằng nhà báo này cũng biết!!!

Nó ngạc nhiên, đọc tiếp bài phóng sự: "... Những cuộc ăn chơi mà K... tổ chức không thể nói hết sự khả ố, truy lạc. Bắt chước kiểu ăn chơi truy hoan bầy đàn của thanh niên phương tây, K...yêu cầu cả nhóm chân dài phải cởi hết quần áo, K...cũng vậy, tất cả trần truồng cùng nhảy nhót trên bàn, đổ rượu vào người, rồi phủ phục la liếm. Có lúc động cỡm K... nhảy dựng lên, nốt ruồi to dưới rốn năm phân nhảy lên, nhảy xuống, mọi người vỗ tay, đổ rượu vào nốt ruồi đó. Hứng lên, K... khoe: "Đó là "hạt ngọc đen" được chúa tặng, các em thấy có thích không?". Chúng tôi có băng video ghi lại cảnh này...".

Nó quá hoảng, vội tụi quần, nhìn xuống.

Dưới rốn năm phân của nó không có "hạt ngọc đen" đó!

Vậy...

Hoá ra, bài báo tố cáo tham nhũng của thằng phóng viên này không viết về nó mà viết về thằng bỏ mẹ nào đấy cũng có tên là K...!

Sướng quá, nó hét to:

- Không phải tao!

Hội An 3/2021

TƯỢNG CON KHỈ

Ông là nghệ sỹ tạc tượng nổi tiếng, đặc biệt tạc tượng các con vật. Các con vật ông tạc trông sống động như thật. Cũng vì thế, người ta trông thấy những tượng con vật do ông tạc có khắp nơi: Trong phòng thí nghiệm, ngoài vườn hoa, ở lớp mẫu giáo, thậm chí... ở viện bảo tàng động vật. Tượng tạc con vật do ông tạc trưng bày lẫn với những con thú nhồi bông... để trong viện bảo tàng động vật, người xem, đến xem, không phân biệt được.

Tên tuổi ông tạc tương con vật, cả nước biết, vang xa ra ngoài biên giới, nhiều tổ chức bảo vệ động vât thế giới, cả viện bảo tàng tự nhiên lớn ở nhiều nước... cũng biết.

Nhưng điều đó vẫn chưa làm ông vừa lòng, là nghệ sỹ, ông muốn khám phá, muốn đi trên con đường mới để biết khả năng của mình, để cho thiên hạ thấy rằng... sáng tạo không ngừng, luôn tìm tòi... đó là con đường phải có, duy nhất của người nghệ sỹ chân chính.

Vậy nên, khi có một cuộc thi tac tượng "Biểu tượng của người trí thức Việt Nam" ông ghi tên dự thi.

Muốn tạc được một bức tượng thật đẹp, cần phải có cảm hứng. Thế là ông đi tìm chân dung của những vị giáo sư khả kính, những trí thức có tên tuổi thường thấy xuất hiện trên ti vi.... Ông còn đến nghe trực tiếp những buổi nói chuyện của một số ông giáo sư, tri thức "nổi tiếng" hay nói chuyên về lãnh tụ, rồi quan sát những buổi các ông ấy được lãnh đạo tiếp, thâm chí cả những buổi đàm đạo, trao đổi học thuật ông cũng cố dự để nghe, để nhìn.... Ông ghi chép thật tỷ mỉ, chụp ảnh chân dung các ông giáo sư, trí thức ấy đủ mọi góc cạnh....

Cẩn thận như thế, tỷ mỉ như thế, nhưng bức tượng "Biểu tượng của người trí thức Việt Nam" do ông tạc... trượt ngay từ vòng: "mới định gửi xe".

Nhìn bức tượng bị trả về, ngồi ngẫm nghĩ, ông hiểu. Tạc tượng người không phải lĩnh vực ông thông thạo mà ông tạc tượng con vật đã thành thói quen, thành nếp nghĩ, thành suy luận ... Nên có thể ông tạc bức tượng "người trí thức" không đúng, không chính xác với tiêu chí của Ban tổ chức cuộc thi. Trượt là phải!

Ông giữ bức tượng đó lại, coi như đó là một bài học cho mình.

...Thì cũng vừa lúc một tổ chức "Bảo vệ động vật hoang dã thế giới" có giấy mời ông gửi tượng con vật đến để dự thi với chủ đề "TƯỢNG CON KHỈ".

Thời gian quá gấp rút, tượng con khỉ trong phòng tạc tượng của ông không còn, chỉ còn bức tượng " Biểu tượng tri thức Việt Nam" để góc phòng.

Ông đến gần bức tượng đó đứng ngắm nghía một hồi, rồi chợt phát hiện... chỉ cần sửa đi một vài chi tiết nhỏ là có bức tượng để dự thị và ông liền thực hiện...

Rồi ông gửi bức tượng đó đi dự thi!

Gửi bức tượng đi rồi, thâm tâm ông cũng không hy vọng được giải. Họ trưng bày bức tượng cho thiên hạ xem, cũng là quý, cũng là hạnh phúc, ông không mong gì hơn!

Nhưng có ngờ đâu!

Bức tượng của ông được giải đặc biệt với lời nhận xét của ban tổ chức cuộc thi:

"Bức tượng CON KHỈ của ông tạc rất sống động, thể hiện rất rõ bản chất của loài khỉ: Hèn, chỉ dám sống bầy đàn, nhưng đặc biệt hay tranh ăn, ưa nịnh, giỏi bắt chước, sống rất bẩn... Ban tổ chức nhất trí trao giải đặc biệt cho bức tượng này. Xin chúc mừng ông!".

3/1999

TRẦN KỲ TRUNG

CHỈ TẠI CON RUỒI

Tưởng khó, vì đúng mùa nước lụt của thành phố, thế mà tôi vẫn tìm ra được nhà hắn.

Mới đầu tôi không tin, chẳng lẽ chỗ như thế này mà một thằng được gọi là "nhà văn" lại đến ở. Ngôi nhà của hắn nằm lẫn trong dãy nhà thấp lè tè như nhà của dân ngụ cư. Cả dãy nhà ấy lại nằm ngay cạnh một con sông đào ngoại vi thành phố. Lụt đã rút, thế mà nước của con sông vẫn còn đục ngàu, bốc mùi thum thủm. Lối đi của những ngôi nhà ấy thì lầy lội, chỉ vừa cho hai người đi ngược chiều tránh nhau. Nét mặt của những người tôi gặp, trông ai cũng như nét mặt của người đi đưa đám... Còn nhà của hắn, trời ạ! Gọi là "điếm canh đê đến kỳ sửa chữa" thì đúng hơn, tường gạch bong từng mảng, mái nhà thủng lỗ chỗ. Ghế, bàn, giường gỗ... như vừa trải qua "chiến tranh vùng vịnh", "chân, cẳng" "bó bột, đóng đinh" tuốt tuồn tuột. Chiếu, chăn, màn xỉn, mốc, ẩm... phơi khắp sân. Lúc tôi vào đến sân, người lớn đi đâu hết, chỉ còn hai đứa con gái trạc mười bốn, mười lăm tuổi đang lom khom quét dọn, mồ hôi đầy mặt. Tôi hỏi hai đứa :

- Các cháu có phải con của bố H... làm nhà văn không?

- Dạ, thưa chú, đúng ạ! - Một đứa ngừng quét dọn, ngẩng lên lễ phép trả lời tôi.

- Thế bố H... đi đâu rồi?

- Dạ! Bố cháu ra Phường giúp các bác ngoài đó phân phát đồ cứu trợ cho một số gia đình nghèo.

- Chú ở cơ quan Bộ, chú có việc rất gấp muốn gặp bố H... Các cháu có thể đi gọi bố về cho chú gặp được không? - Tôi cứ nói vống như thế cho cả nhà hắn sợ.

- Dạ! Được ạ. Chú cứ ngồi chơi để cháu đi gọi.

Con bé, trông ra dáng con chị, nói với tôi xong quay lại nói với con em câu gì đó rồi nó đi te tái ra ngoài cổng.

Tôi vào trong nhà hắn, tìm chiếc ghế ngồi xuống rồi lặng lẽ quan sát xung quanh, trong đầu nảy ra bao nhiêu ý nghĩ. Tại sao hắn sống nhếch nhác thế này không làm nghề khác lại đi làm nghề "viết văn", cái nghề chỉ được tiếng, chứ làm gì ra tiền!!! Đã thế, hắn viết động đến "sếp" của tôi, uy thế lẫy lừng cả một vùng. Trong truyện ngắn hắn viết, hắn gọi đích danh họ, tên của "sếp " tôi ra mà chửi?

Hắn muốn gì ?

... Cách đây mấy hôm, tôi được "sếp" là một Tổng giám đốc gọi riêng lên, đưa cho xem tờ báo "TIẾNG CHUÔNG KÊU". Tay ông ta chỉ vào một truyện ngắn đăng ở tờ báo đó, nét mặt cau có:

- Anh xem truyện ngắn này đi! Có tay nhà văn viết truyện ngắn này nêu đích danh họ và tên cùng tôi cùng một lô tội trạng như : tham ô, đánh bạc, đểu giả với bạn bè, chơi gái với những trò truỵ lạc... Trong truyện ngắn này, tay nhà văn còn cho rằng có một số cơ quan cấp trên, tuy biết chuyện nhưng vẫn tìm cách bao che cho tôi - Nắm tay của ông Tổng co lại, giọng tức giận - Dứt khoát tay nhà văn viết truyện ngắn này được ăn tiền theo yêu cầu của một số người ghét tôi. Có khi số người đó giấu mặt, nằm ngay trong Tổng công ty chúng ta. Chỉ có như thế tay nhà văn này mới có tư liệu viết truyện ngắn này chứ! Thực đúng là "nuôi ong trong tay áo". Anh phải giúp tôi tìm cho ra thủ phạm, tìm cho ra ai đã cung cấp tin tức nội bộ cho tay nhà văn, đồng thời cũng tìm cách trị tay nhà văn chuyên viết văn, ăn tiền này! - Nói rồi ông Tổng giám đốc chỉ cho tôi từng đường đi, nước bước - Cái thằng viết văn để ăn tiền thì bản chất con người của nó, tôi cam đoan, cũng không ra gì. Ở cơ quan chắc tay nhà văn này bị mọi người ghét. Ở Phường chắc nó suốt ngày nát rượu, quậy phá. Với hàng xóm, láng giềng hắn ta cũng là loại "đâm bị thóc, chọc bị gạo". Trước khi gặp trực tiếp, anh phải đến cơ quan chủ quản của hắn. Rồi anh đến phường và hàng xóm ở cạnh nhà hắn hỏi cho rõ binh tình, thu thập cho đủ bằng chứng để sau này buộc thêm vào tội. Xong mọi việc anh hãy đến gặp hắn, truy đến tận gốc những việc làm "vu khống" về tôi. Khi xong mọi việc, anh về đây báo cáo, tôi sẽ "phôn" ngay sang anh Tư làm ở Bộ công an, anh Tám ở Viện kiểm sát là tay nhà văn này sẽ đi tù mọt gông.

- Nhỡ tay nhà văn này chối mọi chuyện thì sao? - Tôi ngập ngừng hỏi lại .

- Chối thế nào được! Rõ họ, tên của tôi đến thế cơ mà! - Ông Tổng giám đốc quát vào mặt tôi - Anh xem lại truyện ngắn này đi.

Đọc truyện ngắn của hắn, tôi có phần hoảng sợ, toàn chuyện đúng cả. Lại nêu đúng tên, họ của "sếp" nữa, chẳng trật đi đâu một ly. Tôi là cánh tay phải của "sếp", mọi việc "sếp" làm tôi đều biết và có phần được hưởng lây. "sếp " mà đổ, là tôi "toi" theo. Vì thế khi lệnh của ông Tổng giám đốc ban ra, tôi vội gật đầu và thừa hành ngay nhiệm vụ.

Nước lụt vừa rút, tôi vội đi đến cơ quan của hắn, tiếp sau đó đến Phường, rồi đến hàng xóm xem họ đánh giá tay nhà văn này như thế nào ? Để có cơ sở "buộc tội" như "sếp" nói. Điều làm tôi ngạc nhiên là mọi phỏng đoán của "sếp" đêù sai bét cả .

Ở cơ quan anh ta, một Hội Văn học - Nghệ thuật, mọi người đều khẳng định:" Anh ấy có đạo đức rất tốt, một nhà văn viết truyện ngắn rất có tài". Giào ơi! Tôi thừa biết "bệnh hay bênh nhau " có mấy ông nhà văn, nhà thơ khi bị chính quyền "đụng đến". Không "bênh" tay nhà văn này, nhỡ đâu mấy ông nhà văn, nhà thơ khác viết kiểu đó, Hội văn học - nghệ thuật lấy cái gì mà đỡ!!!

Tôi lại đến Phường. Ông Chủ tịch Phường tiếp tôi. Sau khi phả một hơi thuốc lào, ông "khà" một tiếng khoan khoái. Điều này có nghĩa là ông ấy rất tỉnh táo, thế mà ông ấy lại nhận xét về tay nhà văn với một giọng, nghe chối không thể tưởng: "Tôi thấy không ai như anh ấy, việc gì của Phường yêu cầu là anh ấy hăng hái giúp đỡ, giúp đỡ rất nhiệt tình. Gia cảnh anh ấy rất nghèo nhưng cách sống của gia đình luôn gương mẫu, giáo dục hai con gái rất ngoan, học giỏi, vợ chồng hoà thuận, xứng đáng là "gia đình văn hóa" của Phường mấy năm liền" Thôi! Tôi còn lạ gì mấy ông lãnh đạo Phường hay ưa nịnh. Cứ dăm ba câu hò, vè, hay mấy bản tin mà ông nhà văn này "bốc" các "bố" ấy lên, là các "bố" ấy sướng. Bảo củ ấu "tròn," các "bố" cũng gật.

Không tin được!

Tôi bí mật đến mấy nhà hàng xóm cạnh tay nhà văn này dò hỏi. Nhất mực mọi người ở đây đều bảo hắn là người tốt.

Quái lạ thật! Hắn tốt mà tại sao lại viết một truyện ngắn có ý "châm chỉa" một cách ác độc về "sếp " tôi như thế? Cần thì trực tiếp gặp "sếp" của tôi, giao lại cho "sếp" tài liệu của mấy thằng, mấy đứa "mất dạy" trong cơ quan đã bí mật đưa cho hắn. Như thế có phải vừa có tiền, lại đỡ mang tiếng, chứ còn viết truyện ngắn kiểu này dám ghi đích danh họ tên của "sếp" tôi rõ lên mặt báo, tay nhà văn này không phải là loại vừa. Cần phải trừng trị!

Cách cuối cùng, như "sếp" của tôi nói, phải gặp trực tiếp hắn.

...Tôi ngồi đợi một lúc thì tay nhà văn này về. Nhìn dáng của tay nhà văn tôi lắc đầu, khuôn mặt khắc khổ, thân gầy nhom, quần ống thấp, ống cao. Hắn đi đến giữa sân, cho tử tế với khách, bỏ vội ống quần xuống. Nhìn tay nhà văn này, tôi thầm nghĩ: Chỉ một quả "thôi sơn " của mình, người hắn sẽ dính vào tường, bảy ngày bóc không ra. Bước vào trong nhà, thấy tôi, hắn vội nắm lấy tay tôi, lắc lắc, miệng sởi lởi:

- Nghe cháu lớn chạy ra tìm, nói có một bác trên Bộ đến tìm tôi. Vậy, thưa anh! Anh đến tìm tôi có việc gì không ạ?

Tôi lừ mắt nhìn hắn. Phải nói hắn "nguỵ trang" khá tài. Tôi cười gằn:

- Tôi không phải ở Bộ. Tôi nói thế để cho anh biết mà mau về. Tôi đến tìm anh có một việc cần giải quyết. Có phải anh là tác giả viết truyện ngắn "ĐỜI CÓ MỘT THẰNG" đăng ở báo "TIẾNG CHUÔNG KÊU" số mới nhất không?

Hắn cười, phô mấy cái răng xỉn, gãy không đều:

- Dạ, đúng! Anh đã đọc truyện ngắn của tôi rồi à ! Mừng quá, thật hạnh phúc cho tôi. Có thêm bạn tâm giao.

Hắn luýnh quýnh, tất tả lấy khăn lau vội mấy cái tách trà sứt quai, đổ trà vào ấm, pha nước sôi. Lúc này ánh mắt hắn lộ vẻ sung sướng, hai tay xoa vào nhau:

- Thực tình tôi viết truyện ngắn ấy cũng nghĩ ít người đọc. Báo đăng cho là quý rồi. Thời buổi này người ta chạy theo đồng tiền chứ mấy ai chú ý đến đọc truyện, đọc báo. Ấy thế mà tôi lầm, vẫn có người như anh, đã đọc truyện ngắn của tôi, lại đến đây tìm tác giả để trò chuyện. Người viết văn như tôi, đây là phần thưởng vô giá. - Giọng hắn trở nên xoắn xít, nhìn tôi như thân ái lắm - Dạ, thưa anh! Anh có thể cho tôi biết quý danh và cũng ... thưa anh !Anh có thể cho tôi những lời nhận xét "vàng ngọc" về truyện ngắn đó, nhất là cách hành văn, nội dung cốt truyện...

Nghe giọng tay nhà văn này nói, tôi thực sự tởm lợm. Giả dối đến thế là cùng! hắn làm như không biết chuyện "soi mói" nói xấu "sếp" của tôi. Phúc tổ bảy mươi đời nhà hắn, may là tôi, cũng còn có chỗ biết mà kìm lại.Chứ hôm nay hắn gặp "sếp", tính ông ấy nóng như "Trương Phi" thì miệng hắn ăn "bã trầu" rồi. Không trả lời câu hỏi của hắn, tôi đi ngay vào vấn đề:

- Anh có biết ông Tổng giám đốc liên hiệp xây dựng P... không?

Tay nhà văn nghe tôi hỏi vậy, tròn mắt ngạc nhiên:

- Dạ! làm sao tôi biết ông ấy. To như thế! Lớn như thế!

- Thế anh có biết ông Tư, chức rất lớn ở Bộ Công an không ?

- Dạ! Không ạ.

- Ông Tám, chức cũng tương đương ông Tư, bên Viện Kiểm sát không ?

- Dạ! Không ạ!

Tôi hỏi liên tục, hắn trả lời liên tục. Sau cùng hắn cũng hỏi:

- Vậy ! Thưa anh. Anh hỏi tôi điều đó để làm gì ?

Tôi không trả lời, lặng im quan sát hắn. Rõ là sau câu hỏi vừa rồi, ánh mắt của hắn đã thất thần.Tôi nói rõ từng tiếng một:

- Anh nghe đây! Anh đã phạm tội vu khống lãnh đạo cơ quan của tôi.

Ánh mắt biểu hiện lo lắng cực độ, miệng hắn lắp bắp:

- Anh nói gì, tôi không hiểu?

Lại còn thế nữa, hắn cố tình chạy tội. Tôi nói thẳng, lấy tay chỉ vào mặt hắn :

- Anh đã vu cáo ông Tổng giám đốc của cơ quan

tôi, đồng thời anh còn nói xấu một số cơ quan cấp trên khác.

- Chết tôi rồi - Hắn giẫm chân đành đạch - Sao anh lại nói với tôi như thế?

- Anh còn chối à !- Tôi tức giận lấy tờ báo "TIẾNG CHUÔNG KÊU" có đăng truyện ngắn của hắn ra, tôi đọc một đoạn, rồi nói tiếp - Anh xem, anh viết như thế đấy. Tôi là người của Liên hiệp xây dựng P... anh có thể xem giấy giới thiệu của tôi xuống Phường làm việc. Anh phải cho tôi biết, ai đã cung cấp cho anh tư liệu để viết truyện ngắn này? Ai thuê anh viết? Anh viết truyện ngắn này với mục đích gì ?

Không dám xem cái giấy giới thiệu của tôi chìa ra, miệng hắn méo xệch như miệng trai, nói buồn bã:

- Truyện ngắn đó hoàn toàn do tôi hư cấu. Bây giờ ăn cắp, tham ô, hối lộ, trù dập người ngay... báo chí nêu hàng ngày. Tôi cứ dựa vào đó mà viết mong kiếm mấy đồng nhuận bút cải thiện cho gia đình mớ rau, con cá. Chẳng ai xui tôi viết, cứ hứng lên là tôi viết.Viết để giãi bày tâm sự của mình với thời cuộc, đánh động dư luận, mong xã hội mình tốt hơn. Nào tôi dám động đến ai. Động đến người ta, mình thấp cổ, bé họng nhỡ có mệnh hệ nào thì chết.

- Vì viết truyện ngắn này, anh có thể bị đi tù. Ông Tổng giám đốc của tôi có đủ điều kiện để làm việc đó - Tôi nhấn mạnh - Tổng giám đốc của tôi rất quen và chơi thân với ông Tám, ông Tư.

- Ấy chết! Tôi xin anh - khuôn mặt hắn xám ngoét, không dám nhìn thẳng vào tôi nữa - Tôi không dám động đến các ông ấy. Lạy các anh tha cho ! Tôi mà đi tù vợ, con tôi chỉ có nước đi ăn mày. Mà nói thật với anh, tôi cũng sợ đi tù lắm!

- Anh bảo "không động đến" ông Tổng giám đốc cơ quan tôi. Đúng không ? Thế tại sao trong truyện ngắn này anh lại nêu đích danh họ, tên của ông ấy?

- Trong truyện ngắn này tôi vô tình đặt tên cho nhân vật chính thôi. Mà cũng lạ - Hắn làm như không hiểu - Họ, tên xấu như thế ở ngoài đời cũng có người đặt?

- Đừng! Anh đừng nói như thế -Tôi cười khẩy, nhìn hắn - Anh đừng có tìm cách bao biện, chối tội. Tên của "sếp" tôi rất ít người đặt. Ấy vậy, anh cố tình đặt tên cho nhân vật chính trong truyện ngắn trùng cả họ, tên của "sếp" tôi thì sẽ thành một chuyện rất lớn, không còn trong phạm vi xử lý hành chính.Tôi cũng biết nhà văn các anh khi viết truyện chủ yếu là hư cấu nhưng khi anh viết nhân vật chính với những hành vi khốn nạn trùng với họ ,tên của "sếp" tôi thì mọi chuyện sẽ khác. Đủ bằng chứng truy tố tác giả viết truyện ngắn đó ra toà. Anh hiểu chưa?

Nghe tôi nói xong, quả thật trông người tay nhà văn này cứ như cây chuối bị phạt ngang, rũ rượi. Hắn khóc rống lên :

- Nghề viết văn, viết báo của bọn tôi khổ lắm anh ơi! Tôi sợ đủ mọi thứ nên khi viết truyện ngắn này phải tính toán. Tôi đặt tên nhân vật chính không giống ai. " TẢO NHƯ NGU" tức là "NGU NHƯ TAO". Tôi đặt tên nhân vật chính như thế, ý muốn nói, có bao nhiêu cái xấu ở đời, bọn nhà văn chúng tôi nhận hết cả! Còn các ông "To" như "sếp" của anh làm gì có "chuyện xấu".

Nghe hắn nói như thế, tôi càng bực mình.Việc làm sai trái, rõ rành rành như thế mà hắn vẫn lươn lẹo, cố tình chối bai bải. Tôi dí tờ báo có đăng truyện ngắn vào tận mặt hắn:

- Anh xem lại cho rõ đi! Tên nhân vật chính là "TẢO NHƯ NGỤ" chứ không phải "TẢO NHƯ NGU". Đấy là họ, tên của Tổng giám đốc cơ quan tôi.

- Sao thế nhỉ?- Tay run run cầm tờ báo tôi vừa đưa, hắn giơ tờ báo lên trước mặt, nhìn có vẻ xăm xoi. Cẩn thận tay nhà văn này còn đến gần cửa sổ cho ánh sáng bên ngòai rọi vào nhìn kỹ truyện ngắn hắn đã viết. Chỉ có một lúc, do quá căng thẳng lưng áo của hắn đã đẫm mồ hôi. Chợt! Nét mặt của tay nhà văn này thay đổi, sung sướng đến vô cùng. Bỏ tờ báo xuống, hắn hỏi tôi, giọng hồ hởi:

- Có phải anh nói với tôi, điều có thể truy tố tôi ra toà là họ, tên nhân vật chính trong truyện ngắn này trùng họ, tên của ông Tổng giám đốc cơ quan của anh ?

- Đúng như thế! - Tôi gật đầu, khẳng định.

- Thế thì các anh nhầm rồi! Đây vẫn là "TẢO NHƯ NGU", chứ không phải "TẢO NHƯ NGỤ". Cái dấu chấm dưới chữ U này là vết của cứt ruồi. Đúng là cứt ruồi anh ạ! - Hắn lấy ngón tay quệt vào dấu chấm rồi đưa lên mũi ngửi - Đúng rồi! thối quá... Chỉ chút nữa thôi, tôi bị tù oan vì con ruồi.

Nói xong hắn lấy tay tẩy sạch vết cứt ruồi dính trong truyện ngắn của tờ báo, rồi nhìn tôi cười he.. he có vẻ đắc chí. Giọng cười của tay nhà văn này y như giọng cười của thằng Nguyễn Quang Lập./.

Hội An 3/1998 - sửa chữa, bổ sung 2018

BẰNG "VIỆN SỸ"

Với núi tiền vơ vét hồi làm chủ tịch tỉnh, nay về hưu ông kiếm được một xuất định cư ở nước ngoài. Trước khi được Sở di trú nước H... cấp thẻ xanh, Người phỏng vấn Đại sứ quán nước này yêu cầu ông trình ra những bằng cấp đã có với mục đích xem trình độ của ông đến đâu. Ông trình ra một loat bằng hồi đương chức, kể cả bằng tốt nghiệp trường "Chính trị cao cấp". Người phỏng vấn của Đai sứ quán nước H... gạt tất cả bằng cấp ấy ra một bên:

- Những bằng này nước tôi không sử dụng, ông còn bằng nào nữa không?"

Chợt nhớ còn có bằng "Viện sỹ Viện hàn lâm..." mà một lần ông được mời đến nước A... nhận. Lý do mà ông được nhận bằng " Viện sỹ Viện hàn lâm..." được viết rất đẹp trên một tờ giấy cực kỳ sang trọng in bằng hai thứ tiếng Việt - Anh: "Sự đóng góp cho nền khoa học lớn thế giới bằng một trí tuệ vô song của Ngài, chúng tôi đánh giá, rất xứng đáng với danh hiệu: "Viện sỹ Viện hàn lâm...". Chúng tôi sẽ tổ chức trao bằng " Viện sỹ Viện hàn lâm..." vào ngày... giờ... địa điểm... Rất mong Ngài có mặt. Sự hiện diện của Ngài là niềm vinh dự lớn lao cho chúng tôi khi buổi trao danh hiệu này có "Vua" của nước tôi trực tiếp chứng kiến. Vậy, chúng tôi đề nghị Ngài nộp thêm năm nghìn đô la, góp một phần cho buổi lễ tranh danh hiệu "Viện sỹ Viện hàn lâm..."thêm phần long trọng".

Ông đưa bằng "Viện sỹ Viện hàn lâm..." đó ra, người phỏng vấn ông cầm bằng "Viện sỹ Viện hàn lâm..." đó lên, săm soi một hồi rồi kết luận:

- Nước đó, chúng tôi biết, không hề có" Viện hàn lâm... "tên như thế này. Đây là bằng giả!

- Giả là giả thế nào! đích thân "Vua" nước đó tặng tôi cơ mà ...- Ông gân cổ, cãi.

- Người mà ông cho là "Vua" đàn ông hay đàn bà?

- Đàn ông. Ông "Vua" nước đó trao bằng cho tôi thế này này! - Ông tả cho người phỏng vấn nghe mọi điệu bộ, dáng của ông "Vua" nước đó khi trao bằng " Viện sỹ Viện hàn lâm..." cho ông.

- Thể chế nước A... , đứng đầu là Nữ Hoàng, điều này tồn tại mấy trăm năm nay, cả thế giới biết, ông là "Viện sỹ..." có "trí tuệ vô song...", sao không biết!!!

Ông lúng túng, nhưng cố vớt vát:

- Họ và tên "Vua" dưới chữ ký rõ thế này, ông xem lại đi!

Nhìn họ, tên của "vua", người phỏng vấn ở Đại sứ quán nước H... cười rồi nói với ông:

- Vì đây là bằng giả, cho nên họ, tên "Vua" cũng không có thật, nếu dịch đúng , tôi nghĩ ... họ muốn nhấn mạnh trình độ của ông. Ông có cần tôi dịch ra tiếng Việt không ?

Ông gật đầu.

- Vậy, ông nghe đây, nếu dịch ra tiếng Việt thì họ tên của "vua" nước đó sẽ có ý nghĩa như sau: "MÀY NGU HƠN CON BÒ.".

4/2020

THÀNH TÀI!

Nó đi du học nước ngoài, được tiền nhà nước tài trợ, tốt nghiệp loại giỏi.

Về nước, nó được nhận vào làm việc ngay. Quá sướng, hồ hởi, tâm trạng phấn chấn, nó đến nhiệm sở để nhận công tác, trong đầu hiện lên bao ước mơ rất đẹp về tương lai. Với kiến thức đã học, nó muốn áp dụng vào thực tế để mau chóng được vào vị trí "vai vế" trong xã hội, có nhà to, xe sang, kinh tế đầy đủ.

Tiếp nó là ông Tổng giám đốc. Nhìn nó từ đầu đến chân, ông có vẻ ưng ý, một thanh niên có cơ thể cường tráng, ngực nở lằn vết sau chiếc sơmi trắng bỏ trong quần, mái tóc cắt gọn, ánh mắt tự tin, thật thà, ông Tổng nói với nó:

- Trông em, được đấy - ông Tổng gật gù - Em đã được đảng, nhà nước cho đi ăn học, giờ về cố gắng phải làm việc thật tốt, đền đáp lại công ơn đó... Rõ chưa?

- Dạ, em hiểu!

- Vậy, để gội sạch những tư tưởng, suy nghĩ không đúng với đường lối đảng, nhà nước... tôi sẽ đưa những bài viết của tôi, em về nghiên cứu trong mười lăm ngày rồi viết thu hoạch. Sau đó em nộp bản thu hoạch đó lên đây cho tôi... Qua bài viết thu hoạch của em, tôi sẽ đánh giá sự nhận thức cũng như trách nhiệm của một thanh niên tri thức với hiện tình đất nước. Trước mắt cứ như thế đã.

Ông Tổng muốn "khoe" trình độ của ông cho nó biết. Nó cầm những bài viết của ông Tổng đọc mà hoang mang cực độ: câu cú thì lộn xôn, chữ nghĩa lung tung, đã vậy còn sai chính tả, chữ "L" thành chữ "N " cứ lộn tùng phèo. Nghĩ ra, nó rất lúng túng, viết thế nào đây? Cũng may cho nó, có thằng bạn thân học chuyên văn Tổng hợp vừa tốt nghiệp chưa kiếm được việc làm, nghe nó tâm sự, hứa sẽ giúp. Thằng bạn thân viết bản "thu hoạch" bằng cách xào xáo mấy bài xã luận báo Nhân Dân, Quân Đội... rồi minh hoạ bằng mấy "đoạn văn vừa sạch nước cản" trong bài viết của ông Tổng giám đốc. Nó đọc lên, cười lăn lộn vì phần bạn nó viết " sạch sẽ" như đi đường quang đến phần trích dẫn đoạn văn của ông Tổng làm minh hoạ y như "giẫm phải bãi c...!". Nhưng cuối cùng nó chịu, khi nghe thằng bạn thân giải thích:

- Lãnh đạo nào mà không ưa nịnh, mày nghe tao, trích dẫn đoạn văn của ông ấy vào bản thu hoạch, chắc chắn ông ấy khoái, ưng mày liền!

Thằng bạn thân của nó nói đúng, ông Tổng đọc xong bản "thu hoach", ra chiều ưng ý:

- Viết thế này là được, trích dẫn phần của tôi viết đã nâng cao chất lượng bản thu hoạch. Em làm điều này là rất đúng, rất hay, rất trúng ý tôi. Tôi nhận em vào làm thư ký cho tôi, nhiệm vụ chính là viết báo cáo.

Nghe vậy, nó thất kinh, hoảng thật sự:

- Dạ, như thế không đúng chuyên môn của em.

Ông Tổng cười, đông viên nó:

- Không sao! Phải lấy thực tiễn Việt Nam mà áp dụng em ạ. Rồi em sẽ quen, mà không cần đến chuyên môn. Trình độ em viết báo cáo như thế này là quá hoàn hảo, có thể làm được tất cả mọi việc. Tôi tin em!

...Quả thật, mới hơn một tháng, chuyện viết báo cáo, đối với nó là chuyện nhỏ, vì báo cáo năm nay y như năm trước, chỉ cần thay đổi mấy con số, con chữ... là xong. Đến ngay như chuyện tiếp khách trong bàn nhậu, rồi dẫn khách của ông Tổng đi du hý, phải giữ bí mật... Những chuyện này trong thời gian học ở nước ngoài, không bao giờ được dạy, mới đầu có phần lúng túng, thế mà chỉ dăm ba, bữa được ông Tổng trực tiếp "cầm tay chỉ việc", bây giờ nó thành thục, thực hiện đúng những yêu cầu của ông, được bạn hàng khen. Ông Tổng giám đốc có vẻ ưng ý lắm.

Từ những chuyện nhỏ như thế, hoàn thành tốt, nó được ông Tổng giám đốc tin tưởng giao cho làm chuyện " lớn". Đó thanh, quyết toán những dự án nhà nước "khủng". Trí thông minh của nó được phát huy khi trong phòng kín chỉ còn nó với ông Tổng giám đốc. Chỉ cần một gợi ý nhỏ của ông Tổng, nó hiểu cần phải làm gì để hợp thức hoá mọi hợp đồng, "bịt" chỗ nào cần "bịt", "chi" chỗ nào cần "chi" cho "dôi" ra một khoản tiền lớn để ông Tổng hưởng, tất nhiêu nó cũng có phần. Nó làm rất nhanh, bảo đảm bí mật, giữ uy tín cho ông Tổng. Nhờ thế nó có nhà to, xe hơi, kinh tế đầy đủ, đúng ước nguyện như ban đầu, nó tính... Đó là chưa kể, cả chuyện ăn chơi với "chân dài" trong những lần đi "công tác" nước ngoài, nó học được ở ông Tổng nhiều điều, thậm chí còn hơn, vì nó biết tiếng Anh, hướng dẫn lại ông Tổng.

Chỉ có mấy năm nó làm thư ký thân cận, gần ông Tổng giám đốc.

Từ một thanh niên dáng cường tráng, có ánh mắt thông minh, nó trở thành một người đàn ông bụng phệ, mắt láo liếng, không thật thà, da mặt không còn trơn láng, mịn màng mà bì bì thiếu sức sống, dáng đi chậm chạp, ngả ngớn lúc nào cũng như chuẩn bị say, nói láo thành thần.

Ông Tổng đi đâu, nó đi theo đó.

... Ông Tổng giám đốc báo cho nó một tin vui:

- Sắp tới, tôi được lên chức, ra trung ương, nhất định tôi phải đưa em đi cùng. Tôi sẽ đề nghị Tổ chức quyết định để em tiếp tục làm trợ lý cho tôi... - Thấy ánh mắt ngạc nhiên của nó, ông Tổng giải thích - Giờ thì em thành tài rồi, có đủ tất cả những điều tôi yêu cầu! Tôi tin em.

5/2015

CHUYỆN TÌNH CỦA CHÚ TÔI

Chuyện chú đón người yêu về Việt Nam làm náo động không phải chỉ riêng trong gia đình, mà cả phố, đâu đâu cũng nghe những lời bàn tán.

Chuyện là thế này.

...Hồi ấy, chú được cử đi học ở một nước thuộc phe ta. Nước này rất chuyên chính, yêu vô sản, thành kính lãnh tụ, đoàn kết toàn diện với Việt Nam. Lớ ngớ thế nào chú lại yêu một cô gái người nước đó, mà chuyện yêu một người nước ngoài, đảng và nhà nước nước ấy cấm ngặt, đảng và nhà nước mình cũng thế, nên chú bị "tống" về nước, dù học rất giỏi.

Chuyện tình yêu với một người phụ nữ nước ngoài không thành, chú rất đau khổ. Đau khổ đến độ, chú không yêu ai nữa, toan cạo trọc đầu đi tu.

...Thời kỳ ấy, đất nước có chiến tranh, trai tráng ra mặt trận hết, riêng chú, mắt cận thị không phải đi chiến trường nên chú thuộc diện "của quý, của hiếm". Xung quanh chú không biết bao nhiêu là đàn bà đẹp, nhưng nhất mực... chú chỉ chung thủy với người đàn bà nước bên kia. Chúng tôi xem tấm ảnh đen trắng chụp chân dung người phụ nữ chú yêu. Một người phụ nữ không đẹp, không xấu, nhưng chắc chắn người phụ nữ ấy nói, bên ta, trong khu phố này, chỉ có chú hiểu, chưa nói đến phong tục tập quán, không biết người yêu của chú có ăn được mắm tôm không? Nên cả nhà phản đối là điều hiển nhiên, nhưng chú vẫn bất chấp, giữ nguyên ý định. Mẹ tôi rất bực mình, ra sức khuyên bảo, chú vẫn cương quyết không thay đổi ý định.

Cũng vì tình yêu "bất diệt" không thành, tự nhiên chú khó tính, nét mặt lúc nào cũng nhăn nhó, từ sáng sớm đến tối mịt, đố tìm được ở chú một tiếng cười. Rồi đến cả chuyện đi đứng, ăn mặc, nói năng của mọi người trong gia đình, chú bắt bẻ từng ly, từng tý. Không những thế, chú lại ngăn cản chuyện tình yêu của tôi. Tôi dẫn người yêu về "ra mắt", chú nhìn với con mắt dò xét, lạnh lùng rồi chê tới tấp, so sánh với người yêu của chú, điều gì cũng nói người yêu của mình là nhất.

Cũng vì chuyện của chú như vậy, mọi người gia đình tôi chán nản, mệt mỏi. Chẳng gì chú là em ruột của mẹ, có học hơn bao người trong dòng họ, ngần ấy tuổi mà chưa có vợ, ai cũng hỏi. Có điều để giữ thể diện, không muốn bên ngoài đồn thổi tạo nên không khí căng thẳng trong gia đình, "một điều nhịn, chín điều lành", cả nhà nhất trí làm việc gì tránh cho chú biết, còn chú muốn làm gì thì làm, muốn nói gì thì nói. Một mình chú, một cõi...

Trước lúc "khuất núi", mẹ dặn tôi:

- Chú cũng như cha, không có mẹ, con phải nghe lời chú. Căn nhà này ngoài công sức gia đình ta, còn có công sức của chú. Chú cùng mẹ nuôi con khôn lớn. Con đừng làm điều gì để chú giận. Chú buồn, mẹ chết, không nhắm mắt được đâu.

Mẹ dặn như thế, tôi không dám làm trái, cố gắng làm cho chú vừa lòng. Nhưng tuổi chú càng lớn thì sự khó tính, chấp nhặt của chú càng tăng. Nhất là tính cáu bẳn, giận vô cớ, mắng vô cớ , hay suy diễn bậy bạ, như "Vợ chồng mày mong tao mau chết để chiếm nhà" . Rồi chú thủ thế, đề phòng, cứ làm như vợ chồng tôi có âm mưu " giết" chú đến nơi !!!

Tưởng chú sẽ ở mãi một mình, ai ngờ...

Chú đón được người yêu của chú từ nước bên kia, sang Việt Nam.

Chuyện cứ như trong truyện "cổ tích"...

Chẳng là có một ông lãnh đạo nhà nước mình sang thăm nước ấy, bạn thân của chú quen biết nhiều với ông lãnh đạo này. Biết hoàn cảnh của chú, người bạn của chú nhờ ông lãnh đạo nói với mấy ông lãnh đạo đảng, nhà nước bên ấy, làm thế nào tìm được người yêu của chú ngày xưa. Nếu người phụ nữ ấy còn sống, chưa lập gia đình xin phép đảng và chính phủ nước ấy cho cô ấy sang Việt Nam gặp lại chú, kết hôn thành vợ chồng. Chuyện khó như "mò kim đáy biển", ai ngờ thành sự thật. Chú cho địa chỉ, đảng và chính phủ bên ấy đang cần gạo, lương thực, thực phẩm... của Việt Nam, vội huy động lực lượng đi tìm.

Và họ tìm được người yêu của chú...

Nghe tin người yêu vẫn đợi, chung thủy, chú hớn hở : " Cô ấy còn sống, thế mà chúng mày nói cô ấy chết. Chết thế nào được, chú có tình yêu bất diệt, nên cô ấy sống đợi chú!". Ánh mắt chú mơ màng: " ...nhất định cô ấy vẫn có làn da mịn màng, ánh mắt bồ câu, tóc dài, mượt đen ... như ngày nào!". Chú nói vậy mà không nhìn lại chú. Một ông già da mồi, mặt đầy nếp nhăn, mắt đờ đẫn, lưng sắp còng, tóc gần như bạc trắng. Thế mà chú hy vọng, tưởng tượng người yêu của chú bằng hình ảnh kia.

Chịu!

Ngày đón người yêu của chú, quả thật đó là một "sự kiện lớn" của khu phố tôi. Mọi người bỏ hết công việc, tụ tập ngay đầu phố để đón "cô dâu mới" từ người già, người trẻ, đứa nhóc, đàn ông, đàn bà...ai cũng háo hức, bàn tán, mong ngóng.

Chú và cô người yêu, sau này là vợ, từ trên xe bước xuống, mọi người mọi người ồ lên, bàn tán. Tất nhiên là chú không thể nghe thấy vì chú đang ngửa mặt lên trời mà sướng ngất ngây:

- Ối giời ơi! Tưởng đẹp, người ngợm thế kia thì còn làm ăn được gì!

- Già sắp xuống lỗ rồi, báu bở gì mà vác về! Rồi không biết ông ấy có nuôi nổi không?

- Mà sao bà ấy nhìn mọi người cứ khinh khỉnh thế nhỉ! Mắt to như con ốc nhồi.

...

Không quan tâm đến những lời bàn tán đó, điều

vợ chồng tôi quan tâm, chú ngần ấy tuổi, sức tàn, lực kiệt, đồng lương hạn hẹp, giờ ở với bà ấy thế nào? Chứng kiến đám cưới của chú có đông đảo phóng viên báo chí, đài, ti vi... thậm chí ông đại sứ nước ấy cũng đến dự, tặng hoa chúc mừng. Báo chí dành cho đám cưới của chú những lời có cánh: "Một đám cưới thấm đậm tình quốc tế vô sản trong sáng, thủy chung... Một đám cưới tưởng chỉ có trong truyện cổ tích thế mà là sự thật, bất chấp cả thời gian, không gian, khoảng cách, tuổi tác. Có sống đến một trăm tuổi, tình yêu, hạnh phúc của hai người mãi mãi như ban đầu...".

Xin lỗi mấy ông nhà báo, "tán" cho lắm vào, chứ có biết đâu, chỉ non một năm sau, sau đám cưới ấy, chú già đi cỡ... vài chục tuổi vì khổ.

Các ông bà nhà báo đâu có biết, mọi chuyện trong nhà tôi đảo lộn hoàn toàn từ ngày chú "rước" người đàn bà người nước ngoài kia về. Ngày thành đêm, đêm thành ngày, những sinh hoạt trong gia đình vốn quen thuộc với vợ chồng tôi, đành phải bỏ, làm bất cứ việc gì, trước, sau đều để mắt đến bà ấy mà cân nhắc có nên làm hay không? Vợ chú ngót nghét bằng tuổi chú, không biết đi xe đạp, không học được tiếng Việt đi đâu chú cũng phải lấy xe máy ra đèo, rồi làm phiên dịch. Mấy ngày đầu bà ấy về làm dâu, vợ tôi nấu gì, bà ấy cũng không chịu ăn vì "không hợp".Thế là chú với bà ấy ra ăn riêng. Cơm phải nấu nhão gần bằng cháo, ăn với mấy món ăn dậy mùi khét, tôi không tả được. Nhớ nhà, nhớ quê, chiều nào bà ấy cũng ngồi cạnh cửa sổ, khóc. Chú dỗ bà ấy bằng những bài hát, có lẽ thời sinh viên học bên ấy, chú thuộc. Nhưng hễ chú cất lời hát là cha con tôi cười lăn lộn. Giọng chú ồ ồ, ề ề không giống vịt đực thì cũng gần giống trâu goi nghé, đã vậy tiếng nước ấy nghe cứ như cãi nhau, âm điệu bài hát cứ như chuẩn bị ...đánh nhau. Chú hát, bà ấy thôi khóc, nét mặt có vẻ cảm động rồi hát theo, tay chân vung loạn xạ, quên cả đói. Đến chuyện sinh hoạt, trong bữa ăn, phải dạy bà ấy cầm đũa, dạy tháng trời vẫn không cầm được, không đũa rơi thì thức ăn rơi, vãi ra đầy áo quần. Lại một chuyện lạ nữa, bà ấy ít ngủ, cứ đến hai, ba giờ sáng ngồi dậy miệng lẩm bẩm điều gì đó như tụng kinh, khiến chú phải thức theo. Chú giải thích với tôi: "bên ấy họ tôn kính lãnh tụ, những lời lãnh tụ nói đã trở thành kinh thánh bắt dân học thuộc, vợ của chú quen rồi, sáng nào cũng ngồi dậy để đọc, không bỏ được". Nghe vậy, chúng tôi hoảng, cứ thế này làm sao mà chú ngủ để có sức, khi tuổi lớn thế kia!

Nhớ ngày đầu khi chú đón người đàn bà ấy từ nước ngoài về, bạn bè của chú hồ hởi đến chúc mừng, thậm chí có người còn làm thơ tặng chú, cứ như chú trở lại với tuổi thanh niên, chúc hạnh phúc của hai người là "mùa xuân vĩnh cửu". Bây giờ bạn bè của chú đến thưa hơn rồi vắng hẳn vì không muôn làm phiền chú, nhưng cái chính, họ chẳng biết nói như thế nào khi gặp một người phụ nữ từ hình dáng đến nét mặt lạ hoắc, tiếng Việt không biết, cứ ngồi lù lù giữa nhà hết nhìn người này lại ngó nghiêng người kia, thỉnh thoảng buông những tiếng, nếu không có chú, thì "trời" hiểu...

Chú sống với bà ấy trong nhà tôi như vậy cũng được dăm năm. Nhìn hình hài của vợ chồng chú mà thương, hơn tám mươi tuổi, tuổi hoàng hôn, miệng móm mém, lưng không thẳng, lụi cụi trong nhà, không bạn bè đến thăm, cô đơn cùng cực, hết ra lại vào, hai người như hai cái bóng đang di động in trên tường. Có ai hỏi, chú vẫn nói "vợ chồng tôi sống hạnh phúc lắm!".

Vợ chồng tôi biết, nhưng im lặng, không muốn nói, chẳng gì thì ông ấy cũng là chú ruột của mình.

Khuya ấy, vợ chồng tôi đang ngủ thì có tiếng đập cửa mạnh, dồn dập. Tôi vội ngồi bật dậy ra mở cửa. Trước mặt tôi là bà vợ của chú, nét mặt hốt hoảng, miệng nói liên hồi kỳ trận, tay chỉ về phía buồng ngủ của chú và bà ấy. Tôi hiểu ngay, chú "có chuyện", vội chạy lại. Chú nằm trên giường, chân tay thõng thượt, thở gấp gáp mệt nhọc, giớt, giãi chảy ra hai bên mép. Quá hốt hoảng tôi vội gọi xe tắc xi chở vội chú đến bệnh viện.

Nhanh như thế cũng không kịp, chú "đi" mà không kịp trăn trối điều gì.

Vợ chồng tôi thương chú, lo chu toàn mồ yên mả đẹp. Xong chuyện đó, quay về với thực tại, bây giờ vợ chồng tôi mới hoảng.

Chú chết, bà vợ người nước ngoài tỏ ra buồn bã, không thiết ăn uống, tâm tính không còn bình thường, lúc khóc, lúc cười, lúc nhăn nhó... Lại có lúc không biết bà ta tức giận điều gì, hét toáng lên, chân giãy đành đạch, rồi ngồi bệt xuống sàn nhà, c...vung tung tóe. Vợ chồng tôi lại phải dọn...

Khốn nỗi, có lần vợ chồng tôi có lần đưa bà ta vào viện dưỡng lão của thành phố, viện dưỡng lão này mới khánh thành. Bà ấy ở chỉ được hai ngày, bà giám đốc vội điện thoại gọi vợ chồng tôi đến, yêu cầu dẫn về vì không biết bà ta nói cái gì, nhất là không chịu được tính tình trái khoáy của bà.

Bà ta về nhà, vợ chồng con cái chúng tôi vô cùng khổ. Vợ bỏ mọi việc hầu hạ bà, con tôi đi học ngoại ngữ, tiếng nước của bà, để biết mà nói chuyện, cái thứ tiếng gần như "không ai dùng", càng học, càng ghét - Con tôi nói thế.

Cũng vì bà ấy là vợ của chú, lại nhớ lời mẹ dặn trước lúc "khuất núi", cái " nghĩa", cái "tâm" trong gia đinh tôi vẫn còn, không ai dám trái đạo, nên dù có bực mấy, chúng tôi chăm sóc bà ấy cố chu toàn... Bạn bè tôi, đến thăm, thấy cả gia đình tôi lo cho một bà già người ngợm trông phát sốt, phát rét, tính khí ẩm ẩm, ương ương, ngồi đấy mắt trợn trừng, có người nói với tôi: " Sao không dắt trả về nước của bà ta!". Nghe vậy, tôi nghĩ thầm, người thế này thì ai mà dám nhận chứ không phải nói như vợ tôi sau khi lau chùi một bãi c...bà vãi ra sàn:

- Sao bà ta lâu chết thế nhỉ! Chú đưa bà ấy về nhà mình là quá sai lầm, làm khổ cả nhà!

4/2000

ƠI, MỐT!

Số Mẩy thế mà sướng! Mẩy lấy được ông chồng có "đạo đức chiều chồng" hết ý. Nghĩa là, ra cửa hàng Mẩy thích gì là Tiêu, chồng của Mẩy, có khó mấy cũng bằng mọi cách tìm mua bằng được về cho Mẩy. Còn trong nhà, Mẩy không thích thứ gì, thì dù đó là "vàng", Tiêu cũng tìm cách tống khứ đi. Nhớ hôm mới về nhà chồng, nhìn thấy bố chồng cứ thỉnh thoảng lại ho sù sụ, bạ chỗ nào cũng nhổ nước bọt, Mẩy đã khiếp. Mẩy hãi nhất là nhìn những bộ quần áo bố chồng khoác lên người, bộ nào, bộ nấy cứ dày cộm y như cái mo nang. Bố chồng cứ đi đi, lại lại trong nhà giống y thằng hình nộm canh dưa, hôi mù. Cứ thế này thì Mẩy sống làm sao được? Vốn là người ăn sạch, mặc sạch, không chịu được cảnh đó, , thế là Mẩy nói với Tiêu, mới được nửa câu, giọng đã nghẹn ngào:

- Anh tìm cách cho bố về quê đi, chứ nhìn thấy ông ấy suốt ngày ho, suốt ngay nhổ lại còn khoác trên người mấy bộ quần áo tẩm "nước hoa chuột chù", em chết mất. Hức...hức...- Mẩy lấy tay quệt nước mắt đang chảy dài trên má.

- Em nói sao ? Nghĩa là...không cho bố ở với vợ chồng mình - Tiêu trợn mắt hỏi lại vợ.

- Chứ gì nữa - Mẩy vùng vằng - Anh có muốn con mình sau này dính bệnh hôi nách với ho lao không? Để bố ở đây sau này con của mình bị lây nhiễm đấy.

Chưa đợi Tiêu đồng ý, mới nghe con dâu nói vậy, bố chồng đã chửi toáng lên: "Tiên sư quân thành thị bố láo!", Rồi ông ôm tất tần tật áo, quần bỏ về quê.

Chuyện ấy chỉ có Tiêu buồn còn Mẩy hoan hỉ ra mặt.

Tưởng chiều vợ như thế là xong! Không ngờ... Mẩy còn trẻ, còn đẹp, thích đi chơi nên Mẩy còn thích "mốt". Bây giờ Tiêu mới thậm khổ.

Đến cơ quan, Mẩy thấy con Mai "toét" đeo cặp kính đen Ý, đôi mắt toét của nó bỗng trông" quý phái"hẳn lên làm cho cả cơ quan trầm trồ. Mẩy thấy vậy nói với Tiêu:

- Anh cố sắm cho em một cặp kính như thế. Em mà đeo cặp kính đó vào, khuôn mặt em đẹp như thế này, con Mai phải chạy dài.

Tiêu nói:

- Mắt con Mai toét ba vành, mới mới phải đeo kính cả ngày. Còn mắt của em đẹp lung linh như ... sao trong đêm. Đẹp như thế ai lại đeo kính đen, khác gì người mù... - Nghe Tiêu nói vậy, Mẩy giẫm chân đành đạch, lắc lắc cái mông thúng, ngúng nguẩy:

- Anh không nói nữa. Anh không mua cho tôi cặp kính đen Ý thì chỉ có nước tôi với anh...li dị!

Đúng là một đòn hiểm! Tiêu sợ hai chữ "li dị" y như sợ giữa nhà bị nổ "bom nguyên tử". Tiêu liền tức tốc chạy ra phố tìm cửa hàng có bán cặp kính đen Ý đó. Một lúc sau, Tiêu chạy về, mặt mày xanh rớt y như tàu lá chuối non bị héo, thở hổn hển nói với Mẩy:

- Em biết không? Cặp kính đen như em muốn mua, họ bán giá đắt quá. Giá của nó phải bằng gấp mấy tháng lương của anh cộng lại.

- Hàng đẹp như thế thì giá đó đã nhằm nhò gì ! - Mẩy vẫn chẳng chịu - Hết lương thì ta lấy cái khác bù vào, còn để vợ anh xấu... Thế mà anh chịu được à! - Mẩy khóc rưng rức.

Nước mắt của đàn bà quả là hiệu nghiệm, nó có thế làm mềm lòng bất cứ ý định sắt đá nào. Chiều vợ, Tiêu móc hết túi trong, túi ngoài, cạy cả khe bàn lấy từng đồng xu kim loại lẻ không may lọt vào để có đủ số tiền mua kính đen cho vợ. Mẩy đeo kính đen Ý rồi đứng ngắm nghía trước gương ra chiều ưng ý. Thấy Tiêu đi vào, Mẩy hôn "chụt" một "nhát" vào má chồng. Chỉ thế thôi, Tiêu đã sướng run, mặt đang nhăm còn hơn mặt khỉ dính mắm tôm, thế mà Tiêu lại cười tươi, tươi hơn hơn hoa mười giờ nở lúc "chín rưỡi".

Nhưng rồi Mẩy chỉ đeo cặp kính đen của Ý có non một tháng vì nhiều người trong cơ quan nói: " Mẩy đeo cặp kính đen đó trông cứ như hai lỗ đít chai đóng dấu trên mặt, chẳng đẹp bằng Mai.". Nghe thấy thế là Mẩy chán, mình phải làm cái gì thật độc chiêu kia, nghĩa là đồ đó chỉ một mình Mẩy có, không ai chê, chỉ có khen.

CHẲNG BIẾT ĐÂU MÀ LẦN

Thế mới là "mốt"!

Dạo này ở các cử hàng thời trang, họ đưa ra nhiều mẫu quần áo mới, nhìn mà phát thèm. Áo xẻ cổ, xẻ nách, xẻ lưng...Quần cũng vậy, đủ các kiểu. Có kiểu quần ở phía sau tự nhiên có hai miếng vá bằng da to bằng hai bàn tay chụm lại, phía trước ở hai đầu gối quần lại chọc thủng hai lỗ bằng lỗ "chó chui". Như thế mới đích thực "mốt bụi"!!! Nghe người ta nói thế. Mẩy thích lắm, muốn sắm những chiếc quần y như vậy. Mỗi tội khi hỏi giá, người ta bán chiếc quần ấy với giá như giá bán cho "ngọc hoàng". Đắt thế, không hiểu sao Mẩy vẫn thích. Tiêu thì chê ra mặt:

- Mấy bộ quần áo ấy cho cho anh, anh cũng không thèm. Áo với quần gì mà dày cộp, rách te tua, mặc vào y như mặc đồ của mấy thằng chết rồi.

- Ối, ông chồng "đần độn" của tôi ơi! - Mẩy lấy ngón tay dí vào trán chồng - Ông cứ chúi đầu vào công việc, ở quanh quẩn trong bốn bức tường thì làm sao biết thế nào là "mốt". Ở trong ấy, suốt năm ông chỉ nhất bộ, áo trong quần, trông như tượng. May mà tôi thương ông mới lấy. Chứ khéo là người khác, họ biết ông như thế này, dăm bữa đã cho ông ra bãi "phế liệu".

Nhìn ra xung quanh, Mẩy thấy bạn bè cứ ngồi túm tụm chỉ bàn về "mốt". Đứa thì khoe sắm được "mốt" này, đứa thì khoe sắm được "mốt" kia...Mẩy về nhà, nét mặt buồn chi lạ. Tiêu thấy Mẩy buồn, tự nhiên có cảm giác áy náy, như chuyện này mình có lỗi:

- Ý của em là muốn có chiếc quần thật "mốt"!

Mẩy im lặng, ánh mắt nhìn xa vời vợi.

- Chiếc quần hay chiếc áo đó , em mặc vào bạn bè phải khen, phải chịu em!

Mẩy không nói, quay mặt đi, lấy tay quệt nước mắt.

- Căng nhỉ, nếu chiều theo sở thích của em, vợ chồng mình lại không có tiền.

Nghe Tiêu nói như vậy, Mẩy bật khóc thành tiếng, hai giọt nước mắt cứ thế lăn dài trên má, Mẩy không cần lau. Nhì vợ như vậy, Tiêu cứ đi đi, lại lại suy nghĩ có vẻ lung lắm. Có lẽ Tiêu đang suy nghĩ làm cách nào mua cho Mẩy một chiếc quần "mốt bụi" cho giống chiếc quần kia.

Được một lúc, nét mặt của Tiêu nhẹ nhõm hẳn, ánh mắt nhìn Mẩy dịu đi, miệng nở một nụ cười rất tươi mà Mẩy chưa từng thấy. Mẩy được chồng ôm vào lòng, nói những lời chứa chan:

- Chiều mai em sẽ có một chiếc quần đúng "mốt bụi"!

- Nhưng đảm bảo đúng "mốt" không ai có - Mẩy hỏi lại nhưng vẫn chưa tin làm sao Tiêu có thể sắm được cho mình một chiếc quần như thế ?

-Sẽ đúng "mốt", thậm chí còn đẹp hơn những chiếc quần "mốt bụi" em thấy ngoài kia - Tiêu gật đầu, khẳng định.

- Không ai có chiếc quần đó, ngoài em ra!

- Đúng như vậy! - Tiêu nói chắc như đinh đóng cột - Chiếc quần này chỉ có một mình em có !

Mẩy sung sướng, nhìn chồng âu yếm. Cái nhìn cứ như quy tụ hết trăng, sao lại.

Sáng sau, Tiêu nói với Mẩy ở nhà còn mình nổ xe máy, lên đường. Tiêu hẹn với Mẩy buổi chiều sẽ mang quần "mốt bụi" về .

Buổi chiều ấy, chiếc quần được Tiêu mang về. Quả là Mẩy chưa bao giờ thấy chiếc quần nào "mốt bụi" hơn thế . Miếng vá mông còn to hơn miếng vá ở những chiếc quần mà Mẩy định mua. Lỗ thủng ở đầu gối cũng to hơn, gấu quần cũng rách te tua hơn. Đẹp bá cháy! Chỉ mỗi tội chiếc quần này hơi rộng và, dù có được giặt tương đối sạch vẫn ngửi thấy hôi hôi. Tiêu giải thích:

- Tại vì cửa hàng bán chiếc quần này nằm đúng đoạn đường đang sửa, bụi bay quá nhiều nên nó mới có mùi "hôi hôi" đó. Vả lại, có mùi hôi hôi mới đúng là "mốt bụi"!

Nghe Tiêu giải thích như thế, Mẩy chịu liền.

Khi Mẩy mặc chiếc quần đó đi đâu, ai cũng nhìn, những ánh mắt ngạc nhiên kèm theo lời trầm trồ:

- Đúng là "mốt", "mốt" chưa từng thấy!

Có người còn hỏi, Mẩy mua chiếc quần này ở đâu? Mẩy ghé sát vào tai Tiêu nói thật nhỏ:

- Em cấm anh nói cho mấy đứa bạn của em biết đấy nhé. Chỉ riêng em có "mốt bụi" này thôi! Anh phải sắm cho em vài chiếc quần như thế này nữa, cho thiên hạ biết thế nào là lễ độ.

Tiêu giật mình khi nghe Mẩy nói điều đó, ánh mắt hơi hoảng sợ ,rồi lại ... gật đầu. Ý vợ là ý trời !

Vài hôm sau Tiêu mang về cho Mẩy vài chiếc quần như thế nữa. Chiếc nào ,gấu quần cũng rách bươm, có chiếc vài miếng vá, tha hồ cho Mẩy "độc quyền", tha hồ cho Mẩy khoe "mốt". Để thoả mãn sở thích của Mẩy, Tiêu còn lôi gần một tá áo cũng toàn cực "mốt bụi" xe cổ, xẻ nách, xẻ lung tung ... cứ như đồ mặc của người "nguyên thuỷ" te tua, dày cộm. Nghe chồng nói: "Áo phải đi liền với quần, anh mua để em diện đồng bộ.". Mẩy nhìn chồng không để đâu cho hết sự âu yếm. Thế mới gọi là chồng chứ !

... Chiều hôm đó, đứa bạn thân có đám cưới , bạn mời vợ chồng Tiêu. Mẩy muốn ăn mặc thật "bốc", thật "bụi" nên lôi hết tất cả áo quần "mốt bụi"mà Tiêu đã sắm để chọn lựa. Đang ngắm nghía thì bố chồng lên.

Khổ thân cho bố chồng, không biết quần áo đâu mà ông chỉ mặc một chiếc quần màu cháo lòng với một chiếc nâu rách lưng. Tháy Mẩy đứng đó, đang ngắm nghía mấy bộ quần áo "mốt bụi", ông bố chồng tức giận, mắng còn hơn nước tát đồng , hơn cả đá táng vào mặt:

- Chồng mày là thằng khốn nạn. Đã không may cho tao một chiếc quần đùi thì thôi, lại còn giở trò ăn cắp. Tao có mấy bộ quần áo bảo hộ lao động giữ từ hồi còn làm công nhân vá đường. Quần áo rách là thế, giặt phơi ngoài sào, chồng mày về xin, tao không cho. Thế là chồng mày "mắt trước, mắt sau" nhè lúc tao ngủ, nó ăn cắp sạch. Chẳng hiểu chồng mày lấy mấy bộ quần áo rách ấy của tao để làm gì. Đói đến thế cơ à! - Rồi ông bố chồng nhìn vào đống quần áo "mốt bụi" mà Mẩy đang chọn, gào lên - Ơ, đúng rồi! Đây này, toàn quần áo của tao cả. Thế ra chồng mày lấy quần áo của tao cho mày mặc à! - Ông lắc đầu ngán ngẩm - Chúng mày hết quần áo rồi hay sao mà lấy quần áo của bố mày để mặc. Con ơi là con...

Hội An 6/1996

MỤC LỤC

www.ingramcontent.com/pod-product-compliance
Lightning Source LLC
LaVergne TN
LVHW090220051026
849517LV00001B/136
* 9 7 9 8 3 3 0 6 2 7 4 8 6 *